இந்திய ஆட்சிப்பணியும் சினிமாவும் மற்றும் நானும்

ஞான ராஜசேகரன்

டிஸ்கவரி பப்ளிகேஷன்ஸ்

எண்: 9, பிளாட் எண்: 1080A, ரோஹிணி பிளாட்ஸ்
முனுசாமி சாலை, கே.கே.நகர் மேற்கு,
சென்னை - 600 078. பேச: 99404 46650

இந்திய ஆட்சிப்பணியும் சினிமாவும் மற்றும் நானும்
ஆசிரியர்: ஞான ராஜசேகரன்©

INDHIYA AATCHI PANIYUM CINEMAVUM MATRUM NANUM
Author: **Gnana Rajasekaran**©

Printed: Mani Offset Printers, Chennai.

1st Edition: Dec-2021, 2nd 2025

வெளியீட்டு எண்: 0082

ISBN: 978-93-91994-57-0

Pages: 216

Rs. 250

Publisher • *Sales Rights*

Discovery Publications	**Discovery Book Palace (P) Ltd**
No. 9, Plot,1080A, Rohini Flats, Munusamy Salai, K.K.Nagar West, Chennai - 600 078. Mobile: +91 99404 46650	1055. B, Munusamy Salai, K.K.Nagar West, Chennai-600 078. Mobile: +91 87545 07070

discoverybookpalace@gmail.com

WWW.DISCOVERYBOOKPALACE.COM

இந்த நூலில் பிரசுரமாகியுள்ள எந்த ஒரு பகுதியையும் பதிப்பாளரின் எழுத்துபூர்வமான முன்அனுமதி பெறாமல் எடுத்தாள்வதோ, மறுபிரசுரம் செய்வதோ, மொழியாக்கம் செய்வதோ, அச்சு மற்றும் மின்னணு ஊடகங்களில் மறுபதிப்புச் செய்வதோ, காப்புரிமைச் சட்டப்படி தடை செய்யப்பட்டுள்ளது. இந்த நூலிலிருந்து குறிப்பிட்ட பகுதிகளை மேற்கோள்காட்டி புத்தக விமர்சனம் செய்ய, ஊடகங்களுக்கு மட்டும் அனுமதி உண்டு.

உங்கள் மொபைல் போனிலிருந்து ஸ்கேன் செய்து 'டிஸ்கவரி புக் பேலஸ்' மொபைல் ஆப்பை டவுன்லோடு செய்து, புத்தகங்களை வாங்குங்கள்.

சமர்ப்பணம்

என் இணையர்
சகுந்தலா ராஜசேகரன்
அவர்களுக்கு

முன்னுரை

இது என் சுயசரிதை அல்ல. இந்திய ஆட்சிப்பணியில் பணிபுரிந்தபோது எனக்குக் கிடைத்த சில அனுபவங்களைப் பற்றியும், திரைப்படத் தணிக்கை அதிகாரியாக செயல்பட்டபோது எதிர்கொண்ட சில விஷயங்களைப் பற்றியும், தமிழ்த் திரைப்பட இயக்குநராக இயங்கிய போது இருந்த சூழ்நிலைகளைப் பற்றியும் பதிவு செய்யும் முயற்சியே இது. முழுக்க முழுக்க நினைவிலிருந்து எழுதப்பட்டவை இவை. 25 வருடங்களுக்கு முன்னர் நடந்த சம்பவங்களை நினைவுகூர்வதால் சில நுட்பமான விவரங்கள் தெளிவாக இல்லாமலிருக்க வாய்ப்புண்டு. ஆனால் அனைத்தும் உண்மை நிகழ்வுகள்தான். நான் எந்தவிதமான நாட்குறிப்பையோ கோப்புகளையோ பாதுகாத்து வைப்பவனில்லை. ஆனால் மனிதர்களை, உறவுகளை, சம்பவங்களை, செயல்பாடுகளை, பிரதிபலிப்புகளை, அபிமானங்களை, நட்புகளை, நன்றிகளை என்றென்றும் நினைவில் வைத்துக்கொண்டு வாழ்பவன். ஒரு நெருங்கிய நண்பரிடம் பேசுவது போன்றுதான் அவற்றைப் பதிவு செய்திருக்கிறேன்.

இந்திய ஆட்சிப்பணி வினோதமானது. பலர் பலவிதமாக அதை அணுக முடியும். இந்தியாவின் உன்னதமான பணி என்றும், அதிகாரம் மிக்க பணி என்றும், அறிவில் மிகுந்தவர்களுக்கு மட்டுமே கிடைக்கக்கூடிய வெகுமதி என்றும், இந்தியாவிலேயே நேர்மையாக நடக்கிற தேர்வின் மூலம் நியமிக்கப்படுபவர்கள் என்றும், அதிகார உச்சத்தில் இருக்கும் அரசியல்வாதிகளுக்கு ஆலோசனை கூறுகிற இடத்தில் இருப்பவர்கள் என்றும், மக்களுக்குச் சேவை செய்ய வாய்ப்புகள் நிறைந்த பதவிகளில் அமர்த்தப்படுபவர்கள் என்றும் பலவிதமாக

ஐஏஎஸ்ஸை பார்க்கலாம்; பார்க்கிறார்கள். ஆனால் நான் ஐஏஎஸ் அதிகாரியானது தற்செயலாக நடந்ததுதான். இலக்கியம், சினிமா, சமூக சிந்தனை, மனித நேயம், நேர்மை என்று பலவிதமான சிந்தனைகளில் உழன்று கொண்டிருந்த ஆள் நான். ஐஏஎஸ் கிடைத்தவுடன் அதனது பின்னணியையும் இந்திய நிர்வாகத்தில் அதனுடைய பங்கையும் அறிந்த போது எனக்கு ஒரு நம்பிக்கை பிறந்தது. என் ஈடுபாடுகளில் எந்த ஒன்றையும் இழந்துவிடாமல் நம்முடன் வைத்துக்கொண்டே வாழ ஐஏஎஸ்ஸில் இடமுண்டு என்பதை உணர்ந்தேன். ஐஏஎஸ்ஸின் முன்னோடியான ஐசிஎஸ்ஸில்கூட ஓவியம், அகழ்வாராய்ச்சி, இலக்கியம், விளையாட்டு முதலான பல்துறை வித்தகர்கள் இருந்திருக்கிறார்கள். எனவே ஐஏஎஸ் எனது பிற துறை ஈடுபாடுகளுக்கும் வழியமைத்துத் தரும் என்று நம்பினேன். அதேசமயம், ஐஏஎஸ் என்கிற பணி முழுக்க முழுக்க மக்களின் நன்மைக்காகச் செயல்படுகிற ஒன்று என்பதில் நான் மிகவும் தெளிவாக இருந்தேன்.

பொதுவாக மக்கள்மத்தியில் ஒரு கருத்து பரவலாக இருப்பதைப் பார்க்கலாம். ஐஏஎஸ் அதிகாரிகள் பொதுவாக விஷயஞானமும் நேர்மையும் உடையவர்கள் என்றும் அரசியல்வாதிகள் பொதுவாக அறிவு குறைந்தவர்கள்; ஊழலில் திளைப்பவர்கள் என்றும் மக்கள் நினைக்கிறார்கள். எனவே ஓர் அமைச்சர், ஓர் அதிகாரிக்கு ஏதேனும் ஓர் ஆணையைக் கொடுத்தால், அதில் சட்டத்துக்குப் புறம்பான விஷயமோ அல்லது ஊழல் செய்வதற்கான வாய்ப்புதான் அதிகம் இருப்பதாகச் சமூகம் நம்புகிறது. அதனால்தான் அமைச்சரின் ஆணையை எதிர்க்கிற அதிகாரி மக்கள் மத்தியில் நேர்மையின் சின்னமாகப் பெயரெடுத்து விடுகிறார். ஆனால் உண்மை நிலை வேறு. நிர்வாகத்தில் மக்களுக்கு நல்லது நடக்கவேண்டும் என்று ஆசைப்படுகிற அரசியல்வாதிகள் பலரை நான் பார்த்திருக்கிறேன். அதைப்போலவே சர்வீஸ் முழுக்க நேர்மையாக இருந்து மக்களுக்கு யாதொரு உதவியோ நன்மையோ செய்யாமல் பிரச்னையின்றி

பென்ஷன் வாங்கினால் போதும் என்று ஓய்வு பெறுகிற அதிகாரிகளையும் நான் பார்த்திருக்கிறேன்.

கேரளாவில் ஒரு சீனியர் அரசியல்வாதி சொன்னார்: "பென்ஷன் வாங்கும்போது பிரச்னை வரக்கூடாது என்பதற்காக நேர்மையாக இருக்கிற Inefficient அதிகாரிகள் மீது எனக்கு மரியாதையே கிடையாது. எங்களது விருப்பம் மக்களிடம் செல்லவேண்டிய வளர்ச்சிப்பணிகள் வேகமா நடக்கணும். இப்ப இருக்கற சிஸ்டத்துல Corrupt ஆக இருக்கிறவன்தான் Efficientஆ இருக்கறான். அவங்களைத்தான் நாங்க நாட வேண்டியிருக்கு" நான் நேர்மையான, மனிதாபிமானமிக்க, அதேசமயம் வேகமாகச் செயல்படுகிற அதிகாரியாக இருக்கவேண்டும் என்று தொடக்கத்திலேயே தீர்மானித்துக்கொண்டேன். ஐஏஎஸ் அதிகாரிக்குத் தரப்பட்டுள்ள சிறப்பு அதிகாரத்தை, மக்களுக்குப் பயனுள்ள விதத்தில் உபயோகிக்க முயலும் ஓர் அதிகாரியாகவே நான் என் பணிக் காலம் முழுவதும் செயல்பட்டேன். மக்களுக்குச் சேவை செய்யும் நோக்கத்துடன் Out of Box சிந்தனையுடன் பல சமயம் நான் செயல்பட்டபோது கேரளாவில் இருந்த அரசியல்வாதிகள் UDF ஆனாலும் LDF ஆனாலும் என்னை வெகுவாக ஊக்கப்படுத்தியதுதான் உண்மை. ஊழல் சாயல் உள்ள ஓரிருவர் கூட இதில் அடக்கம்.

27 வருடங்கள் எனது பணி கேரளாவிலும், தமிழ்நாட்டிலிருக்கும் மத்திய அரசு நிறுவனங்களிலும் தொடர்ந்தது. இறுதியில் முதன்மைச் செயலாளராக கேரளாவில் பணிபுரிந்து கொண்டிருந்தபோது கலை படைப்புத்துறையில் கவனம் செலுத்துவதற்காக விருப்ப ஓய்வு எடுத்துக்கொண்டேன். ஐஏஎஸ்ஸில் பணிசெய்து கொண்டிருக்கும்போதே சினிமாவிலும் நான் கால்பதிக்க கேரளாவே முக்கிய காரணமாக இருந்தது. இரண்டு முன்னணி அரசுகளும் கலையைப் போற்றுகிற அரசாக இருந்ததால்தான் எனக்கு தங்கு தடையற்ற ஊக்கமும் அங்கீகாரமும் கிடைத்தன.

நிர்வாகத்துறையில் நான் நானாவதற்குப் பெரும் உதவியாக இருந்த கேரள அரசியல்வாதிகளுக்கும்,

அதிகாரிகளுக்கும் மக்களுக்கும் நான் நன்றி சொல்லித்தான் தீர வேண்டும். வியாபாரப் படங்களே கோலோச்சிக்கொண்டிருக்கும் தமிழ்த் திரைப்படச்சூழலில் எனது திரைப்பட முயற்சிகளுக்குப் பெரும் ஆதரவு தந்து, எனக்கு விருப்பமான துறையில் நான் நானாக ஆவதற்கு ஊக்கமளித்து ஆதரித்த தமிழ்ச் சமூகத்துக்கு நான் என்றென்றும் கடமைப்பட்டவன். ஐஏஎஸ் என்பது சொந்த வாழ்க்கையிலும் சவால்கள் நிறைந்தது. ஆட்சிப்பணியில் நாம் பின்பற்றுகிற நேர்மையையும் நெறிகளையும் அங்கீகரிக்கிற வாழ்க்கைத்துணையும், குடும்பச் சூழலும் மிக மிக இன்றியமையாதவை. என் இணையர் சகுந்தலாவும், என் மகள்கள் சிந்துவும் - நந்திதாவும் அந்தச் சூழலை எனக்கு உருவாக்கித் தந்ததோடு, என் அனைத்து சினிமா முயற்சிகளுக்கும் முதுகெலும்பாகவும் திகழ்ந்துகொண்டிருக்கின்றனர். நான் உண்மையில் பேறுபெற்றவன்.

ஆட்சிப்பணி, சென்சார், சினிமா முதலான துறைகளில் எனக்கு ஏற்பட்ட அனுபவங்களை நான் புத்தகமாக எழுதி வெளிக்கொணர வேண்டும் என்று நீண்ட காலமாக என்னை நிர்ப்பந்தித்து வந்தவர் எனது இணையர் சகுந்தலா அவர்கள். அவரது ஆசை நிறைவேறும் இந்தத் தருணத்தில் அவருக்கு என் நெஞ்சார்ந்த நன்றி.

இந்த நூலைச் சிறப்புடன் வெளியிடும் டிஸ்கவரி பப்ளிகேஷன்ஸ் திரு. வேடியப்பன் அவர்களுக்கு என் மனமார்ந்த நன்றிகள். இதன் உருவாக்கத்தில் எனக்குத் துணையாக நின்ற திரு. அருள்செல்வனுக்கும் என் அன்பான நன்றி.

- ஞான ராஜசேகரன்

சென்னை - 600037
டிசம்பர் 26, 2021

உள்ளே

1. **இந்திய ஆட்சிப் பணியில்...** 11
   இயக்குநராக விரும்பியவன் ஐஏஎஸ் ஆன கதை! 13
   ஆள் கூட்டத்தில் தனியே! 19
   ஐஏஎஸ் என்பவர் யார்? 24
   அமைச்சர் வேண்டாம் சப்கலெக்டர்தான் வேண்டும்! 25
   கலெக்டர் சொல்லட்டும் நாங்க நம்பறோம்! 30
   அதிகாரிக்கு மனிதாபிமானம் இருக்கிறதா? 31
   நானும் விதவைதான்! 34
   திருச்சூரின் முதல் குரலா இது? 38
   உன் உயிர் என் கையில்! 51
   ஆளைப்பார்க்காதே, சூழ்நிலையைப் பார்! 56
   கலெக்டரைவிட கலைஞன் உயர்ந்தவன்! 61
   ஆபரேஷன் வெற்றி! ஆனால்... 71
   நேர்மையாக இருந்தால் யாருக்கு லாபம்? 75
   மதுக்கடை ஏலமும் நான்கு கவர்களும்! 81
   வள்ளுவர் என்கிற உளவியல் நிபுணர்! 86
   பெட்டிஷன்கள் பலவிதம்... ஒவ்வொன்றும் ஒரு விதம்! ..91
   மலையாளிகளும் நகைச்சுவை உணர்வும் 96

2. திரைப்படத் தணிக்கை அதிகாரியாக 103
சினிமா தெரிந்தவர் சென்சார் அதிகாரியாக வந்தால்? ... 105
காரை இலவசமாகப் பெற்று அவருக்கே
எதிராகத் தீர்ப்பு சொல்வதா? 106
மோசமான படத்தை சென்சார் மூலம்
நல்ல படம் ஆக்கிவிட முடியாது! 107
"வீட்டில் இன்னும் அதிகமாகக் கெட்ட வார்த்தை
பேசுவேன்!" 109
இரட்டை அர்த்தமும் இருட்டும்! 110
கர்ப்பக்கிரகத்திலேயே குண்டு வச்சிட்டா..? 112
வணக்கம் சொல்கிற பழக்கம்! 115
பிட் படங்களுக்கு ஒரு 'செக்' 116
'பம்பாய்' 118
ஹே ராம்! 120
'இருவர்' 123

3. திரைப்பட இயக்குநராக... 127
எனக்குள் சினிமா துளிர்த்ததும் ஆட்கொண்டதும்! 129
'மோகமுள்' 142
ஐஏஎஸ் அதிகாரி சினிமா எடுக்க முடியுமா? 166
'முகம்' 168
'பாரதி' 171
'பெரியார்' 194
'ராமானுஜன்' 212

இந்திய
ஆட்சிப்
பணியில்...
───────────────

இயக்குநராக விரும்பியவன் ஐஏஎஸ் ஆன கதை!

திரைப்பட இயக்குநராக வேண்டும் என்கிற ஆசை என் தந்தையின் அகால மரணத்தால் அப்போது நிறைவேறாமலேயே போய்விட்டது.

வீட்டின் பொருளாதாரத் தேவைகளுக்காக உடனே மும்பையில், இந்திய அரசாங்கத்தின் உள்துறையில் ஒரு அதிகாரியாகச் சேர்ந்து விட்டேன். மூன்று வருடங்கள் பணியாற்றிய பிறகு, Kodak கம்பெனியைச் சேர்ந்தவர்கள் எனக்கு மேற்கு ஜெர்மனியில் ஒரு நல்ல வேலையை Offer செய்தார்கள். அரசாங்க வேலையை நான் உதறிவிட்டு வெளிநாடு செல்லத் தீர்மானித்தேன். ஆனால் என் குடும்பத்தார் அதற்கு அனுமதிக்கவில்லை.

என் அம்மா சொன்னார்:

"அப்பாவின் ஆசை நீ ஐஏஎஸ் ஆகவேண்டும் என்பதுதான். நீ சினிமா டைரக்டராக விரும்பியதால் – உன்னிடம் சொன்னால் வருத்தப்படுவாயே என்பதால் – அப்பா இறக்கும்வரை அவர் உன்னிடம் சொல்லவே இல்லை. உன் அப்பாவின் ஆசையை நீ நிறைவேற்ற விரும்பினால் வெளிநாடு போகாமல் ஐஏஎஸ் எழுது" என்றார்கள்.

சிறு வயது முதல் எனக்கு அளவில்லாத சுதந்திரமளித்து, நான் விரும்பியபடி என்னை வளர அனுமதித்த எனது அன்புக்குரிய தந்தையின் கடைசி ஆசையை நிறைவேற்றுவது என் கடமை என்று முடிவெடுத்தேன். பழையபடி மும்பையில் வேலையில் இருந்துகொண்டே ஐஏஎஸ் தேர்வு எழுதுவது என்று தீர்மானித்தேன்.

ஐ.ஏ.எஸ் எப்படி எழுதுவது? MSc இயற்பியல் படித்திருந்தாலும் அவை எல்லாம் எனக்கு மறந்து போயிருந்தன. நான் அப்போது விரும்பிப் படித்துக்கொண்டிருந்தது எல்லாம் சினிமா, இலக்கியம், வரலாறு இவைகளைத்தான். இவைகளைப் பயன்படுத்திக்

கொள்கிற விதத்தில் ஐஏஎஸ் தேர்வில் Subjectகளைத் தேர்ந்தெடுக்க விரும்பினேன். வரலாறு, தமிழ் இலக்கியம் என்கிற இரு Subjectகளைத் தேர்வு செய்தேன். நான் முதுகலைப் படிப்பு வரை ஆங்கில வழியில் படித்திருந்தாலும், சுதந்திரமாக எண்ணங்களை எழுத வசதியாக இருக்கும் என்று கருதி ஐஏஎஸ்ஸை தமிழிலேயே எழுத தீர்மானித்தேன். பாடப்புத்தகங்களை அதிகம் படிக்காமல் சொந்தக் கருத்துக்களையும் எனது Extra Curricularகளுக்காக நான் விரும்பி படித்தவைகளையும் தேர்வுக்கு நான் பயன்படுத்திக் கொண்டேன்.

இளம்வயதில் பம்பாயில் பணிபுரிந்த காலத்தில்

அப்போது General Essay Paper என்று ஒன்று இருந்தது. சுமார் எட்டுத்தலைப்புகள் கொடுப்பார்கள். ஒவ்வொரு தலைப்பும் Foreign Affairs, Economics, Public Administration, Science and Technology இப்படிப் பல துறைகளைச் சார்ந்ததாக இருக்கும். இவற்றில் ஒரே ஒரு தலைப்பைத் தேர்ந்தெடுத்து மூன்று மணி நேரத்தில் கட்டுரை எழுத வேண்டும். ஒவ்வொரு தலைப்பிலும் ஆழமாகப் படித்திருந்தால் மட்டுமே கட்டுரையை

எழுதமுடியும். எனக்கு அன்றிருந்த நிலையில் மேற்கூறிய சப்ஜெக்ட்களில் ஆழம் இல்லாததால் இதுபோன்ற தலைப்புகளில் கட்டுரை எழுத முடியாது. ஆனால் ஒவ்வொரு வருஷமும் கொடுக்கப்படும் தலைப்புகளில் கடைசியில் இருக்கும் ஒன்றோ இரண்டோ தலைப்புகள் எந்த சப்ஜெக்டையும் சாராமல் பொதுப்படையாகவும், சில சமயம் வினோதமாகவும் இருக்கும். ஐஏஎஸ் தேர்வை சீரியஸாக எழுதுகிறவர்கள் இது போன்ற தலைப்புகளைத் தேர்ந்தெடுக்கவே மாட்டார்கள். ஏனென்றால் அந்தத் தலைப்பில் என்ன எதிர்பார்க்கிறார்கள் என்று யாரும் தெளிவாகச் சொல்லிவிட முடியாது. உதாரணமாக பழைய ஐஏஎஸ் தேர்வில் கொடுக்கப்பட்ட ஒரு தலைப்பு: On Not Attending The Telephone (தொலைபேசி அழைப்பை கவனிக்காமல் இருப்பதைப் பற்றி) இது போன்ற தலைப்பில் மூன்றுமணிநேரம் எழுதவேண்டும். இது உண்மையில் ஒரு சவால் என்றுதான் சொல்ல வேண்டும். நான் இப்படிப்பட்ட தலைப்புகளை நம்பித்தான் தேர்வெழுதச் சென்றேன். இதிலுள்ள வசதி: ஒன்று, சொந்தமாக நம் கருத்துகளை எழுதலாம். இரண்டு, இது போன்ற தலைப்பை எடுத்து எழுதுபவர்கள் மிகக் குறைவாக இருப்பதால் நமக்கு Competition ஒன்றுமிருக்காது.

நான் முதலில் ஐஏஎஸ் எழுதிய போது அந்த வருடம் கேள்வித்தாளில் கேட்கப்பட்ட ஒரு தலைப்பு:

If There Were No God, It Would Be Necessary To Invent Him (கடவுள் என்று ஒருவர் இல்லை என்றாலும் நமக்குக் கடவுள் என்று ஒருவரை வைத்துக்கொள்ள வேண்டிய அவசியம் இருக்கிறது.)

வால்டேரின் பிரசித்திபெற்ற மேற்கோள் இது.

சிறுவயது முதலே நான் அதிகமாக சிந்தித்தது கடவுளைப்பற்றியும் மதங்களைப் பற்றியும்தான். எனவே இந்த தலைப்பைத் தேர்ந்தெடுத்து உற்சாகமாக எழுதத் தொடங்கினேன். நான் அன்று எழுதிய கட்டுரையின் சாராம்சம்:

கடவுளைப்பற்றி நமக்கிருக்கும் நம்பிக்கைகள் எல்லாம் என்னென்ன?

1. உலகையும், மனிதர்கள் எல்லோரையும் படைத்தவர், கடவுள்.

2. கடவுளுக்கு முன் ஏழை, பணக்காரன் வித்தியாசமில்லை. எல்லோரும் சமம்.

3. கடவுள் கருணை வடிவானவர். ஏழைகளுக்கும், இழந்தவர்களுக்கும், இல்லாதவருக்கும் துணையாக நிற்பவர். அருள் புரிபவர்.

4. ஒழுக்கம், நேர்மை, நெறிகளோடு வாழ்பவர்க்கு நன்மைகளையும், அவ்வாறு வாழாதவர்களுக்கு தண்டனையும் அளிக்கிற நீதிமான்.

எல்லா மதங்களும் மேற்சொன்னவைகளை கடவுளின் இன்றியமையாத குணங்களாகக் கருதுகின்றன.

ஆனால் உலகில் நம் கண் முன் நடப்பவைகள் என்னென்ன?

அரசியல்வாதிகள் ஆனாலும், அதிகாரிகள் ஆனாலும், போலீஸ்காரர்கள் ஆனாலும் நேர்மையானவர்கள் இங்கே கஷ்டப்பட்டுக் கொண்டிருக்கிறார்கள். ஆனால் லஞ்சம் வாங்குகிறவர்கள், தவறான செயல்களை செய்கிறவர்களுக்கு நல்ல பதவிகள் கிடைக்கின்றன. ஏழைகள் எங்கும் அவஸ்தைப்படுகிறார்கள். தாழ்த்தப்பட்டவர்கள் மிருகங்களுக்கும் கேவலமாக நடத்தப்படுகிறார்கள். பணக்காரர்கள், ஜாதிவெறியர்கள் வாழ்வாங்கு வாழ்கிறார்கள். லஞ்சம், ஊழல், கற்பழிப்பு, கொள்ளை, கொலை இங்கே நடக்காத நாளில்லை.

கடவுள், சர்வ வல்லமை படைத்தவராக இருந்தால் உலகில் இப்படியெல்லாம் அநியாயங்களை நடக்கவிடுவாரா? இதையெல்லாம் மூளையை உபயோகித்து சிந்தித்து பார்க்கும்போது கடவுள் என்றொருவர் இல்லை என்றுதானே நினைக்கத்தோன்றுகிறது!

ஆனால் மனிதர்கள் எல்லோரும் மூளையை மட்டுமே வைத்துக்கொண்டு வாழ்பவர்கள் இல்லை. உணர்ச்சியோடு வாழ்பவர்கள். தினசரி ஆயிரமாயிரம் பிரச்னைகளில் சிக்கித் தவிப்பவர்கள். அவர்கள் தங்களுக்குள்ள மனக்குறைகளைச் சொல்லி அழுவதற்கும் முறையிடுவதற்கும் நம்பிக்கையான ஒருவர் தேவைப்படுகிறார்.

தினசரி தோல்விகளையே சந்தித்துக்கொண்டிருக்கும் மனித உயிர்களுக்கு தன்னம்பிக்கை ஊட்டிட, நாளை நல்லது நடக்கும் என்கிற நம்பிக்கையை அளித்திட ஒருவர் அவசியமாகிறார்.

பாமரர் முதல் படித்தவர் வரை வாழ்க்கையில் கஷ்டங்கள் அனுபவிக்கிறவர்களைப்பார்த்து, "யாமிருக்க பயம் ஏன்?" "கஷ்டப்பட்டு பாரம் சுமக்கிறவர்களே, என்னிடம் வாருங்கள் இளைப்பாறுதல் தருவேன்" என்று தைரியம் கொடுக்கவும், ஆறுதல் அளிக்கவும் ஒருவர் வேண்டாமா?

அநீதிகள் நடக்கும் உலகில், நம்பிக்கை அளிக்கிற நீதிமான் ஒருவன் வேண்டும். பிரச்னைகளை தீர்த்து வைக்காவிட்டாலும் மேலிருந்து ஒரு பொதுவான Referee பார்த்துக் கொண்டிருக்கிறார் என்கிற உணர்வே மனித குலத்துக்கு ஆசுவாசம் தரமுடியும். அப்படி ஒரு Referee, எல்லா காரியங்களையும் மேலிருந்து கவனித்துக் கொண்டிருக்கிறார் என்கிற எண்ணம் இருப்பதால் தான், உலகத்தில் நெறியற்ற செயல்களின் எண்ணிக்கை ஒரு கட்டுப்பாட்டில் இருக்கிறது. Referee இல்லை என்று எல்லோரும் நினைத்தால் உலகம் கட்டுப்பாடில்லாத கலவர பூமியாக மாறி விடும். எனவே உலகத்தின் சட்டம் ஒழுங்குக்கு எல்லோரும் பயப்படுகிற ஒருவர் வேண்டும்.

மேற்கூறிய காரணங்களுக்காக, கடவுள் நிச்சயம் நமக்குத் தேவைப்படுகிறார்.

ஜனாதிபதி மேதகு ஜெயில்சிங்குடன் ஐஏஎஸ் அதிகாரியாக

மேலும், மனிதன் வெறும் உணவு உண்டு, இனவிருத்தி செய்து திருப்தி அடைந்து போகிற பிறவி இல்லை.

மனித வாழ்க்கையின் பொக்கிஷங்களாகக் கருதப்படுபவை அவன் உருவாக்கிய இலக்கியங்களும், இசைப் பாடல்களும், சிற்பங்களும், கோயில்களும்தான். இவற்றில் பெரும்பாலானவை கடவுளுக்குச் சமர்ப்பணம் செய்ய உருவானவைகளாகவே இருக்கின்றன. கடவுள் என்று ஒருவர் இல்லாமல் இருந்திருந்தால் கலை இலக்கிய உலகம் மிகப்பெரிய நஷ்டத்துக்குள்ளாகும் என்பதில் சந்தேகமே இல்லை. எனவே கடவுள், மனிதர்களின் அன்றாட வாழ்க்கைக்கும், கலை மேம்பாட்டுக்கும் தேவையான ஒருவராகிவிடுகிறார். எனவேதான் வால்டர் சொன்னார்: கடவுள் என்று ஒருவர் இல்லை என்றாலும், நமக்கு ஒரு கடவுளை வைத்துக்கொள்ள வேண்டிய அவசியம் இருக்கிறது.

13 பக்கங்கள் மட்டுமே எழுதப்பட்ட இந்தக் கட்டுரையில் சொல்லப்பட்ட கருத்துக்கள் அனைத்தும் என் சொந்தக் கருத்துகள். இதற்கு எனக்கு 81 சதவீதம் மதிப்பெண் தந்திருந்தார்கள். ஐஏஎஸ்ஸில் நான் வெற்றி பெறுவேன் என்கிற நம்பிக்கையை எனக்குத் தந்தது, இந்தக் கட்டுரைதான்.

எழுத்துத் தேர்வில் மட்டுமல்ல. நேர்முகத்தேர்விலும் எனக்கு மிகவும் துணையாக இருந்தது எனது Extra Curricular Activities எனப்படும் பாடத்திட்டத்திற்கு அப்பாற்பட்ட செயல்பாடுகளே!

நான் இரண்டு முறை ஐஏஎஸ் நேர்முகத்தேர்வுக்குச் சென்றேன்.

முதல்முறை, நாடகத்தைப் பற்றி ஆழமாக கேள்விகள் கேட்டார்கள்.

சுமார் அரைமணி நேரம் எனது அனுபவங்களைச் சொன்னேன். எனக்கு ஐஆர்எஸ் (வருமான வரித்துறை) கிடைத்தது.

இரண்டாவது முறை நேர்முகத்தேர்வுக்குச் சென்றபோது தரமான சினிமா பற்றி விளக்கச்சொன்னார்கள். அகீரா குரோசேவா, பெர்க்மேன், டேவிட் லீன், சத்யஜித் ரே, பாலச்சந்தர் படங்களைப் பற்றியெல்லாம் பேசுகிற வாய்ப்பு எனக்குக் கிடைத்தது. எனக்கு ஐஏஎஸ் கிடைத்தது.

நாடகம் பற்றியும், சினிமா பற்றியும் நேர்முகத்தேர்வில் கேள்விகள் கேட்கப்பட்டது, என் அதிர்ஷ்டம் என்றுதான் சொல்லவேண்டும்.

கடுமையான பயிற்சிகள் எடுக்காமலேயே ஐஏஎஸ் சுலபமாக எனக்குக் கிடைத்தது. பொது அறிவுக்கும், சொந்தக் கருத்துகளுக்கும் அதிக மரியாதைத் தருகிற ஒரே தேர்வு ஐஏஎஸ் மட்டும்தான். இல்லை என்றால் நான் நிச்சயமாக ஐஏஎஸ் ஆகியிருக்க முடியாது.

சினிமா, நாடகம், இலக்கியம் முதலானவற்றில் எனக்கு மிகுந்த ஈடுபாடு என்று நான் எனது விண்ணப்பத்தில் குறிப்பிட்டிருந்ததால், நேர்முகத்தேர்வில் அதைப்பற்றியே நிறைய கேள்விகள் கேட்டார்கள். மேலோட்டமாக இல்லாமல் ஆழமான அறிவு எனக்கு இருப்பதாக அவர்கள் கருதியதால்தான் எனக்கு வெற்றி கிடைத்தது.

இன்னொரு அதிர்ஷ்டமும் எனக்கு கிடைத்தது. ஐஏஎஸ்ஸில் எனக்கு கேரளா கேடர் அளிக்கப்பட்டது. என்னைப்போன்ற சினிமா, இலக்கியம், கலை முதலானவற்றில் மிகுந்த ஈடுபாடு உடையவர்களை ஊக்கப்படுத்தி உயர்த்துகிற மாநிலம் கேரளா. அந்த மாநிலத்தில் பணிபுரிய எனக்கு வாய்ப்பு கிடைத்தது அதிர்ஷ்டமின்றி வேறில்லை. ஆனால், ஒரு ஐஏஎஸ் அதிகாரியாகப் பணிபுரிந்தபோது, கேரளா தந்த அனுபவங்கள் வித்தியாசமானவை.

கேரளா நமது பழைய சேரநாடு என்பதால் மொழியிலும் பண்பாட்டிலும் நமக்கு வெகு அருகாமையில்தானே இருக்கும் என்றுதான் நான் முதலில் கருதினேன். ஆனால், அது கடவுளுக்குச் சொந்தமான 'வேறொரு உலகம்' என்பதை அங்கு சென்ற பிறகு தான் புரிந்துகொண்டேன்.

ஆள் கூட்டத்தில் தனியே!

கேரளாவுக்கு ஐஏஎஸ் அதிகாரியாக போவதற்கு முன், அந்த மாநிலத்துக்கு நான் ஓரிருமுறைதான் சென்றிருக்கிறேன். இரண்டு மூன்று நாட்களுக்கு மேல் தங்கியதில்லை. கேரளாவைப்பற்றி

நான் அறிந்ததெல்லாம் நவீன இலக்கியங்கள் மூலமாகவும் திரைப்படங்கள் வாயிலாகவும்தான். தகழி சிவசங்கரன் பிள்ளை எழுதிய 'செம்மீன்', வைக்கம் முகம்மது பஷீர் எழுதிய 'என் தாத்தாவுக்கு ஒரு யானை இருந்தது' முதலானவை என்னைக் கவர்ந்த இலக்கியங்கள்.

எம்.டி. வாசுதேவன் நாயரின் 'நிர்மால்யம்', கே.எஸ். சேதுமாதவனின் 'அனுபவங்கள் பாளிச்சகள்' பி.என்.மேனனின் 'குட்டி ஏடத்தி' முதலான திரைப்படங்கள், நான் மிகவும் ரசித்துப்பார்த்தவை.

திரைப்படங்கள் மூலமாகவும், இலக்கியங்கள் வாயிலாகவும் கேரளாவின் சமூக வாழ்க்கை எனக்கு ஓரளவு பரிச்சயம் ஆகியிருந்தாலும், அதிகாரியாகப் பணிபுரியத் தொடங்கிய போது, அது தந்த ஆச்சர்யங்களும் அதிர்ச்சிகளும் எண்ணிலடங்காதவை.

தகவல் மற்றும் மக்கள் தொடர்புச் செயலாளராக

பழைய சேர நாடுதான் என்றாலும் சமூக வாழ்க்கையின் பல அம்சங்கள் தமிழ்நாட்டிலிருந்து வேறுபட்டிருந்தது. பிரெஞ்ச் சிந்தனையாளர் மான்டெஸ்க் (Montesquieu) சொன்னார்: "ஒரு மனிதன் வாழ்கிற பூமியின் அமைப்பும் சீதோஷ்ணநிலையும் அவனது சமூக அரசியல் வாழ்க்கையைத் தீர்மானிக்கும் என்று

கேரளாவுக்கு இது மிகவும் பொருந்துவதாகவே நான் கருதுகிறேன். தமிழ்நாட்டைப் போல கேரளாவில் மக்கள் Clusterகளாக வாழ்வதில்லை. மிகப்பெரிய பரப்புள்ள ஓர் ஊரைப்போல கேரளா மாநிலமே காணப்படுகிறது.

ஒரு கிராமம் எங்கே முடிகிறது, அடுத்த கிராமம் எங்கே ஆரம்பிக்கிறது என்று கண்டுபிடிப்பது கஷ்டமாக இருக்கும்.

பொதுவாக ஒரு வீட்டிற்கும் அடுத்த வீட்டிற்கும் இடைவெளி சுமார் 50 மீட்டர் இருப்பதைப் பார்க்கலாம். ஒவ்வொரு குடும்பமும் ஒன்றிலிருந்து மற்றொன்று அகன்று வாழ்வதைப்போலவே மலையாளிகள் ஒவ்வொருவரும் சொந்தமாகச் சிந்திக்கிற, செயல்படுகிற தனித்தனி மனிதர்களாகவே வாழ்கிறார்கள்.

தமிழ்நாட்டில் பொதுவாகக் காணப்படுகிற அரசியல் துறை ஆனாலும், சமூக வாழ்க்கையானாலும் – கூட்டமாகச் சிந்திக்கிற மனோபாவம் கேரளாவில் இல்லை. தமிழ்நாட்டில் இருப்பதுபோல் திரைத்துறையிலும், அரசியலிலும் ஆட்டுமந்தைகளைப்போல் சூப்பர் ஸ்டார்களையும், 'ஈடு இணையற்ற' தலைவர்களையும் உன்னத புருஷர்களாக வரித்துக்கொண்டு அவர்கள் பின்னால் நடப்பது கேரளாவில் கிடையாது.

இதில் இதுதான் சிறந்தது, அது மோசமானது என்று நான் முடிவான கருத்தைக் கூற விரும்பவில்லை. ஏனென்றால் இந்த மனோபாவம் சில சமயம் நன்மையளிப்பதுண்டு. சில சமயம் தீங்கையும் அளிப்பதுண்டு.

உதாரணமாக, தமிழகத்தின் ஆட்டு மந்தை மனோபாவம் சினிமாவிலும், அரசியலிலும் தீங்கையே அளித்து வருகிறது. சூப்பர் ஸ்டார்களின் ரசிகர்கள் என்ற பெயரில், இளைஞர்கள் தங்கள் வாழ்க்கையையும் சக்தியையும் விரயம் செய்கிறார்கள். ஆனால், அந்த ஸ்டார்களோ கோடிகளைக் குவித்து குபேரனாகிக் கொண்டிருக்கிறார்கள். அதைப்போலவே, அரசியலில் இந்த கண்மூடித்தனமான ஆதரவு, அவர்களது 'ஈடு இணையற்ற' தலைவன்/தலைவிகள் அகங்காரமடையவும், ஊழலில் திளைக்கவும்தான் அடிகோலுகிறது. அரசாங்க நிர்வாகத்தைப் பொறுத்தவரை இது சில சமயம் நன்மையளிக்கவும் செய்கிறது. 'ஒப்பற்ற' தலைவர் ஒரு நல்ல காரியம் செய்யத்

தீர்மானிக்கும்போது, அவர் யாரைப்பற்றியும் கவலைப்படாமல் செயல்பட இந்த கண்மூடித்தனமான ஆதரவு பயன்படலாம்.

மலையாளிகள் ஒவ்வொருவரும் தனித்தனி மனிதர்கள். அவர்களிடையே ஒருமித்த கருத்தை உருவாக்குவது என்பது எளிதில் நடக்கிற காரியமில்லை. பத்துபேர் இருக்கிறார்கள் என்றால், பத்து அபிப்பிராயங்கள் அங்கே இருக்கும் என்று அர்த்தம். ஒவ்வொரு ஆளையும் தனித்தனியாகச் சமரசம் செய்துதான் ஒரு பொதுக்கருத்தை உருவாக்க முடியும்.

அரசியலிலும் அரசாங்க நிர்வாகத்திலும் இதற்காகச் செலவழிக்க வேண்டிய காலமும் சக்தியும் குறைவானதல்ல. அரசியலில் தமிழ்நாட்டைப் போல 'ஈடு இணையற்ற' தலைவர்கள் கேரளாவில் உருவாவது சுலபமில்லை. இத்தனைக்கும் விவேகத்திலும், சமூக சேவையிலும், திறமையிலும் சிறந்த அரசியல்வாதிகளுக்கு அங்கே பஞ்சம் ஒன்றும் இல்லை.

முதல்வர் கருணாகரன் மக்களிடையே பிரபலமான தலைவரில் ஒருவர்தான். அவரது அடியொற்றிச் செயல்படுகிற இரண்டாம் கட்ட தலைவர்கள் கூட, அவர் அமர்ந்திருக்கும் இடத்திலிருந்து ஐந்தடி தூரத்தில் நின்று அவரைப்பற்றி பாதி கேலியாகவும், பாதி தமாஷாகவும் பேசுவதைக் கேட்டு பலசமயம் நான் அரண்டு போயிருக்கிறேன்.

முதல்வரின் காதில் நிச்சயம் அவை விழுந்திருக்கும். கேரளாவில் அவற்றை சாதாரணமாகத்தான் எடுத்துக்கொள்ள முடியும். தமிழ்நாட்டில் இப்படியொரு 'காட்சியை' கனவில் கூட சிந்தித்துப் பார்க்க முடியாது.

இந்த 'ஆள் கூட்டத்தில் தனியாக' சிந்திக்கிற குணம்தான் கேரளாவில் அகங்காரமிக்க, நிர்வாகத்தில் என்ன வேண்டுமானாலும் செய்யமுடிகிற 'ஆளுமைகள்' உருவாகத் தடையாக அமைகிறது. அங்கே கூட்டணிக் கட்சிகள் ஏராளமாக உருவாகியிருப்பதும், நிரந்தரமாகக் கூட்டணி ஆட்சி நடைபெற்றுக்கொண்டிருப்பதும் அதனால்தான். முதலமைச்சர் கூட தம் மனம்போல் செயல்பட முடியாது.

அதிகாரத்தை எல்லோருக்கும் பகிர்ந்தளித்துத்தான் தீர வேண்டும். ஊழல், லஞ்சம் முதலானவை மிக மிகக் குறைவாக இருப்பதற்கும் இவை காரணமாக அமைகின்றன.

தமிழ்நாட்டிலிருந்து கிரானைட் குத்தகை எடுக்க ஒருவர் திருவனந்தபுரம் வந்தார். வேகவேகமாக அவரது பைல் 'மூவ்' ஆகி சேங்ஷன் கட்டத்துக்கு வந்து விட்டது. அவர் follow செய்யத்தான் வந்திருந்தார். ஆனால், மந்திரி சேங்ஷன் செய்து அவரை ஆச்சரியப்படுத்திவிட்டார். வெளியே வந்த அவரை மந்திரியின் PA அணுகி, "லைசன்ஸ் கிடைக்க ரூபாய் ஒன்று தரவேண்டியிருக்கும்" என்றார்.

தமிழ்நாட்டுக்காரர் அதிர்ச்சி அடைந்தார். ரூபாய் ஒன்று தேவை என்று சொன்னதற்காக அல்ல. ஆர்டர் அன்றே ஆகிவிடும் என்று எதிர்பார்க்காததால் 'நான் பணம் கொண்டு வரவில்லை. ஓட்டலில் தங்குவதற்கும் வழிச்செலவுக்கும்தான் சிறிய தொகை கொண்டு வந்திருக்கிறேன்" என்று PA விடம் சொன்னார். PA விடவில்லை: "எவ்வளவு கொண்டு வந்திருக்கிறீர்கள்?"

தமிழ்நாட்டுக்காரர்: "ரூ.20 ஆயிரம்"

PA சாதாரணமாகச் சொன்னார்:

"நீங்க இப்ப 20 ஆயிரம் கொடுங்க. மீதி 80 ஆயிரம் ஊருக்குப் போய் வந்த பிறகு, தந்துவிட்டு ஆர்டர் வாங்கிட்டு போங்க"

PA அந்தப் பணத்தை வாங்கிக் கொண்டார். ஆனால் தமிழ்நாட்டுக்காரருக்கு நெஞ்சு வலியே வந்துவிட்டதாம். தமிழ்நாட்டில் ஒரு ரூபாய் என்றால் ஒரு கோடியாம்.

அந்த PA மட்டும் 20 ஆயிரம் வாங்காமல் போயிருந்தால், இவர் ஊருக்குப் போய் ஒரு கோடி ரூபாய் புரட்டி எடுத்துக்கொண்டு வந்திருப்பாராம். நிமிஷத்தில் 99 லட்சத்தை இழக்கப்பார்த்தேனே என்று புலம்பிக்கொண்டே சென்றாராம், அவர்! இது ஒரு நூறு சதவிகித உண்மைக்கதை!

பல சமயங்களில் தேசியக் கட்சிகள் பல்வேறு காரணங்களால் பிளவுபடுவதைப் பார்த்திருக்கிறோம். தேசிய அளவில் ஒரு கட்சி பிளவுபட்டால், உடனே கேரளாவில் அதன் கிளை ஒன்று உருவாகிவிடும்.

இதில் வேடிக்கை என்னவென்றால், பிளவுபட்ட கட்சிகள் சிலசமயம் தேசிய அளவில் ஒன்று சேர்ந்துவிடுவதுண்டு. ஆனால் கேரளாவைப் பொறுத்தவரை பிளந்தது பிளந்ததுதான். இப்படி ஒன்று சேராமல் கேரளாவில் தனித்தனியாகவே இயங்கிக்

கொண்டிருக்கும் கட்சிகள் ஏராளம். இதற்குக் காரணம் மலையாளி கூடிநிற்பதைவிட தனித்து இருப்பதில் சுகம் காணும் ஒரு விந்தையான மனிதன் என்பதுதான்.

தேர்தல் முடிந்து, வெற்றி தோல்விகள் அறிவிக்கப்பட்டதும், நீங்கள் தமிழ்நாட்டில் பொதுவானவர்களை "யாருக்கு வாக்களித்தீர்கள்?" என்று கேட்டால் பெரும்பான்மையினர் வெற்றிபெற்ற கட்சிக்கு வாக்களித்ததாகவே சொல்லிப் பெருமைப்படுவதைப் பார்த்திருக்கிறேன். ஆனால் கேரளாவில் மலையாளிகள் யாரைக்கேட்டாலும் – தான் வாக்களித்த வேட்பாளர் தோல்வியைத் தழுவி இருந்தாலும் – யாதொரு வருத்தமும் இன்றி தோற்றவருக்குத்தான் வாக்களித்ததாகப் பெருமையுடன் சொல்லிக்கொள்வதைப் பார்த்து நான் ஆச்சர்யப்பட்டிருக்கிறேன்.

ஐஏஎஸ் என்பவர் யார்?

இதைப்போலவே, மலையாளிகளின் அரசியல் அறிவு, அரசாங்க நிர்வாகத்தைப் பற்றிய புரிதல் எல்லாம் தனித்தன்மை வாய்ந்தவை.

நான் கேரளாவில் சப் கலெக்டராக என் பணியைத் தொடங்கிய காலம். லோக்கல் அரசியல் தொண்டர் ஒருவர் என்னைக் காண வந்தார். எனக்கு வாழ்த்து கூற வந்தவர், பாலா போன்ற சிறு நகரத்தில் ஐஏஎஸ் அதிகாரி பணியாற்ற வந்ததை வரவேற்பதாகச் சொன்னார். அத்தோடு நின்றிருந்தால் பரவாயில்லை.

ஐஏஎஸ் குறித்த தன் சிந்தனைகளை என்னிடம் பகிர்ந்து கொள்ள ஆரம்பித்தார்:

"ஐஏஎஸ் ஆபீசர் என்றால் யார்? முதுகலை பட்டதாரிகளுக்கிடையில் ஒரு லக்கி மனிதர் அவ்வளவுதான். தாசில்தாரைப் போலவோ மற்ற அதிகாரிகளைப்போலவோ ரொட்டீனாக அவர் செயல்பட்டால் அதில் ஒரு சிறப்பும் இல்லை. தனக்குள்ள அதிகாரங்களை உபயோகித்து, வித்தியாசமாகச் சிந்தித்து, பிறரைவிட விசேஷமாக எதையாவது சாதித்துக் காட்டினால்தான் ஐஏஎஸ்ஸுக்கே ஒரு கெத்து" என்றாரே பார்க்கலாம்!

ஐஏஎஸ் ஆபீசராவதே வாழ்வின் மிகப்பெரிய சாதனை என்று இந்தியாவில் பலரும் நினைக்கின்ற வேளையில், ஒரு சாதாரண அரசியல் தொண்டர் அந்த பிம்பத்தைச் சுக்குநூறாக உடைத்தெறிந்துவிட்டு, ஐஏஎஸ் ஆபீசர் என்பவர் வெறும் Lucky Post Graduate மட்டும்தான் என்று சொன்னதோடு நிற்காமல், "செய்கின்ற சாதனைகள் மூலமாகத்தான் அவர் தம்மை ஐஏஎஸ் என்று நிரூபிக்கவேண்டும்" என்கிற தனது எதிர்பார்ப்பை வெளிப்படுத்தினார்.

கேரள மக்கள், ஒரு ஐஏஎஸ் அதிகாரியை எப்படிப் பார்க்கிறார்கள் என்கிற நுட்பமான தகவலை அந்த அரசியல் தொண்டர் மூலம்தான் நான் அறிந்து கொண்டேன். வேறு எந்த மாநிலத்திலும் இது போன்று ஒரு தெளிவான எதிர்பார்ப்பு இருக்குமா என்பது சந்தேகமே.

உண்மை என்னவென்றால், நான் ஐஏஎஸ் அதிகாரியாகப் பணிபுரிந்த காலம் முழுதும் அந்த அரசியல் தொண்டனின் குரல் என் மனதின் மூலையில் எப்போதும் ஒலித்துக்கொண்டேதான் இருந்தது.

அமைச்சர் வேண்டாம் சப்கலெக்டர்தான் வேண்டும்!

கேரள மக்கள், அரசியல்வாதிகளை எப்படிப் புரிந்து வைத்திருக்கிறார்கள் என்பதை அறிந்தால் நீங்கள் ஆச்சர்யப் படுவீர்கள்.

நான் பாலாவின் சப்கலெக்டராக இருந்தபோது, கேபினட்டில் இரண்டாம் இடத்தில் இருப்பவராகக் கருதப்பட்ட அமைச்சர், பாலாவைச் சேர்ந்தவர். நிதி அமைச்சராக இருந்த அவர் பல்வேறு பொறுப்புகளையும் வகித்துக்கொண்டு அதிகாரமிக்கவராகத் திகழ்ந்தார். பாலா சட்டமன்றத் தொகுதியில் அவர் இதுவரை தோல்வியையே சந்தித்ததில்லை. பாலா மக்களிடையே மிகவும் பிரபலமானவர். அவர் ஒவ்வொரு வாரக்கடைசியிலும் பாலாவுக்கு வருவார். அவரைக்காண ஆயிரக்கணக்கில் மக்கள் காத்திருப்பார்கள்.

பாலா சட்டமன்றத் தொகுதியில் பைகா எனப்படும் ஒரு சிறிய டவுன் இருக்கிறது. அங்கே கடைக்காரர்களுக்கும்

சுமைதூக்கும் தொழிலாளர்களுக்கும் இடையே கூலி நிர்ணயம் சம்பந்தமாக ஒரு பிரச்னை.

இந்தச் சமயத்தில் கேரளாவில் உள்ள வினோதமான வழக்கத்தைச் சொல்லியாக வேண்டும். தொழிலாளர் உரிமைகளுக்காக நடத்தப்பட்ட போராட்டங்களினால் ஏற்பட்ட விளைவு இது. ஒரு கடைத்தெரு இருக்கிறதென்றால் அங்கே பளு தூக்கும் வேலைகள் இருக்குமல்லவா? அந்த வேலைகளைக் கடைக்காரர்கள் தங்கள் விருப்பப்படி யாருக்காவது கொடுத்துவிட முடியாது. அந்தக் கடைத்தெருவுக்கு என்று பதிவு செய்யப்பட்ட சுமை தூக்கும் தொழிலாளிகள் இருப்பர். அந்தக் கடைத்தெருவில் உருவாகிற சுமை தூக்குதல் சம்பந்தப்பட்ட வேலைகளை எல்லாம் அந்த லிஸ்டில் இருக்கும் தொழிலாளிகளுக்கு மட்டுமே வழங்க முடியும். கூலியைப் பொறுத்தவரை இரண்டாண்டுக்கு ஒருமுறை கடைக்காரர்களும் தொழிலாளிகளும் கூடிப் பேசி, ஒவ்வொரு பொருளுக்கும், சுமப்பதற்கு என்ன கூலி தரவேண்டும் என்று நிர்ணயம் செய்வார்கள். இதெல்லாம் ஒரு நல்ல ஏற்பாடு என்றுதான் சொல்லத் தோன்றும்.

ஆனால், ஒருவர் டெலிவிஷன் ஒன்றைக் கடையிலிருந்து வாங்குகிறார் என்று வைத்துக்கொள்வோம். அதைக் கொண்டுபோக காரும் கொண்டு வந்திருப்பதாக இருக்கட்டும்.

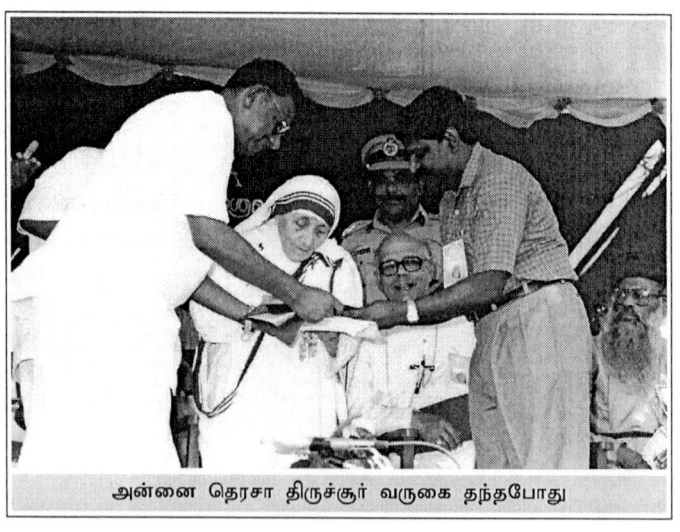

அன்னை தெரசா திருச்சூர் வருகை தந்தபோது

"டெலிவிஷனை கடையிலிருந்து தூக்கிச் சென்று காரில் பத்திரமாக வைக்கச் சுமைதூக்குபவர் அவசியமில்லை. நாமே எடுத்துச்சென்று வைக்கலாம்" என்று முடிவெடுத்து அவரே டெலிவிஷனைத் தூக்கிச் சென்று காரில் வைத்தாலும் அங்கேயுள்ள சுமைதூக்கும் தொழிலாளிக்கு கொடுக்கவேண்டிய கூலியைக் கொடுத்துதான் தீர வேண்டும்! இதற்குப் பெயர் 'நோக்கு கூலி' எனப்படும். அதாவது தொழிலாளி வேலை ஒன்றும் செய்யாமலேயே வெறுமனே 'பார்த்துக்கொண்டு நின்றபடி' வாங்குகிற கூலிதான் இது! அரசாங்கம் இதை ஒழிப்பதற்காகச் செய்த முயற்சிகள் இதுவரை கேரளாவில் வெற்றிபெறவில்லை.

பைகாவில் 'சுமை கூலியை' புதுப்பிக்க கடைக்காரர்களும் தொழிற்சங்கங்களும் முயன்றார்கள். உடன்பாடு ஏற்படவில்லை. தொழிலாளர்கள் ஸ்டிரைக் அறிவித்துவிட்டார்கள். கடைக்காரர்களுக்கு கடைகளை மூடிவிடுவதைத்தவிர வேறு வழியில்லை. வழக்கமாகப் போலீஸ்காரர்களின் மத்தியஸ்தத்தில் உடனே உடன்பாடு ஏற்பட்டுவிடுவது வழக்கம். ஆனால் பைகாவில் ஒரு மாதத்திற்கு மேலாக இந்தத் தகராறு தொடர்ந்து கொண்டிருந்தது.

வார இறுதியில் அமைச்சர் வந்த போது என்னிடம் சொன்னார். "பைகா பிரச்னை இப்படி நீண்டு போகிறதே, அதைத் தீர்க்க வேண்டாமா?" என்று கேட்டார்.

அதற்கு நான் சொன்னேன்:

"சார், நான் அவர்களுடன் தொடர்பில்தான் இருக்கிறேன். அந்தப் பிரச்னை இன்னும் கனியவில்லை. இரண்டு பக்க ஆட்களும் இறங்கிவரத் தயாரில்லாமல் இருக்கிறார்கள். அவர்களாக வந்து கேட்கும்போது தலையிட்டால்தான் பிரச்னையை உடனே தீர்த்துவிடமுடியும்"

அமைச்சர்: "சப்கலெக்டர், இது என்னுடைய தொகுதி. என் மக்களை நான் நன்றாக அறிவேன். நீங்கள் புதிதாக வந்திருக்கிறீர்கள். இவர்களைப்பற்றி உங்களுக்குத் தெரியாது. ஒன்று செய்யலாம். இன்றிரவு 8 மணிக்கு கெஸ்ட் ஹவுஸுக்கு வந்து விடுங்கள்.

கடை முதலாளிகள் எங்க பார்ட்டி ஆளுங்க. நான் கூப்பிட்டா உடனே வந்துடுவாங்க. எங்க பார்ட்டிக்கு என்று

தனியாக தொழிற்சங்கமும் இருக்கு. அவங்க மூலமா சிஐடியூ-காரங்களையும் வரவழைச்சுடறேன். இன்னைக்கே எல்லாரிடமும் பேசி இந்தப்பிரச்னையைத் தீர்த்துடலாம்"

அவர் வெகு உற்சாகமாகச் சொன்னார்.

கெஸ்ட் ஹவுஸில் 8 மணிக்கு நான் சென்றுவிட்டேன். அமைச்சரும் வந்துவிட்டார். நாங்கள் இரு தரப்பினரின் வருகைக்காகவும் காத்திருந்தோம். மணி ஒன்பதாகிவிட்டது. அமைச்சரின் உதவியாளர்கள் பொறுமை இழந்து கொண்டிருந்தார்கள். அழைத்துவரப் போனவர்களையும் காணோம். சொன்ன நேரத்தில் அவர்கள் வராமல் போனதும், அதுவும் என்னைப் போன்ற ஒரு ஜூனியர் அதிகாரி முன்பாக இவை நடைபெறுவதும் அமைச்சருக்கு மிகுந்த மன உளைச்சலைத் தந்திருக்க வேண்டும். அவர் தனது உதவியாளர்களிடம் அவசியமில்லாமல் கடிந்து கொண்டிருந்தார்.

சுமார் பத்து மணி இருக்கும்.

சிஐடியூ சங்கத்தலைவர்களை அழைத்து வரச்சென்ற அமைச்சரின கட்சியைச் சேர்ந்த தொழிற்சங்க தலைவர் வந்தார்.

அமைச்சர் "ஏன் இவ்வளவு லேட்? சிஐடியூ காரர்கள் எங்கே?"

அவர் தயங்கியபடி சொன்னார்:

"சிஐடியூ காரங்க சொல்றாங்க. அமைச்சர் கூப்பிட்டா வரமாட்டோம். சப் கலெக்டர் கூப்பிட்டாத்தான் வருவோம்னு"

அமைச்சருக்கு எரிச்சல். ஆனால் வெளிக்காட்டவில்லை.

"சப்கலெக்டர், நீங்க ஒன்னும் கவலைப்படாதீங்க. இப்போ கடை முதலாளிகள் வந்துடுவாங்க. தொழிலாளி சார்பாக எங்க சங்கம் ரெடியா இருக்குது. நாம ஒரு ஒப்பந்தம் போட்டுடலாம். சிஐடியூ வேற வழியில்லாமல் கையெழுத்து போட்டுடும்"

பதினைந்து நிமிடங்கள் கடந்திருக்கும். கடை முதலாளிகளை அழைத்துவரத் தன் கட்சியின் சீனியர் லீடர் ஒருவரை அமைச்சர் அனுப்பிவைத்திருந்தார்.

அவர் வந்தார். அவர் முகத்தில் உற்சாகமில்லை.

"கடை முதலாளிகளிடம் நானும் எவ்வளவோ சொல்லிப் பார்த்தேன். மினிஸ்டர் காத்திருக்கார் என்றெல்லாம் சொன்னேன். அவர்கள் வர மறுத்துவிட்டார்கள்.

அமைச்சர் கூப்பிட்டா சிஐடியூ வராது. அவங்க வராம ஒப்பந்தம் போட்டுப் பிரயோசனமில்லை. சப்கலெக்டர் கூப்பிடட்டும். நாங்க வர்றோம் என்கிறார்கள்" என்றார்.

எனக்கோ உள்ளூர பல சிந்தனைகள். 'இவர்கள் ஏன் சப்கலெக்டர் கூப்பிட்டா வருகிறோம் என்று சொல்கிறார்கள்? அதுவும் இவ்வளவு பெரிய அமைச்சர் முன்னால்?

என்னை அமைச்சருக்கு எதிரானவனாக்கி என் சப் கலெக்டர் போஸ்ட்டை இல்லாமல் செய்வதுதான் இவர்களது நோக்கமா?' என் மனதில் ஆயிரம் குழப்பங்கள்.

அமைச்சர் உடனே எழுந்தார். என்னிடம் விடைபெற்றுக் கொண்டு உதவியாளர் புடைசூழ அங்கிருந்து வேகமாகச் சென்றுவிட்டார்.

கடைமுதலாளிகளும், தொழிற்சங்க தலைவர்களும் செய்தது எனக்குச் சரியாகப் படவில்லை. ஒரு சீனியர் அமைச்சரை ஒரு ஜூனியர் அதிகாரி முன்னால் சிறுமைப்படுத்தியது நாகரிகமான செயலாகவும் தெரியவில்லை. எனவே, அமைச்சர் தலைநகரம் சென்று, முதல் வேலையாக என்னை வேறொரு மாவட்டத்திற்கு மாற்றினால், அதை யாதொரு வருத்தமும் இன்றி ஏற்றுக்கொள்ள வேண்டும் என்று எனக்குள் சொல்லிக்கொண்டேன்.

வீட்டுக்குச் சென்று உறங்கப் போகும்போது 12 மணி. ஒரு போன் வந்தது. அமைச்சர்தான் பேசினார்:

"சப்கலெக்டர், நான் பைகாவிலிருந்து பேசுகிறேன். கடை முதலாளிகள் எல்லாம் இப்போது என்னருகேதான் இருக்கிறார்கள். நீங்க ஒன்னு பண்ணுங்க. நாளைக்கே இவங்க எல்லாரையும் கூப்பிட்டு ஒப்பந்தம் போட்டுடுங்க. ஆல் தி பெஸ்ட்" என்று வாழ்த்துகள் கூறினார். எனக்கு அமைச்சரின் செயல் ஆச்சர்யத்தையே தந்தது.

அடுத்த நாள். பைகாவைச் சேர்ந்த இருதரப்பினரையும் அழைத்தேன்.

என் முன்னால் அவர்களுக்கிடையில் உடன்பாடு ஏற்பட்டு ஒப்பந்தமும் கையெழுத்தாகிவிட்டது. நான் அவர்களிடம் கேட்டேன். “இதே ஒப்பந்தத்தை மினிஸ்டர் முன்னால் நேற்று நீங்கள் செய்திருந்தால் அவர் மகிழ்ச்சியடைந்திருப்பார் இல்லையா?” என்றேன்.

கடை முதலாளிகள் சொன்னார்கள்:

“அமைச்சருடைய ஆதரவாளர்கள் நாங்கள். சிஐடியூதான் இங்கே மேஜர் யூனியன். அவங்க அமைச்சர் முன்னால் ஒப்பந்தம் பண்றதுக்கு நிச்சயம் வரமாட்டாங்கன்னு எங்களுக்குத் தெரியும். அது மட்டுமில்லை. மினிஸ்டர் எவ்வளவுதான் நியாயமா நடந்தாலும், அவர் எங்கள் பக்கம்தான் சப்போர்ட் பண்றதா சிஐடியூ காரங்க நினைப்பாங்க. சீக்கிரம் உடன்பாடு ஏற்படவும் வழி இருந்திருக்காது” என்றார்கள்.

சிஐடியூ சங்கத் தலைவர்கள் சொன்னது: “சார், அரசியல்வாதிகள் முன்னால் லேபர் ஒப்பந்தம் போடறதால எங்களுக்கு ஒரு நன்மையும் இல்லை. அவங்க நிரந்தரமானவங்க இல்லை. சொன்ன வாக்கை காப்பாற்றவும் மாட்டாங்க. ஆனால் உங்களை மாதிரி அதிகாரி முன்னால் ஒப்பந்தம் போட்டா எங்களுக்கு நன்மை. நீங்க நிரந்தரமா இருக்கறவங்க. நாளைக்கு இதுல ஒருபிரச்னை வந்தா, உங்க கிட்ட நாங்க வந்து முறையிட முடியும். நீங்களும் officialஆக நடவடிக்கையும் எடுக்கமுடியும் “

அரசியல்வாதிகளைப் பற்றியும், அதிகாரிகளைப் பற்றியும் எவ்வளவு தெளிவாக அவர்கள் புரிந்து வைத்திருக்கிறார்கள் என்பதற்கு இதைவிட வேறு என்ன சான்று வேண்டும்?

கலெக்டர் சொல்லட்டும் நாங்க நம்பறோம்!

நான் கலெக்டராக இருக்கும்போது நடந்த வேறொரு நிகழ்ச்சி. விவசாய அமைச்சர் பங்கெடுத்த ஒரு பொதுக்கூட்டம். ஏராளமான விவசாயப் பெருமக்கள் வந்திருந்தார்கள். ஜில்லா கலெக்டரான நானும் மேடையில் இருந்தேன். விவசாய அமைச்சர் அவரது துறையின் மூலமாக அந்த ஏரியாவுக்கு கொண்டுவரப்போகும் மாபெரும் திட்டத்தைப்பற்றிப் பெருமையாக விளக்கிக்கொண்டிருந்தார். அப்போது ஒரு

விவசாயி திடீரென்று எழுந்து அமைச்சர் பேச்சில் குறுக்கிட்டுக் கேட்டார்:

"மினிஸ்டரே, கொஞ்சம் நில்லுங்கள். நீங்க சொல்ற இந்தப் புதியதிட்டம் உண்மையிலேயே வரப்போகுதா? அதற்குத் திட்டம் எல்லாம் போட்டு அரசாங்கத்துல பணம் எல்லாம் ஒதுக்கி வச்சிருக்காங்களா? அது உண்மையானால் இதைப்பற்றி முதலில் கலெக்டர் சொல்லட்டும். நாங்க நம்பறோம்" என்று சொன்னதும் கூட்டம் முழுதும் கரகோஷம் செய்கிறது. அமைச்சர் திகைக்கிறார். என்னைப் பார்க்கிறார். உண்மையில் அப்படி ஒரு திட்டம் இன்னும் தயாராகவில்லை. அமைச்சர் நைசாக வேறு விஷயத்துக்கு நழுவிவிட்டார்.

சாதாரண பொது ஜனங்களுக்கு மத்தியில் இத்தகைய விழிப்புணர்வு இருந்தால், அரசியல்வாதிகளின் பரிதாப நிலையைச் சற்று எண்ணிப் பாருங்கள்!

அதிகாரிக்கு மனிதாபிமானம் இருக்கிறதா.?

சுதந்திர இந்தியாவில் ஓய்வூதியம் போன்ற சமூக நலத்திட்டங்களை முதல் முதலில் செயல்படுத்திய மாநிலம் கேரளா என்று சொல்லலாம். விவசாயிகள், கள் இறக்குவோர், வயதானவர்கள், விதவைகள் முதலானோர்க்கு ஏராளமான பென்ஷன் திட்டங்கள் கேரளாவில் நீண்ட காலமாகவே செயல்பட்டு வருகின்றன.

விவசாயத்தில் ஈடுபட்டிருக்கிற தொழிலாளர்களுக்கு 55 வயதானால் விவசாய பென்ஷன் கிடைக்கும். கள்ளிறக்கும் தொழிலாளர்கள் 60 வயதாகும்போது பென்ஷனுக்கு விண்ணப்பம் கொடுக்கலாம். இப்படி ஒவ்வொரு பென்ஷன் திட்டத்துக்கும் வெவ்வேறு வயது வரம்பு, தகுதி முதலானவை வரையறுக்கப்பட்டிருக்கும். பென்ஷன் விண்ணப்பங்களைத் தாசில்தாருக்கு அளிக்கவேண்டும். அவர் ஒவ்வொரு விண்ணப்பதாரர் பற்றியும் விசாரணை நடத்தி, அவர்கள் தந்த தகவல்கள் சரியாக இருந்தால் பென்ஷன் அனுமதிப்பார்.

தகவல்கள் தவறாக இருந்தாலோ, விண்ணப்பதாரர் விதி முறைப்படி பென்ஷனுக்கு தகுதியானவராக இல்லாதிருந்தாலோ,

அவர் பென்ஷனை நிராகரித்து விடுவார். அப்படி நிராகரிக்கப்படும் பட்சத்தில் விண்ணப்பதாரர் சப்கலெக்டருக்கு மேல் முறையீடு செய்யலாம்.

நான் சப் கலெக்டராக இருந்தபோது, என்னிடம் ஒரு மேல்முறையீட்டு கேஸ் வந்தது. அது, விவசாயத் தொழிலாளி களுக்கான பென்ஷன் சம்பந்தப்பட்டது. விண்ணப்பம் செய்தவரை, விவசாய பென்ஷன் பெறுவதற்குத் தகுதியற்றவர் என்று தாசில்தார் நிராகரித்திருந்தார். அந்த ஆணைக்கு எதிராக செய்யப்பட்ட அப்பீல்தான் அந்த கேஸ்.

விண்ணப்பதாரரை அவர் பக்கத்து நியாயத்தை கூறுவதற்காக, நேர்காணலுக்கு அழைத்திருந்தேன். விண்ணப்பதாரருக்கு படிப்பறிவு பெரிதாக இல்லை என்பதால், என்னிடம் அவர் சார்பாக வாதிப்பதற்கு அரசியல் தொண்டர் ஒருவரை, அவர் தன்னுடன் அழைத்து வந்திருந்தார்.

நான் அந்த கேஸின் விவரங்களை ஆராய்ந்தபோது, விண்ணப்பதாரர் உண்மையில் ஒரு விவசாயத் தொழிலாளி இல்லை என்பதால்தான் தாசில்தார் அவருக்கு பென்ஷன் அனுமதிக்க மறுத்துள்ளார் என்பது தெரியவந்தது. மேலும் தாசில்தார் நடத்திய விசாரணையில் இவர் ஒரு கள்ளிறக்கும் தொழிலாளி எனவும் கண்டுபிடிக்கப்பட்டிருக்கிறது. எனவே தாசில்தார் நிராகரித்தது முற்றிலும் நியாயமான ஒன்றுதான் என்று அவர்களுக்கு விளக்கினேன்.

விண்ணப்பதாரர் ஒன்றும் பதில் பேசவில்லை. ஆனால் உடன் வந்திருந்த அரசியல் தொண்டர் மெதுவாகப் பேசத் தொடங்கினார்:

"சார், உண்மையைச் சொன்னால் இவர் கள்ளிறக்கும் தொழிலாளி தான். நாங்கள் இல்லை என்று சொல்லவில்லை. இன்னும் 5 வருஷம் காத்திருந்தால் இவருக்கு கள்ளிறக்கும் தொழிலாளி பென்ஷன் கிடைக்கும். அதுவும் எங்களுக்குத் தெரியும்"

"எல்லாம் தெரிந்த நீங்கள், விவசாய தொழிலாளி என்று பொய் சொல்லி விண்ணப்பம் கொடுத்திருக்கிறீர்கள். தாசில்தார் நிராகரித்தது சரி என்று தெரிந்தும் ஏன் எனக்கு அப்பீல் செய்தீர்கள்?"

அரசியல் தொண்டர் இயல்பாக சொன்னார்:

“கள்ளிறக்கும் தொழிலாளியானாலும் வேலை இல்லாமல் இவன் ரொம்பவும் கஷ்டப்பட்டுக் கொண்டிருக்கிறான். உடல் நலமும் சரியில்லை. இவனுக்கு விதிமுறைப்படி கிடைக்கவேண்டிய பென்ஷன் 5 வருடத்துக்கு பிறகுதான் கிடைக்கும். அதுவரை இவன் உயிர் வாழ்வான் என்பதே சந்தேகம்தான்”

“அதனால்?” நான் இடைமறித்து கேட்டேன்.

அரசியல் தொண்டர் தொடர்ந்தார்:

“பென்ஷன் ரூல்ஸில் ஒரு புரொவிஷன் இருக்கு. நிராகரிக்கப்பட்ட பென்ஷனைக்கூட சப்கலெக்டர் விரும்பினால் சேங்ஷன் செய்யலாம் என்று. அதாவது சப்கலெக்டருக்கு Discretion அதிகாரம் இருக்கிறது. இவன் விவசாய தொழிலாளி இல்லை என்றாலும் சாப்பாட்டுக்குக் கஷ்டப்படும் நிலையில் வாழ்வாதாரத்திற்காகப் போராடிக் கொண்டிருக்கிறான் என்பதை உணர்ந்து, மனிதாபிமான அடிப்படையில் நீங்கள் தாசில்தார் ஆர்டரை ரத்து செய்துவிட்டு, இவனுக்கு விவசாய பென்ஷன் வழங்க அதிகாரம் இருக்கிறது.” என்று சொல்லி சிறிது நிறுத்திவிட்டு, நாடக பாணியில் அவர் கேட்டார்:

“சார், இப்போது உங்கள் முன் இருக்கும் பிரச்னை, இவன் விவசாய தொழிலாளியா? கள் இறக்கும் தொழிலாளியா? என்பதல்ல. பென்ஷனுக்கு தகுதியானவனா இல்லையா என்பதும் அல்ல. உங்கள் இதயத்தில் ஈரமும் மனிதாபிமானமும் இருக்கிறதா இல்லையா என்பது மட்டும்தான் சார்”

நான் அதிர்ந்து போனேன். ஒரு நொடியில் விண்ணப்பதாரரின் பிரச்னையை என் பிரச்னையாக ஆக்கிவிட்டார், அந்த அரசியல்வாதி.

நான் மனிதாபிமானமிக்கவன் என்று நிரூபிக்க ஒரு தகுதியற்ற ஆளுக்கு நான் பென்ஷன் சேங்ஷன் செய்ய வேண்டுமாம்!

நான் சாந்தமாகச் சொன்னேன்:

“எனக்கு மனிதாபிமானம் மிகமிகக் குறைவு. முக்கியமாக இது போன்ற விஷயங்களில்” என்று சொல்லி அவர்களை வழியனுப்பிவைத்தேன்.

இந்த கேஸில் தாசில்தார் பென்ஷனை நிராகரித்தது சரிதான் என்று பைலில் என் தீர்ப்பை எழுதி முடித்து வைத்தேன்.

கேரளாவின் சிறப்பும் இதுதான். சிக்கலும் இதுதான். சாதாரண அரசியல் தொண்டர்கள் கூட எல்லா விதிமுறைகளையும் அறிந்து கொண்டுதான் எந்த விஷயத்திலும் இறங்குவார்கள். ஆனால், சிலசமயம், கொஞ்சம் அஜாக்கிரதையாக இருந்தால், நம்மை சஞ்சலப்படுத்தி அவர்களுக்கு அனுகூலமான தீர்ப்பை வாங்கவும் முயற்சிப்பார்கள்.

நானும் விதவைதான்!

தமிழ்நாட்டு மக்கள் அரசாங்கத்தை அணுகுவதற்கும் கேரள மக்கள் அரசாங்கத்தை அணுகுவதற்கும் மிகப்பெரிய வித்தியாசம் இருக்கிறது. கேரளாவில் பாமர மக்களுக்கு இருக்கின்ற பொது அறிவு நம்மை வியப்பில் ஆழ்த்திவிடும்.

நான் பாலா சப்கலெக்டராக இருந்தபோது, ஒருநாள் ஒருவர் என்னை அவசரமாகப் பார்க்க வேண்டுமென்று, என் ஆபீசுக்கு வந்திருந்தார். நான் அவரை உள்ளே வரச்சொன்னேன். என்ன விஷயம்? என்று கேட்டேன். அவர் பதற்றத்தோடு விவரித்தார்.

திருவனந்தபுரத்தில் ஒரு புகைப்படக் கண்காட்சியில்

"நான் தலையோலப்பறம்பு கிராமத்தில் இருந்து வருகிறேன். அங்கே ஒரு மிகப்பெரிய தவறு நடந்திருக்கிறது. அந்த ஊரில் விதவையே ஆகாத ஒரு பெண்ணுக்கு விதவைப்பென்ஷன் சாங்ஷன் செய்யப்பட்டிருக்கிறது. அந்தப் பெண்ணோட பேரு தங்கம்மா" இப்படி அவர் சொன்னதும், நான் கேட்டேன் "நீங்க யாரு? உங்களுக்கு இந்த விஷயம் எப்படித் தெரியும்?" என்று.

அவர் மிகவும் சாதாரணமாகச் சொன்னார் "அந்த தங்கம்மாவின் கணவரே நான்தான்" என்று. எனக்குத் தூக்கி வாரிப்போட்டது.

கணவர் உயிரோடு இருக்கும்போது, அவர் இறந்து விட்டார் என்று பொய் சொல்லி, ஒரு பெண் விதவை பென்ஷன் வாங்குவது அரசாங்கத்தை ஏமாற்றும் வேலை இல்லையா? இது, ஒரு சமூக நலத் திட்டத்தைக் கேலிப் பொருளாக்குவது இல்லையா? உடனே தாசில்தாரை வரவழைத்தேன். அவர்தான் விதவைப் பென்ஷன் சாங்ஷன் செய்த அதிகாரி. அவரும் பதறிப்போய் விட்டார். தலையோலப்பறம்பு வில்லேஜ் ஆபீசரின் விசாரணை ரிப்போர்ட்டின் அடிப்படையில்தான் சாங்ஷன் செய்ததாக அவர் சொன்னார். தவறாக ரிப்போர்ட் கொடுத்த வில்லேஜ் ஆபீசரை உடனே சஸ்பெண்ட் செய்ய ஆணை பிறப்பித்தேன். ஒரு குறிப்பிட்ட தேதியில் புகார் செய்த கணவர், தங்கம்மா, வில்லேஜ் ஆபீசர், தாசில்தார் அனைவரையும் வரச் சொன்னேன்.

அந்தத் தேதியும் வந்தது. சம்பந்தப்பட்ட எல்லோரும் வந்திருந்தார்கள். அந்த தங்கமாவும் வந்திருந்தாள். குட்டு வெளிப்பட்டு விட்டதே என்ற குற்ற உணர்வோடு தொங்கிய முகத்துடன் வருவாள் என்று எதிர்பார்த்த எனக்கு, அவள் தைரியமாக என் முன் வந்து நின்றது ஆச்சரியத்தைத் தந்தது.

தங்கம்மாவின் மீதுள்ள குற்றச்சாட்டின் அடிப்படையே புகார் கொடுத்தவர் அவள் கணவரா? இல்லையா? என்பதுதான். அதை முதலில் அறியவேண்டும் என்று தீர்மானித்த நான், அந்தப் பெண்மணியிடம் கேட்டேன் "இவர் உன் கணவர்தானே?" தங்கம்மா எந்த தயக்கமும் இல்லாமல் பதில் சொன்னாள் "ஆமாம்".

நான் சற்று உணர்ச்சிவசப்பட்டுப் பேசத்தொடங்கினேன்.

"ஏம்மா, நான் தமிழ்நாட்டில் இருந்து வந்திருக்கிறேன். எங்கள் கிராமத்தில் பெண்களிடம் அவர்களது புருஷன்

பெயரைக் கேட்டால் நேரடியாகப் பதில் சொல்ல மாட்டார்கள். புருஷனுடைய பெயர் முருகன் என்றால் ஜாடைமாடையாக மயில் மேல இருப்பவர் என்பார்கள். அப்படிப்பட்ட ஊரில் இருந்து நான் வந்திருக்கிறேன். புருஷன் உயிரோடு இருக்கும்போது வெறும் 75 ரூபாய் கிடைக்கிறதுக்காக அவர் செத்துவிட்டார் என்று சொல்வதற்கு எப்படிம்மா உனக்கு மனசு வந்தது? முதல்ல அதை விளக்குங்க!" உருக்கமாக நான் கேட்டேன்.

தங்கம்மா யாதொரு கலக்கமும் இன்றி எனக்கு பதில் சொன்னாள்.

"அரசாங்கம் ஏன் இந்த விதவைப் பென்ஷன் கொடுக்கிறது? விதவைன்னா என்ன அர்த்தம்? நிராதரவான பெண் என்பதுதானே? நான் ஒரு நிராதரவான பெண்தான்" என்று சொல்லிச் சற்று நிறுத்திவிட்டு மேலும் தொடர்ந்தாள். "எப்படின்னு கேட்கிறீங்களா? இந்த ஆள் என்னை விட்டுட்டுப்போயி எட்டு வருஷம் ஆகுது. கோழிக்கோட்டில் ஒரு பெண்கூட எட்டு வருஷமாக இந்த ஆள் வாழ்ந்து கொண்டிருக்கிறார். எங்கள் ஊருக்கு வருவது கிடையாது. என் குழந்தைகளையும் பார்க்கிறது கிடையாது. அதனால என்னைப் பொறுத்தவரையில் இந்த ஆளு செத்துப் போனவன்தானே? நான் நிராதரவான பெண்தானே? சொல்லுங்க சார் சொல்லுங்க" தங்கம்மாவின் கேள்விகள் ஒவ்வொன்றும் ஆணித்தரமாக வெளிவந்தன.

புகார் கொடுத்த ஆள் தற்போது நெளிவதைக் கண்டேன். அதற்குப் பிறகு தங்கம்மாள் ஒரு கேள்வி கேட்டாள், என்னை நேரடியாகப் பார்த்து, "உங்கள் சட்டம் என்ன சொல்லுது? ஒரு ஆள் ஏழு வருஷம் காணாமல் போனால் அவனை செத்தவனாகக் கருதலாம்னு சொல்லுது இல்லையா? அதனால சட்டப்பிரகாரம் இவன் எனக்குச் செத்துப் போனவன்தான். நான் விதவைதான் சார்" என்று பேசி முடித்தாள்.

எனக்கு ஆச்சரியம் தாங்கவில்லை. ஒருவன் ஏழு வருஷம் காணாமல் போனால் அவனைச் செத்தவனாகச் கருதலாம் என்று எவிடென்ஸ் ஆக்ட் சொல்கிறது. அந்த சட்ட விதிகள் எல்லாம் தங்கம்மாவை எப்படியோ சென்றடைந்து இருக்கிறது. வேறு எந்த மாநிலத்திலாவது இப்படி ஒரு சாமானியன் சட்டவிதிகளைச் சொல்லி புருஷன் உயிரோடு இருக்கும்போதே அவன் செத்ததற்குச் சமம் என்று வாதிட்டு இருக்க முடியுமா?

தங்கம்மாவின் வாதம் எனக்கு நியாயமாகப்பட்டது. ஆனால், இப்போதுள்ள பென்ஷன் விதிகளின்படி நான் தீர்ப்பு எழுதினால், அது தங்கம்மாவுக்குச் சாதகமாக அமையாது. அவளது விதவை பென்ஷனை நான் ரத்து செய்தாக வேண்டும். அது மனிதாபிமானத்துக்கு எதிராக இருக்கும் என்று நான் உணர்ந்தேன். எனவே பென்ஷன் விதிகளில் மாற்றம் செய்ய அரசாங்கத்துக்கு ஒரு கடிதம் எழுதினால் என்ன என்று தோன்றியது.

தங்கம்மாவின் சூழ்நிலையை விவரித்து விட்டு "இவரைப் போன்ற பெண்களுக்கு ஆதரவு கொடுத்தால்தான் விதவைப் பென்ஷன் ஏற்படுத்தியதன் உண்மையான பலன் கிடைக்கும். அதற்கு விதவைப் பென்ஷனுக்கான விதிமுறைகளில் சில மாற்றங்கள் செய்ய வேண்டும். யாரெல்லாம் விதவையாகக் கருதப்பட வேண்டும் என்கிற விதிமுறைகளில், ஒரு பெண்ணின் கணவன் ஏழு வருடங்களுக்கு மேல் காணாமல் போயிருந்தால், அந்தப் பெண்ணும் விதவையாகக் கருதப்பட வேண்டும் என்பதையும் சேர்த்து, தங்கம்மாவைப் போன்ற நிராதரவான பெண்களுக்கும் விதவைப் பென்ஷன் அனுமதிக்கப்பட வேண்டும்" என்று அரசாங்கத்திற்கு கடிதம் எழுதினேன்.

கேரள அரசாங்கத்தின் சிறப்பு என்னவென்றால் இதுபோன்ற மனிதாபிமான விஷயங்களில் அனுகூலமான முடிவுகளை உடனுக்குடன் எடுப்பதுதான். என் கோரிக்கை ஏற்கப்பட்டு விதவைப் பென்ஷன் விதிமுறைகளில் மாற்றத்தை அரசாங்கம் அறிவித்தது.

அரசாங்கம் விதிமுறைகளில் மாற்றம் கொண்டு வந்ததால் தங்கம்மாவுக்கு பென்ஷன் தொடர்ந்து அளிக்கப்பட்டது. எதிர்காலத்தில் தங்கம்மா போன்று நிராதரவான நிலைக்குத் தள்ளப்படும் பெண்களுக்கும் விதவை பென்ஷன் உறுதி செய்யப்பட்டதுதான் எனக்கு மனநிறைவைத் தந்தது.

அதிகாரியாகப் பணிபுரியும்போது, நம் முயற்சியால் ஆதரவற்றவர்களுக்கு ஏதேனும் நன்மை கிடைக்குமானால் அதைவிட நமக்கு மகிழ்ச்சி அளிப்பது வேறு இருக்க முடியாது. கண்ணகி தன் கணவன் கோவலன் கொல்லப்பட்டபோது கையில் சிலம்புடன் வந்து பாண்டிய மன்னனிடம் நீதி கேட்டாள். தலையோலப்பறம்பு தங்கம்மா தன் கணவன் உயிரோடு இருக்கும்போது அவனை இறந்தவனாக ஏன் கருதக் கூடாது

ஞான ராஜசேகரன் | 37

என்று அரசாங்கத்திடம் நீதி கேட்டாள். அந்த தங்கம்மாவை என்னால் மறக்க முடியுமா, என்ன?

திருச்சூரின் முதல் குரலா இது?

அமரர் கே.கருணாகரன் அவர்கள் முதலமைச்சராக இருந்தபோது அவரது சொந்த மாவட்டமான திருச்சூரில் என்னை கலெக்டராக நியமித்தார். முதன் முதலில் கலெக்டராக பொறுப்பு ஏற்பதற்காக திருச்சூர் மாவட்ட ஆட்சியர் அலுவலக வளாகத்திற்குள் நுழைந்தபோது, வாசலின் அருகில் நான் ஒரு காட்சியைக் கண்டேன். அங்கே 37 ஆதிவாசி குடும்பங்கள் சாகும் வரை உண்ணாவிரதம் என்ற அறிவிப்புடன் பந்தல் போட்டு, ஒரு போராட்டத்தை நடத்திக்கொண்டிருந்தார்கள்.

'பராசக்தி' படத்தில் நடிகர் திலகம் சிவாஜி கணேசன் ரங்கூனிலிருந்து சென்னை வந்திறங்கிய உடன், முதலில் காண்பது பிச்சை கேட்கும் ஒரு பிச்சைக்காரனை. அப்போது அவர் சொல்வார்: "தமிழ்நாட்டின் முதல் குரலா இது?" என்று.

அதுபோல நான் கலெக்டராக நுழையும்போது முதன் முதலில் கண்டது ஆதிவாசி குடும்பங்களைத்தான். குழந்தைகள் அழுக்கு ஆடைகளுடன், பெண்கள் பட்டினியால் வாடிய முகங்களுடன் அங்கே குழுமியிருந்தார்கள். நீண்ட நேரம், என்னை இந்தக் காட்சி தொந்தரவு செய்துகொண்டே இருந்தது.

அதிகாரிகள் புடைசூழ, கலெக்டராக பொறுப்பேற்றுக் கொண்டேன். எல்லோரும் மகிழ்ச்சியுடன் வாழ்த்துக்கள் தெரிவித்துவிட்டு சென்றார்கள். நான் ADM (Additional District Magistrate)ஐ கேட்டேன். "வாசலில் போராட்டம் ஏதோ நடக்கிறதே, என்ன விஷயத்துக்காக நடக்கிறது?"

அவர் சிரித்துகொண்டே சொன்னார்:

"அதை நீங்க கண்டு கொள்ள வேண்டாம். 15 வருஷமா இந்த போராட்டம் நடந்துகிட்டிருக்கு. பல கலெக்டர்கள் தீர்த்து வைக்க முயற்சி செஞ்சாங்க. ஆனா ஒன்னும் நடக்கலை"

நான் "சரி, பிரச்னை என்ன என்று சொல்லுங்கள்" என்று கேட்க, ADM விளக்கிச் சொன்னார்.

“நம்ம மாவட்டத்திலேயே மிகப்பெரிய திட்டம் – சிம்மினி அணை – 1976ல் 40 கோடி ரூபாயில் கட்ட ஆரம்பிச்சாங்க. கட்ட ஆரம்பிக்கறதுக்கு முன்னால், அணையின் ரிசர்வயர் பகுதியில் குடியிருந்த 17 ஆதிவாசி குடும்பங்களை அங்கிருந்து வெளியேத்தனாங்க. அப்போ அரசாங்கம் ஒவ்வொரு ஆதிவாசி குடும்பத்துக்கும் ஒரு ஏக்கர் நிலமும் வீடு கட்ட பணமும் தர்றதா வாக்கு கொடுத்ததுன்னு ஆதிவாசிகள் சொல்றாங்க. ஆனா அது சம்பந்தமான நம்ம பைல்களில் அப்படி அரசாங்கம் உறுதிமொழி கொடுத்ததா எந்த ரிக்கார்டும் இல்லை. அன்னைக்கு 17 குடும்பமா இருந்தவங்க இன்னிக்கு 37 குடும்பமாக ஆயிட்டாங்க. ஒவ்வொரு குடும்பத்துக்கும் ஒரு ஏக்கர் தர்ற வரைக்கும் சும்மா விடமாட்டோம்னு சொல்லி வன்முறையில் ஈடுபடறாங்க. டேம் சைட்டிலிருந்த Irrigation Officeஐ பலமுறை கொளுத்திட்டாங்க. வேலை செய்ய வர்றவங்களுக்கு கொலை மிரட்டல் விடறாங்க. இதுவரைக்கும் இவங்க மேலே 200க்கும் அதிகமான கிரிமினல் கேஸ் பதிவாயிருக்கு. 15 வருஷத்துக்குப் பின்னால இப்போதான் டேம் கட்டி முடிஞ்சிருக்கு. செலவு 40 கோடியிலிருந்து இப்போ 60 கோடி ஆயிட்டது. டேம் திறப்பு விழா உடனே நடக்கப் போகுது. அதுக்காகத்தான் ஆதிவாசிங்க இங்க வந்து உண்ணாவிரதம் நடத்தறாங்க.”

ஜனாதிபதி மேதகு ஆர்.வெங்கட்ராமன் திருச்சூர் வருகை தந்தபோது

ADM பேசி முடித்ததும் நான் கேட்டேன்: "நான் அவர்களை கூப்பிட்டு பேசலாமா?"

ADM: சார், தயவு செய்து வேண்டாம். தராதரம் தெரியாம பேசறவங்க அவங்க. கெட்ட கெட்ட வார்த்தையெல்லாம் உபயோகிப்பாங்க. முன்ன ஒரு கலெக்டர் அவங்களை பேச கூப்பிட்டுட்டு ரொம்ப அசிங்கபட்டுட்டார். அதனால தான் அரசியல்வாதிகள் யாரும் இவங்களை சப்போர்ட் பண்றதில்ல"

ADMக்கு நான் இந்த விஷயத்தில் கவனம் செலுத்துவதில் சிறிதும் விருப்பமில்லை என்று வெளிப்படையாக தெரிந்தது.

நான் மனம் தளரவில்லை.

"பரவாயில்லை. அவர்களை வரச்சொல்லுங்கள். நான் அவர்களுடன் பேச விரும்புகிறேன். மலையாளத்தில் கெட்டவார்த்தைகள் எனக்கு அவ்வளவாகத் தெரியாது. அதனால் பிரச்னை இல்லை."

அவர்கள் வருவதற்குள் சிம்மினி டேம் சம்பந்தப்பட்ட அனைத்து பைல்களையும் வரவழைத்து, என் மேஜை மேல் வைத்துக் கொண்டேன்.

ஆதிவாசிகள் வந்தார்கள், பெண்கள் குழந்தைகளுடன்.

நான் சொன்னேன்: "நான் புதிதாக வந்திருக்கிற கலெக்டர். சிம்மினி அணை சம்பந்தப்பட்ட பைல்கள் எல்லாத்தையும் இதோ வாங்கி வைத்திருக்கிறேன். நான் அவற்றைப் படித்து முடிக்க ஒரு வாரம் டைம் தாருங்கள். நீங்கள் சொல்வதில் உண்மையிருந்தால் நான் நிச்சயம் உங்கள் பிரச்னையை தீர்த்து வைக்கிறேன்.அதுவரை உண்ணாவிரதத்தை கைவிடுங்கள்" என்று நான் சொன்னதுதான் தாமதம். அவர்கள் பயங்கரமாக கூச்சலிட தொடங்கினார்கள். அரசாங்கத்தையும், அரசியல்வாதிகளையும் அதிகாரிகளையும் சகட்டு மேனிக்கு திட்டித்தீர்த்தார்கள். சத்தத்தை கேட்டு ADM மற்றும் போலீஸ்காரர்கள் உள்ளே ஓடி வந்தார்கள். நான் அவர்களை பொறுமை காக்கச் சொன்னேன்.

சிறிது நேரத்துக்குள் ஆதிவாசிகள் சுயமாகவே திட்டுவதை நிறுத்திக் கொண்டார்கள்.

பின்னர் என்னைப் பார்த்து "கலெக்டர்களை ஒருகாலத்தில் நாங்கள் நம்பினோம். இப்போது நம்புவதாக இல்லை.

எல்லோருமே அயோக்கியர்கள். உங்களை நாங்கள் நம்பவேண்டும் என்றால், இதோ இதுதான் கவர்மென்ட் எங்களுக்கு கொடுத்த ஆர்டர். இது பிரகாரம் எங்க குடும்பம் ஒவ்வொன்னுக்கும் ஒரு ஏக்கர் நிலம் தந்துடுங்க. நாங்க உண்ணாவிரதத்தை வாபஸ் வாங்கிக்கறோம்." என்று சொல்லி ஒரு பழைய காகிதத்தை என்னிடம் நீட்டினார்கள்.

அந்த காகிதத்தை வாங்கி பார்த்தேன். பல வருடங்கள் பழமையான காகிதம். அதில் அரசாங்க முத்திரை இருக்கிறது. ஏதோ ஆர்டரை போன்று பைல் நம்பர்கள் இருக்கின்றன. வேறு ஒன்றும் அந்த காகிதத்தில் இல்லை. எல்லாம் மறைந்து போயிருக் கின்றன. ஆதிவாசிகளைப் பொறுத்தவரை இதுதான் அரசாங்கம் அவர்களுக்குத் தந்த வாக்குறுதி ஆர்டர். அரசாங்கத்தைப் பொறுத்தவரை இப்படியொரு தீர்மானம் எடுத்ததாகவோ ஆர்டர் தந்ததாகவோ பைல்களில் சான்று எதுவும் இல்லை.

"பரிசோதித்துவிட்டுத்தான் என்னால் எதையும் சொல்லமுடியும்" என்று நான் தயங்கியவாறு சொன்னேன்.

ஆதிவாசிகள் புறப்பட ஆயத்தமானார்கள்.

"அரசாங்கம் கொடுத்த வாக்கை நிறைவேற்றும் வரை நாங்கள் உயிரே போனாலும் உண்ணாவிரதத்தை நிறுத்தமாட்டோம்" என்று உரக்க அறிவித்துவிட்டு வெளியேறினார்கள்.

ஆதிவாசிகள் போன பிறகு ADM மற்றும் அதிகாரிகள் என்னிடம் வந்தார்கள். "பார்த்தீர்களா, சார்? அவங்க பயங்கரமான ஆட்கள்" என்று ஒவ்வொருவரும் சொல்ல ஆரம்பித்தார்கள்.

நான் சிம்மினி அணை சம்பந்தப்பட்ட பைல்களை வீட்டுக்கு எடுத்து சென்றேன். நேரம் கிடைத்தபோதெல்லாம், அரசாங்கம் ஆதிவாசிகளுக்கு வாக்குறுதி தந்த விஷயம் பைல்களில் எங்காவது எழுதப்பட்டு இருக்கிறதா என்று தேடியபடி இருந்தேன். சான்று ஒன்றும் கிடைக்கவில்லை.

இதற்கிடையில் ஒவ்வொரு வார இறுதியிலும் முதலமைச்சர் எங்கள் மாவட்டத்துக்கு வருகை தருவது வழக்கமாக இருந்தது. சிம்மினி அணை ஆதிவாசிகள் விஷயத்தில் நான் கவனம் செலுத்தி வருவதைப்பற்றி அவரிடம் பேச்சுவாக்கில் குறிப்பிட்டேன்.

அவர் மகிழ்ச்சியடையவில்லை. மாறாக, எனக்கு அறிவுரை சொல்ல ஆரம்பித்துவிட்டார்: "நீங்க புதுசா வந்திருக்கிற கலெக்டர். நாங்க எல்லாம் எவ்வளவோ முயற்சி செய்து தோற்றுப்போன விஷயம் அது. அதுல ஈடுபட்டு உங்க நேரத்தை வீணடிக்க வேண்டாம். எவ்வளவோ மேம்பாட்டு பணிகள் இருக்கு. அதுல கவனம் செலுத்தப் பாருங்க".

ஆதலால், இரவுகளில் மட்டும் சிம்மினி அணை பைல்களை புரட்டி பார்க்க ஆரம்பித்தேன். 6, 7 இரவுகள் கழிந்திருக்கும். ஒரு நாள் நள்ளிரவு எனக்கு ஒரு "யுரேகா" கிடைத்தது. 1976 முதல் சிம்மினி அணை சம்பந்தமாக நான்கைந்து தனித்தனி பைல்கள் இருந்து வந்திருக்கின்றன. அரசாங்கத்தில் கடைபிடிக்கிற வழக்கப்படி, ஒரே விஷயம் சம்பந்தப்பட்ட தனித்தனி பைல்களை எல்லாம் Club செய்து, ஒரேஒரு பெரிய பைலாக ஆக்கிவிடுவார்கள். இப்படி ஒரே பைல் ஆக்கும்போது அதிலுள்ள தனித்தனி பைல்கள் எல்லாவற்றுக்கும் ஒரே சீரியல் நம்பர்கள் கொடுப்பார்கள்.

1976–ல் தயாரான முதல் பைலின் ஒரிஜினல் பக்க நம்பர்கள் இங்க் பேனாவினால் எழுதப்பட்டிருந்தன.

எல்லா பைல்களும் கிளப் செய்யப்பட்டவுடன் Ball point பேனாவால் புதிய சீரியல் நம்பர்கள் கொடுக்கப்பட்டிருக்கிறது. Ball point நம்பர்கள் 1976 பைல் முதற்கொண்டு Latest பைல் வரை தொடர்ச்சியாக இருக்கிறது. ஆனால் 1976 பைலில் இங்க் பேனாவின் நம்பர்களை பின்பற்றி சென்றால் பக்கம் எண் 25க்குப் பிறகு பக்கம் 30 தான் காணப்படுகிறது. நான்கு பக்கங்கள் நடுவில் காணாமல் போயிருக்கிறது. இந்த நான்கு பக்கங்கள் ஏன் அந்த ஆதிவாசிகளுக்குக் கொடுத்த ஆர்டராக இருக்க கூடாது?

என்னிடம் அவர்கள் காட்டிய காகிதம், நிச்சயமாக அரசாங்க பேப்பர் என்பதில் எனக்கு எந்த சந்தேகமுமில்லை.

ஏனெனில் அதில் அரசு முத்திரை இருந்தது. ஆனால் அதற்கு கீழே எந்த விவரமும் இல்லை. பல வருடங்கள் ஆனதால் அவை அழிந்து போயிருக்கலாம்.

ஆதிவாசிகள் சொல்வது பொய் என்றால், அவர்களிடம் அரசு முத்திரையிட்ட தாள் எப்படி கிடைத்தது? அரசாங்க முத்திரை உள்ள பேப்பரை போலியாகத் தயாரிக்கும் அளவுக்கு

அவர்களுக்கு திறமையும் விவரமும் கிடையாது. மேலும், அந்த காலத்தில் Xerox போன்ற வசதிகளும் இல்லை. இதையெல்லாம் வைத்து பார்க்கும்போது ஆதிவாசிகள் பக்கம் ஏதோ ஒரு நியாயம் இருக்கிறது என்று நான் உணர்ந்தேன். அதேபோல் பைல்களில் தாள்கள் கிழிக்கப்பட்டிருப்பதையும், இவர்கள் சொல்வதையும் இணைத்துப் பார்த்தால் இவர்கள் சொல்வதில் ஏதோ ஓர் உண்மை இருப்பதாகவும் எனக்குத் தோன்றியது.

அப்போது சிம்மினி அணையில் ஏறக்குறைய எல்லா வேலைகளும் முடிந்து அணை திறக்கப்பட தயாராகியிருந்தது.

அதேநேரம், அணைப் பகுதியில் நிறைய வன்முறைச் சம்பவங்கள் நடக்க ஆரம்பித்தன. நக்சலைட்கள் உள்ளே புகுந்து பிரச்னையின் திசையை மாற்றி பெரிய வன்முறையாக்க முயலுவதாக போலீஸ் உளவுத்துறை எச்சரித்தது. அரசு அலுவலகங்களில் உள்ள பைல்களை எரிப்பதும், வாகனங்களை மறித்துத் தாக்குவதும் நடந்து கொண்டிருந்தன.

போலீஸ் அதிகாரியும் நீர்ப்பாசனத்துறை எஞ்சினியரும் என்னிடம் வந்தார்கள்.

"சார், சட்டம் ஒழுங்கு பிரச்னையாக மாறிக்கொண்டிருக்கிறது. நீங்கள் ஆர்டர் கொடுத்தால் நாங்கள் போலீசை வைத்து, அதைக் கையாளவும் கட்டுப்படுத்தவும் முடியும்." என்று கேட்டார்கள்.

"நான் ஒரு முயற்சியில் இறங்கி இருக்கிறேன். அது தீர்க்க முடிந்தால் நன்றாக இருக்கும். அதுவரை சற்றுப் பொறுங்கள்" என்று சொன்னேன்.

அடுத்த நாளே, நான் திருவனந்தபுரம் சென்று முதலமைச்சரை சந்தித்தேன்.

அவர் உற்சாகமாக என்னை வரவேற்றார். "என்ன விஷயம்?" என்று கேட்டார்.

"சிம்மினி அணை திறப்பு விழாவுக்கு தயாராகிக் கொண்டிருக்கிறது. இதற்கிடையில் அங்கே சட்டம் ஒழுங்கு பிரச்னை தீவிரம் அடைந்துள்ளது"

"நான் அன்றே சொன்னேன். அந்த ஆட்கள் சமூக விரோதிகள் என்று. போலீஸ் Action ஒன்றுதான் வழி" என்றார் அவர்.

நான் சொன்னேன்:

“சார், நான் எல்லா பைல்களையும் படித்துப்பார்த்தேன். முக்கியமான பைலில் சில பக்கங்கள் கிழிக்கப்பட்டிருக்கின்றன. அவர்கள் கையில் அரசாங்க முத்திரையுள்ள ஒரு பேப்பர் இருக்கிறது. அரசு தரப்பில் ஏதோ ஒரு தவறு நடந்திருப்பதாக நான் சந்தேகப்படுகிறேன். ஆதிவாசிகள் பக்கம் நியாயம் இருக்கறதா நான் கருதறேன்”

முதல்வர் கருணாகரன் அவர்கள் என்னை உற்றுப் பார்த்தார். ஓரிரு நிமிடங்கள் அமைதியாக இருந்துவிட்டு சொன்னார்.

“கலெக்டர் இவ்வளவு உறுதியா சொல்லும்போது அதுல உண்மை இருக்கும்னு நானும் நம்பறேன். அப்போ இந்த பிரச்சனையை எப்படி சால்வ் பண்ணலாம்? நான் என்ன செய்யணும்?”

அமரர் கருணாகரனின் சிறப்பே இதுதான். அவர் வைத்திருக்கிற கருத்துக்கு முற்றிலும் எதிரான கருத்தை ஒரு அதிகாரி சொல்லும்போது, அதை திறந்த மனதோடு வரவேற்கும் விதம், அவர் ஒரு சிறந்த நிர்வாகி என்பதற்கு உதாரணம்.

நான் சொன்னேன்:

“சார், ஆதிவாசிகள் கேட்பதெல்லாம் நம்மால் செய்ய முடியாது. ஆனால் நல்ல விதத்தில் அவர்களை Rehabilitate செய்ய, என்னிடம் 3 கோடி ரூபாய் தந்தால் அவர்கள் பிரச்சனையை என்னால் சுமூகமாகத் தீர்த்துவிட முடியும்”

உடனே காலிங் பெல்லை அழுத்தி நீர்ப்பாசனத்துறை செகரட்டரியை வரச்சொன்னார். அவர் ஓடி வந்தார்.

முதலமைச்சர் அவரிடம் சொன்னார்: “நீங்க கலெக்டர் பேரில் 3 கோடிக்கு ஒரு செக் தாங்க. சிம்மினி டேம் விஷயத்தை அவர் சால்வ் செஞ்சிடறதா சொல்றார்”

செக்ரட்டரிக்கு ஒரே குழப்பம்.

அவர் சிஎம்மை பார்த்து “இவ்ளோ பெரிய தொகையா இருக்கறதால நாங்க டிஸ்கஸ் பண்ணி...” என்று இழுத்தார்.

சிஎம் (குறுக்கிட்டு): “டிஸ்கஸன் ஒன்னும் வேணாம். டேமுக்கு 60 கோடி செலவு பண்ணியிருக்கோம். வெறும் 3 கோடியில

15 வருஷமா இருக்கற பிரச்னைய சால்வ் பண்றேன்னு ஒரு ஜில்லா கலெக்டர் வந்திருக்கும்போது... அவர் இங்கேயே இருக்கட்டும் நீங்க செக்கை மட்டும் இங்கே அனுப்பிவைங்க.”

செக்ரட்டரியுடன் நான் போய் விவாதித்தால், சீனியர் ஜூனியர் பிரச்னையில் என் கருத்து வெற்றி பெறாது என்று சிளம்முக்கு நன்றாகத் தெரியும்.

நான் ரூ.3 கோடிக்கான செக்குடன் ஊர் திரும்பினேன்.

அடுத்த நாளே, ஆதிவாசிகளை நான் அழைத்தேன். அவர்களுடன் தற்போது நக்சல் தலைவர்கள் இருவர் வந்தார்கள். அவர்கள் இருவரும் ஓய்வுபெற்ற கல்லூரிப் பேராசிரியர்கள். நான் ஆதிவாசிகளிடம் பேசத் தொடங்குவதற்கு முன்னரே அவர்கள் குறுக்கிட்டார்கள்.

“சார், நீங்கள் எல்லாம் பூர்ஷ்வாக்கள். இந்த சிஸ்டம் மக்களுக்கு எதிரானது. நீங்கள் என்னதான் நல்ல முயற்சிகள் எடுத்தாலும் இந்த சிஸ்டம் அவைகளை வெற்றி பெற விடாது” என்றார்கள் இருவரும்.

நான் சொன்னேன்:

“எந்த முயற்சியும் வெற்றி பெறாது என்பதில் நீங்கள் உறுதியாக இருக்கிறீரகள். ஆதிவாசிகள் பிரச்னையைத் தீர்ப்பதற்கு என்னால் ஆன சில முயற்சிகளை நான் செய்யப்போகிறேன். எனக்கு ஒரு உதவி செய்வீர்களா? தயவுசெய்து இரண்டு மாதங்கள் இவர்களிடமிருந்து விலகியிருங்கள். உங்கள் ஆசைப்படி என் முயற்சிகள் தோற்ற பிறகு, பழையபடி உங்கள் போராட்டங்களை நீங்கள் தொடரலாம்”

“நோ பிராப்ளம். இரண்டு மாதமென்ன, மூன்று மாதம் நாங்கள் விலகி நிற்கத் தயார். ஒன்றும் நடக்க போவதில்லை”

பழைய கால முனிவர்களைப்போல் சபித்துவிட்டு, அவர்கள் இருவரும் வெளியேறினார்கள்.

நான் ஆதிவாசிகளிடம் மனம்திறந்து பேசினேன்: “அரசாங்கத்தில் உங்கள் பக்கம் நியாயம் இருப்பதாகக் கருதும் ஒரே ஆள் நான்தான். நீங்கள் எதிர்பார்ப்பதுபோல் ஒரு குடும்பத்துக்கு ஒரு ஏக்கர் நிலம் அரசாங்கம் கொடுக்க ஆசைப்பட்டாலும்

கொடுக்க நிலம் இல்லை. எனவே, உங்களது 37 குடும்பங்களுக்கும் ஒரு நல்ல இடத்தில், நானே வீடுகள் கட்ட நிலம் வாங்கி, அதில் எல்லோருக்கும் சௌகரியமாக வீடுகள் கட்டித்தருகிறேன். இதற்கு முதலில் சம்மதமா என்று சொல்லுங்கள்?"

அவர்களுக்குள் சிறிதுநேரம் கலந்து பேசினார்கள்.

"எங்களை கூப்பிட்டு பேசி இவ்வளவாவது செஞ்சித் தர்றேன்னு சொன்னவர் நீங்க ஒருத்தர்தான். நாங்க சம்மதிக்கறோம்"

நான் எனது திட்டத்தைச் சொன்னேன்:

"நாளைக்கு காலை 8 மணிக்கு நீங்க உங்க 37 குடும்பத்தோடு வாங்க. உங்களுக்காக இரண்டு பஸ்கள் ஏற்பாடு செய்திருக்கேன். தாசில்தாரும் உங்ககூட வருவார். சுற்றியிருக்கிற கிராமங்களுக்கு போய் எந்த மாதிரி இடத்துல நீங்க செட்டில் ஆனா நல்லாயிருக்கும்னு தேர்வு செய்யுங்க. நான் அந்த இடத்தை உங்களுக்காக வாங்கி, வீடு கட்டித் தர்றேன்"

அடுத்த நாள் பஸ்ஸில் அவர்களை ஏற்றிவிட்டு, தாசில்தாரிடம் நான் கூறினேன்:

"அவர்களை நன்றாக நடத்துங்கள். காலை, பகல், மாலை மூன்று வேளையும் அவர்களுக்கு சாப்பாடு வாங்கிக் கொடுங்கள். வில்லேஜ் ஆபீசர்களின் உதவியுடன் இடங்களைக் காட்டுங்கள்"

ஆதிவாசி குடும்பங்கள் ஒரு நாள் முழுவதும் தாசில்தாருடன் பஸ்ஸில் பயணம் செய்து பல ஊர்களுக்குச் சென்றிருக்கிறார்கள். ஆனால், எங்குமே அவர்கள் இடம் பெயர்வதற்கு ஏதுவான ஓரிடத்தை அவர்களால் கண்டுபிடிக்க முடியவில்லை.

இரவு 8 மணி போல என் கேம்ப் ஆபீஸிற்கு எல்லோரும் வந்து என்னைப் பார்த்தார்கள்.

"சார், நாங்கள் ஒருநாள் முழுக்க அலைந்தும் நிலம் கிடைக்கவில்லை. எங்கு போனாலும் நிலம் இல்லை என்று சொல்கிறார்கள்" என்று அவர்கள் சொன்னாலும் அவர்களது முகங்களில் ஏதோ புதிய நம்பிக்கையின் அடையாளம் தெரிந்தது.

ஆதிவாசிகளின் மூத்தவராக இருந்த ஒருவர் சொன்னார்:

"ஆனால் இந்த ஒருநாள் பிரயாணத்துல உங்க மேல எங்களுக்கு முழுசா நம்பிக்கை வந்துவிட்டது. இதுவரைக்கும்

குற்றவாளியாகவும் கொலையாளியாகவும்தான் போலீஸ் ஜீப்பில் நாங்க போயிருக்கோம். எங்க வாழ்க்கையில் முதல் முறையா தாசில்தார்கூட அரசாங்க விருந்தாளி மாதிரி இன்னிக்கிதான் பிரயாணம் பண்ணியிருக்கோம். சார், இனிமே நாங்க வரணும்னு இல்லை. நீங்க எந்த இடத்தை வாங்கி தந்தாலும், அங்க நாங்க போகத் தயார். எங்களுக்கு நல்லதுதான் நீங்க நினைப்பீங்கன்னு எங்களுக்குப் புரிஞ்சிடுச்சி"

அடுத்த நாள். மாவட்டத்திலுள்ள அனைத்து வில்லேஜ் ஆபீசர்களின் கூட்டத்தைக் கூட்டினேன். 37 ஆதிவாசி குடும்பங்களை Rehabilitate செய்ய மாவட்டத்தில் எங்காவது நிலம் கிடைக்குமா என்று கேட்டேன். சிறிதும் யோசிக்காமல் எல்லோரும் இல்லை என்று சொன்னார்கள்.

நான் வேறு விஷயங்களைப் பேசிவிட்டு இறுதியில் சொன்னேன்:

"நான் தனிப்பட்ட முறையில், எனக்கு கொஞ்சம் நிலத்தை நேரடியாக வாங்க ஆசைப்படுகிறேன். நல்ல நிலம் ஏதாவது விலைக்கு வந்தால் சொல்லுங்கள்"

கூட்டம் முடிந்து எல்லோரும் வெளியே சென்றவுடன், ஒரு வில்லேஜ் ஆபீசர் மட்டும் தயங்கியபடி, என்னைத் தனியாகப் பார்க்க வந்தார்.

"சார், என் சகோதரருக்கு ஒரு எஸ்டேட் இருக்கு. அதில் ஒரு பாகத்தை விற்க ஆசைப்படறார். கவர்மென்ட்டுக்கு தர விருப்பமில்லை. உங்களுக்கு பர்சனலா வாங்கணும்னா நீங்க வந்து பார்க்கலாம்."

அந்த நிலத்தைக் காண்பதற்கு நானும் தாசில்தாரும் போனோம். அது மிகச் செழிப்பான எஸ்டேட் நிலம்.

தென்னை, வாழை, பாக்கு, ஏலக்காய் மரங்கள் நிறைந்து பசுமையாகக் காட்சியளித்தது.

நான் தாசில்தாரிடம் "நீங்கள் போய் அந்த 37 ஆதிவாசி குடும்பங்களையும் இங்கே அழைத்து வாருங்கள்."

தாசில்தார் கேட்டார்: "சார், பர்சனலா நீங்க வாங்கறதுக் காகத்தான் இவ்வளவு செழிப்பான நிலத்தை காட்டியிருக்காங்க. இதப்போயி..."

தாசில்தாருக்கு மனசு கேட்கவில்லை.

"நீங்க, நான் சொன்ன மாதிரி அவங்களை அழைச்சிட்டு வாங்க"

37 ஆதிவாசி குடும்பங்களும் அங்கே வந்து சேர்ந்தனர். ஆண்கள், பெண்கள், குழந்தைகள் எல்லோரும் என்னருகே வந்தனர். நான் அந்த எஸ்டேட் நிலத்தைக் காட்டி, "இதுதான் உங்களுக்காக வாங்கப் போகிற நிலம். போய் பாருங்க." என்றேன்.

அவர்கள் ஸ்தம்பித்து நின்றார்கள்.

"இப்படி ஒரு செழிப்பான நிலம், எங்களுக்கா?" என்று கேட்பது போன்று அவர்கள் என்னைப் பார்த்தார்கள்.

அவர்களால் அதை நம்பவே முடியவில்லை.

அவர்களுக்கு என்ன தோன்றியதோ தெரியவில்லை. ஆண்கள், பெண்கள், குழந்தைகள் அனைவரும் அங்குள்ள மரங்களை நோக்கி ஓடுகிறார்கள்.

ஒவ்வொருவரும் மரத்தைக் கட்டிப்பிடித்துக் கொள்கிறார்கள். அதோடு விடவில்லை. மரத்தைக் கட்டிக்கொண்டு சப்தமிட்டு அழுகிறார்கள்.

ஆச்சர்யத்தையும், மகிழ்ச்சியையும், நன்றியையும் வெளிப்படுத்தத் தெரியாமல் இந்த எளிய மக்கள் மரங்களை அணைத்து அழுகிறார்களோ?

சற்று முன் "இவர்களுக்கு இவ்வளவு செழிப்பான பூமியா?" என்று கேட்ட தாசில்தார், இந்தக்காட்சியைக் கண்டு கண் கலங்குகிறார்.

எனக்கும் கண்களில் நீர் நிறைய ஆரம்பிக்கிறது.

உலகில் வேறு எந்த சர்வீஸாவது–

அது எப்படிப்பட்ட பதவியை தந்தாலும்– இப்படிப்பட்ட ஒரு தருணத்தை உருவாக்கித்தர முடியுமா?

இத்தகைய தருணத்தை உருவாக்கித் தந்த ஐ.ஏ.எஸ்ஸுக்கு நான் மனதளவில் நன்றி சொல்லிக்கொண்டேன்.

ஆதிவாசிகள், "இது நல்லா இருக்கு சார்" என்று கூட சொல்ல முடியாமல் தழுதழுத்தார்கள்.

நிலத்தின் விலையை தாசில்தார் மூலம் நிர்ணயித்து, என் பெயரில் வாங்கினேன். ஆபீசில் அதற்கும் ஆயிரம் தடைகள்.

"வேண்டாம் சார் பிரச்னை வரும். பிறகு சிறைக்கு எல்லாம் போக வேண்டியிருக்கும். இப்படிச் செய்யாதீர்கள்" என்றார்கள்.

பரவாயில்லை என்று நான் துணிந்து வாங்கினேன். "இந்த ஆதிவாசிகளுக்காக ஒருநாள் ஜெயிலுக்கு போனால்தான் என்ன? அது எனக்கு பெருமைதானே" என்றேன்.

நிலம் 37 குடும்பங்களுக்கும் சமமாக பிரிக்கப்பட்டு BDO மூலம் எல்லோருக்கும் வீடுகளும் கட்டித் தரப்பட்டன.

நீர்ப்பாசனத்துறை அமைச்சருக்கு யாரோ போதனை செய்திருக்கிறார்கள். நீர் பாசனத்துறை பணத்தில் ஆதிவாசி களுக்கு வீடும் நிலமும் வாங்கிக்கொடுத்து ஜில்லா கலெக்டர் தனக்கு பேர் சம்பாதித்துக் கொண்டார் என்று. அவர் என்னிடம் தொலைபேசியில் தொடர்புகொண்டு வருத்தப்பட்டார்: "நீங்கள் நீண்ட நாளாக தீராமல் இருந்த பிரச்னையைத் தீர்த்து வைத்திருக்கிறீர்கள். நல்ல விஷயம்தான். ஆனால், எங்கள் டிப்பார்ட்மென்ட்டை கலந்துகொண்டு காரியங்கள் செய்திருந்தால் இன்னும் நன்றாக இருந்திருக்கும்."

எனக்கும் அது நியாயமாகத்தான் பட்டது.

37 ஆதிவாசிகள் குடும்பங்களுக்கு முறைப்படி பட்டா வழங்க ஒரு சிறு நிகழ்ச்சியை தாசில்தார் ஏற்பாடு செய்திருந்தார். நான் அமைச்சருடன் இதுபற்றி பேசியபோது, அவர் பட்டாக்களை ஆதிவாசிகளுக்கு தன்கையால், வழங்க ஒப்புக்கொண்டார். இந்த நிகழ்ச்சிக்கு பெரிய அளவில் நாங்கள் விளம்பரம் செய்யவில்லை.

பட்டாக்கள் வழங்கும் நாள் வந்தது. ஆதிவாசிகள் குடும்பத்தினர் அனைவரும் வந்திருந்தார்கள். "மாண்புமிகு நீர்பாசனத்துறை அமைச்சர் அவர்கள் இங்கு வருகை தந்து உங்கள் எல்லோருக்கும் நிலத்துக்கான பட்டாவை வழங்குவார்" என்று நான் அறிவித்தேன், அவர்கள் மகிழ்வார்கள் என்று நினைத்து நான் அறிவித்ததுதான் தாமதம்.

ஆதிவாசிகள் கோபமாக எழுந்து நின்றார்கள். அவர்களில் மூத்தவர் ஒருவர் சொன்னார்:

“அரசியல்வாதி கையிலிருந்து பட்டா வாங்க நாங்கள் விரும்பவில்லை. கட்டாயம் அவரிடமிருந்துதான் வாங்க வேண்டும் என்று சொன்னால் எங்களுக்கு வீடோ நிலமோ ஒன்றும் வேண்டாம்” என்று சொல்லிவிட்டு எல்லோரும் வெளிநடக்க ஆரம்பித்தார்கள்.

நான் தாசில்தாரை அனுப்பி அவர்களை சமாதானம் செய்யச்சொன்னேன். அதற்குள் அமைச்சரிடமிருந்து போன் வந்தது, ‘புறப்பட்டு வரலாமா’ என்று கேட்டபடி.

நான் அவருக்கு விஷயத்தை பக்குவமாக சொன்னேன். “ஆதிவாசிகள், 15 ஆண்டுகளாக வன்முறையாளர்களாக இருந்து இப்போதுதான் சமாதான வாழ்க்கைக்கு மீண்டு வந்திருக்கிறார்கள். அரசியல்வாதிகள் அவர்களை புறக்கணித்தார்கள் என்கிற கோபம் அவர்களுக்கு இருக்கிறது. அமைச்சர் தவறாக எடுக்கவில்லை என்றால், விழா எதுவுமில்லாமல் எங்கள் Revenue Staff மூலம் பட்டாவை எல்லோருக்கும் விநியோகம் செய்துவிடுகிறேன்” என்று சொன்னேன். நீர்ப்பாசனத்துறை அமைச்சர் (அமரர் T.M. ஜேக்கப்) பெருந்தன்மையோடு அவ்வாறே செய்துவிடச் சொன்னார்.

ஒருவாறாக சிம்மினி அணை ஆதிவாசிகள் பிரச்சனை சுமூகமாகத் தீர்ந்தது. அணையும் திறந்து வைக்கப்பட்டது.

முதலமைச்சர் என்னை வெகுவாகப் பாராட்டினார். “பிரச்னையை மனிதாபிமானத்தோடு அணுகியதால்தான் தீர்க்க முடிந்தது” என்று சொன்னார்.

திருச்சூர் கலெக்டராக மூன்றாண்டுகள் பணிபுரிந்தேன். அதன் பின்னர் சென்னையில் திரைப்பட தணிக்கை அதிகாரியாகப் பணியமர்த்தப்பட்டேன்.

சில வருடங்களுக்குப்பிறகு, ஒருநாள்!

என்னைக்காண சிலர் வந்திருப்பதாக சொன்னார்கள். வரச் சொன்னேன். சிம்மினி அணை ஆதிவாசிகள் நான்கு பேர்!

எனக்காக அவர்கள் காட்டில் விளையும் பழங்களையும் தேனையும் கொண்டு வநதிருந்தார்கள்! எனக்கு சொல்லொணா ஆச்சரியம்!

“இவ்வளவு தொலைவு, என்ன வேலையாக வந்தீர்கள்? சென்னையில் ஏதாவது உதவி வேண்டுமா?”

"சார், உங்களை பாக்கணும்னு தோணுச்சி அதனால வந்தோம். எங்க வாழ்க்கையையே மாத்திப்போட்டவங்க இல்லையா நீங்க. நாங்க இப்போ இருக்கிற இடத்துக்கு உங்க பேரைத்தான் வச்சிருக்கோம்"

அவர்கள் விடைபெற்றுச் சென்றபோது ஏதோ என் நெருங்கிய சொந்தம் பிரிந்துபோனது போல் இருந்தது எனக்கு.

உன் உயிர் என் கையில்!

தமிழ்நாட்டில் திமுகவும், அதிமுகவும் மாறி மாறி ஆட்சிக்கு வருவது போல், கேரளாவில் UDF மற்றும் LDF கூட்டணிக் கட்சிகள் மாறி மாறி ஆட்சிக்கு வரும். UDF என்பது United Democratic Front அதாவது ஐக்கிய ஜனநாயக முன்னணி. இதில் காங்கிரஸ் கட்சி பிரதானமாக இருக்கும்.

இன்னொரு அணியான LDF என்பது Left Democratic Front அதாவது இடதுசாரி ஜனநாயக கூட்டணி. இதில் மார்க்சிஸ்ட் கம்யூனிஸ்ட் கட்சி பிரதான கட்சியாக இருக்கும்.

அரசு ஊழியர்களில் பெரும்பாலோர் UDF அல்லது LDF ஆதரவாளர்களாக இருப்பர். UDF ஆட்சிக்கு வரும்போது கலெக்டரேட் போன்ற மாவட்ட அதிகார மையத்தில் UDF ஆதரவாளர்களை அமர்த்துவதும், LDF ஆதரவாளர்களை கலெக்டரேட்டுக்கு வெளியே உள்ள முக்கியத்துவம் இல்லாத ஆபீஸ்களுக்கு அனுப்புவதும் ஒரு எழுதப்படாத ஒப்பந்தம் மாதிரி தவறாமல் நடக்கும்.

UDF ஆட்சிக்கு வந்து சில மாதங்கள் கழித்துதான் நான் திருச்சூர் கலெக்டராக நியமிக்கப்பட்டேன். எனவே நான் வருவதற்கு முன்பே UDF ஆதரவு ஊழியர்கள் கலெக்ட்ரேட்டில் அமர்த்தப்பட்டு விட்டார்கள். LDF காரர்கள் வெளியே அனுப்பப்பட்டுவிட்டார்கள்.

ஒரே ஒரு UDF ஆதரவு டிரைவர் விஷயத்தில் மட்டும் அவர்களால் முடிவெடுக்க முடியவில்லை. காரணம், அந்த டிரைவர் ஒரு குறிப்பிட்ட லேடி டெபுடி கலெக்டரின் காருக்குத்தான் டிரைவராக போவேன் என்று அடம்பிடித்துக்

கொண்டிருந்ததுதான். அந்த டிரைவர் சாமானியமான ஆள் ஒன்றும் இல்லை. முதலமைச்சர் கருணாகரன் அவர்களுக்கு மிக மிக நெருக்கமானவர். பல வருடங்களுக்கு முன்பு, திரு.கருணாகரன் திருச்சூரில் தொழிற்சங்கத் தலைவராக இருந்த காலத்தில், அவர் அடிக்கடி ஜெயில் வாசம் அனுபவிக்க நேருமாம். அப்போதெல்லாம் இந்த டிரைவர் கேசவன், தன் வீட்டிலிருந்து கஞ்சி காய்ச்சி கொண்டுவந்து கருணாகரன் அவர்களுக்குத் தருவாராம்! அதனால் இவருக்கு 'கஞ்சி கேசவன்' என்ற பட்ட பெயர் கூட உண்டு.

முதலமைச்சரை எந்த சமயத்திலும் போனில் நேரடியாகக் கூப்பிட்டு பேசுகிற அளவுக்கு செல்வாக்குடையவர், கேசவன். இவ்வளவு முக்கியமான ஆளுக்கு அவர் கேட்கிற டிரைவர் போஸ்டிங் கொடுப்பதில் என்ன பிரச்னை?

பிரச்னை இருக்கிறது. அந்த லேடி டெபுட்டி கலெக்டர், அண்மையில்தான் பதவி உயர்வு பெற்று இந்த நிலைக்கு வந்தவர். அதற்கு முன்பு தாசில்தாராக இருந்தார். அவர் அப்போது LDF ஆதரவாளராக இருந்தாராம். தாசில்தாராக இருந்தபோது அவருடைய ஜீப் டிரைவராக இருந்தவர் கேசவன். அவர்களுக்குள் ஏதோ தகராறு ஏற்பட்டு மிகப்பெரிய பிரச்னை ஆனபோது டிரைவர் கேசவன், அந்த பெண்மணியிடம் சவால் விட்டிருக்கிறார்: "நீங்கள் டெபுட்டி கலெக்டராகும்போது என்ன கஷ்டப்பட்டாவது உங்கள் காரின் டிரைவராக நான் வருவேன். அப்போது உங்கள் உயிர் என் கையில் இருக்கும்!"

டெபுட்டி கலெக்டர் இந்த விஷயத்தைச் சொல்லி "தயவு செய்து எனது கார் டிரைவராக கேசவனை ஆக்கிவிடாதீர்கள்" என்று கெஞ்சியதால் கேசவன் போஸ்டிங் மட்டும் நிறுத்தி வைக்கப்பட்டுள்ளது. பிரச்னைக்குரிய இந்த போஸ்டிங்கை புதிய கலெக்டரே தீர்மானிக்கட்டும் என்று அந்த பைலை கலெக்டரின் மேஜை மேல் வைத்துவிட்டார்கள்.

என்னை முதலமைச்சர் அவரது சொந்த மாவட்டத்தில் கலெக்டராக நியமித்தது அவரே முடிவெடுத்துச் செய்ததுதான். ஆனால், மாவட்டத்தில் நான் முதலமைச்சரின் ஆள் என்று ஒரு கருத்து பரவியிருந்தது. எனவே கருணாகரன் அவர்களின் நெருக்கமான மனிதரான கேசவனை, டெபுட்டி கலெக்டரின்

கார் டிரைவராகப் போஸ்ட் செய்வதைத் தவிர எனக்கு வேறு வழியில்லை என்று UDF ஆதரவாளர்கள் எதிர்பார்த்தார்கள்.

அதேசமயம், நான் எந்தச் சார்புமற்ற நடுநிலையான கலெக்டர் என்றால், டெபுட்டி கலெக்டர் பெண்மணியின் மன உளைச்சலைப் புரிந்துகொண்டு கேசவனை டெபுட்டி கலெக்டரின் காருக்கு டிரைவராக போஸ்ட் செய்யக்கூடாது என்று LDF அனுதாபிகள் எதிர்பார்த்தார்கள்.

கேசவன் விரும்புவதுபோல், அந்த காருக்கு டிரைவராக நான் அவரை நியமித்தால், நான் முதலமைச்சரின் ஆள் என்பது முற்றாக நிரூபணமாகிவிடும்.

அதனால், இந்த டிரைவர் விஷயத்தில் நான் என்ன முடிவு செய்யப்போகிறேன் என்று எல்லோரும் உன்னிப்பாகக் கவனித்துக் கொண்டிருந்தார்கள்.

வந்த புதிதில் எனக்கு இவற்றின் பின்னணி ஒன்றும் தெரியாது. மேஜையில் டிரைவர் கேசவனின் பைலைப் பார்த்தபோது, இது ஒன்றும் முக்கியமான விஷயமில்லை என்று அதைக் கிடப்பில் வைத்துவிட்டேன்.

ஒவ்வொரு வாரக் கடைசியிலும் முதலமைச்சர் மக்களைச் சந்திக்க எங்கள் மாவட்டத்துக்கு வருவார். அப்போது அவரருகில் எல்லா நேரமும் நான் இருப்பேன். மக்களிடமிருந்து கிடைக்கும் புகார்களில் சிலவற்றை நடவடிக்கை எடுப்பதற்காக என்னிடம் கொடுப்பார். அந்தச் சமயங்களில் எல்லாம் முதலமைச்சரின் அருகில் டிரைவர் கேசவன் இருந்து ஏதாவது பணிவிடைகள் செய்து கொண்டிருப்பார். முதல்வருக்குப் பழங்கள், பிஸ்கட், காபி, தண்ணீர் கொடுப்பது எல்லாம் கேசவன்தான். கேசவன் செய்யும் செயல்கள் அனைத்தும், தான் முதலமைச்சருக்கு எவ்வளவு நெருக்கமானவர் என்பதை எனக்கு விளக்குவதற்காகவே செய்வதைப் போலிருக்கும். நான் அவற்றைக் கண்டும் காணாதவன்போல் இருந்தேன். ஒருமுறை முதலமைச்சர் என்னிடம் “கேசவனைத் தெரியுமா?” என்று கேட்டதற்கு “நான் தெரியும்” என்று மட்டும் சொன்னேன். மேற்கொண்டு அவர் கேசவனைப்பற்றி வேறொன்றும் சொல்லவில்லை.

அடுத்த வாரமும் முதல்வர் வந்தார்.

கேசவனின் பணிவிடைகள் முன்போலவே தொடர்ந்தன. அவர், அன்றும் கேசவனைப்பற்றி ஒன்றும் சொல்லவில்லை. அன்று கட்சி வேலைகள் இருந்ததால் என்னை அலுவலகத்துக்குப் போகும்படி சொல்லிவிட்டார். நானும் அலுவலகம் வந்து விட்டேன்.

சிறிது நேரத்தில் எனக்கு ஒரு போன் வந்தது. கேசவன்தான் முதல்வர் அருகில் இருந்து டயல் செய்து அவரிடம் தந்திருக்க வேண்டும்.

முதல்வர்தான் பேசினார்." அந்தக் கேசவன் விஷயத்தை கொஞ்சம் கவனிங்க," என்றார். சி.எம். பட்டும் படாமலும்தான் பேசினார். நான் உடனே "சார், அவரை என்னை வந்து பார்க்கச் சொல்லுங்கள்" என்று சொன்னேன். மின்னல் போல சில நிமிடங்களுக்குள், கேசவன் என்முன்னால் வந்து நின்றார்.

கேசவன் முகத்தில் மகிழ்ச்சி பொங்கியது. முதலமைச்சரே சொல்லிவிட்டார். "இனிமேல் தள்ளிப்போடாமல் என் போஸ்டிங்கை நீங்கள் உடனே போட்டுத்தானே தீர வேண்டும்!" என்று என்னைப்பார்த்துச் சொல்வது போன்றிருந்தது கேசவனின் முகபாவம்!

நான் நிதானமாகப் பேசினேன்:

திருச்சூர் மாவட்ட ஆட்சியர் பணி நிறைவு விழாவில் நானும் என் மனைவியும் கலந்துகொண்டபோது

“கேசவன், உங்க பிரச்னை முழுவதும் எனக்குத் தெரியும். டெபுட்டி கலெக்டரம்மா தாசில்தாரா இருந்தபோது உங்களுக்குள்ளே தகராறு வந்தது. அப்போ அவங்க கிட்ட நீங்க என்ன சொன்னீங்க? “நீ புரமோட்டாயி டெபுட்டி கலெக்டர் ஆகும்போது, நான் உன் கார் டிரைவரா வருவேன். ஒருநாள் கூட நீ நிம்மதியா இருக்க முடியாது. உன் உயிர் என் கையில் இருக்கும்”னு சவால் விட்டிருக்கீங்க. அந்த அம்மா என்னிடம் வந்து தயவு செய்து கேசவனை மட்டும் டிரைவரா போட்டுடாதீங்கன்னு அழுதுட்டு போயிருக்காங்க. ஆனா, சி.எம் சொன்னதால உங்களை அந்த அம்மாவோட கார் டிரைவராக போஸ்ட் பண்றேன். ஒரே ஒரு கண்டிஷன். நான் கலெக்டர் மட்டுமல்ல. நான் ஒரு District Magistrate. நாளைக்கு அந்த லேடி டெபுடி கலெக்டருக்கு நீங்கள் ஏதாவது தொல்லை தந்து, அவங்க உங்க மேல ஏதாவது ஒரு சின்ன complaint கொடுத்தாலும் அதை அப்படியே உண்மையாக எடுத்துக்கொண்டு, உங்க மேல் கிரிமினல் நடவடிக்கை எடுப்பேன். உன் பக்க நியாயத்தை கேட்கவோ அல்லது சி.எம்முக்கு நீ ரொம்ப வேண்டியவர் என்பதையோ அப்போது நான் பார்க்கமாட்டேன். இதற்கு சம்மதம்னா சொல்லுங்க. இப்பவே போஸ்டிங் ஆர்டரில் கையெழுத்துப் போட்டுடறேன்” என்று சொல்லி பைலைத் திறந்து கையெழுத்திடத் தயாரானேன்.

கேசவனுக்குப் பயம் வந்துவிட்டது. டெபுடி கலெக்டர் எனக்கு பயப்படுவதற்குப் பதில், அந்த லேடி எப்போது என்னைப் பற்றி கலெக்டரிடம் புகார் கொடுத்துவிடுவாரோ என்று, ஒவ்வொரு நாளும் பயந்து சாகிற நிலை தமக்கு வந்து விடுமோ என்று நடுங்க ஆரம்பித்துவிட்டார், கேசவன்.

அவர் உடம்பு பதறுவது நன்றாகத் தெரிந்தது.

கேசவன்: “சார், சார்...”

“என்ன, கேசவன்?” என்று கேட்டேன்.

“சார், என்னை வேற எங்காவது போஸ்ட் பண்ணிடுங்க. அந்த அம்மாவிடம் வேண்டாம் சார்”

“நீங்க மனசு மாறுனதுல எனக்கு ரொம்ப சந்தோஷம். இப்போ திருச்சூர் மாவட்டத்தில் நீங்க எங்க கேட்டாலும் நான் உங்களைப் போஸ்ட் பண்ணத் தயார்!”

கேசவனின் விருப்பப்படி, திருச்சூர் தாசில்தாரின் டிரைவராக அவர் நியமிக்கப்பட்டார். இதையறிந்து எல்லோரும் ஆச்சரியப்பட்டனர். இது ஒரு சாதாரண நிகழ்ச்சிதான். ஆனால், நான் ஒரு நடுநிலையான அதிகாரி என்கிற பெயரை எனக்கு வாங்கித் தந்தது.

பொதுவாக, அரசியல்வாதிகள் சிபாரிசு செய்தால், அதற்கு நேரெதிராக அதிகாரிகள் முடிவெடுக்கும்போது கசப்புணர்வு வரும். ஆனால், ஒன்றை நாம் புரிந்துகொள்ள வேண்டும். முதலமைச்சரோ அல்லது அமைச்சர்களோ சில நிர்ப்பந்தங்கள் காரணமாகத்தான் பரிந்துரை செய்கிறார்கள். அவர்கள் பரிந்துரை செய்த ஒரே காரணத்தினால் கண்களை மூடி அமல்படுத்துவது நேர்மையான நிர்வாகிகளுக்கு அழகல்ல. பரிந்துரைகள் வரும்போது அதிலுள்ள நியாய அநியாயங்களைச் சீர்தூக்கிப்பார்த்துச் செயல்படுத்துவதுதான் சிறந்தது என நான் கருதுகிறேன்.

என்னுடைய பிரிவு உபசார நிகழ்ச்சியில் கேசவன் பேசியது எனக்கு இன்னும் நினைவிருக்கிறது.

“கலெக்டர் சார், அன்று நான் ஆசைப்பட்ட போஸ்டிங் எனக்கு கொடுக்காததின் மூலம், என் வாழ்க்கையை முற்றிலும் தலைகீழாக மாற்றிவிட்டார். என்னிடம் இருந்த பகைமை உணர்ச்சி, பழிவாங்கும் எண்ணம் எல்லாம் போய்விட்டது. நல்லவற்றைச் சிந்திக்கும் மனிதனாக நான் மாறிவிட்டேன்.”

ஆளைப்பார்க்காதே, சூழ்நிலையைப் பார்!

சிவில் சர்வீஸ் அதிகாரிக்கு அரசாங்க அமைப்பில் மிக முக்கியமான இடத்தையும், அதிகாரங்களையும், சௌகரியங்களையும், சமூக அந்தஸ்தையும் கொடுத்திருப்பது சட்டத்தையும், விதிமுறைகளையும் எந்திரகதியில் அமல்படுத்த அல்ல. அப்படி இருந்திருந்தால் ஐசிஎஸ் இந்திய மக்களின் மரியாதைக்குரிய ஒரு சர்வீஸாகக் கருதப்பட்டிருக்காது. பிரிட்டிஷ் ஏகாதிபத்தியத்தின் பிரதிநிதியாக ஐசிஎஸ் அதிகாரிகள் இருந்தார்கள் என்றாலும், அவர்கள் இந்தியாவின் நலிந்த மக்களிடம் அவர்களால் இயன்ற அளவு மனிதாபிமானத்தோடு

நடந்திருக்கிறார்கள். இந்திய சமூகத்தில் காணப்பட்ட மனித உரிமைகளுக்கு எதிரான உடன்கட்டை ஏறுதல் முதலானவற்றை ஒழிப்பதற்கும் துணை நின்றிருக்கிறார்கள். சமூகச் சீர்திருத்த இயக்கங்களுக்குத் தார்மீக ஆதரவு தந்திருக்கிறார்கள். இதனால்தான் பெரியார் ஈ.வெ.ரா போன்றவர்கள் ஆங்கிலேயரை ஆதரிக்கும் மனப்போக்கை உடையவர்களானார்கள்.

வடநாட்டில் பணி செய்த ஐசிஎஸ் ஆபீசர்கள் வேண்டுமானால் கலவரங்களைக் கட்டுப்படுத்துவதிலும் பொது நிர்வாகம் செய்வதிலும் தங்கள் Professional Excellenceஐ வெளிப்படுத்திப் பெயர் வாங்கினார்கள் என்று சொல்லலாம். ஆனால் தென்னகத்தில் பணியாற்றிய ஐசிஎஸ் அதிகாரிகளில் பெரும்பாலோர் மனிதாபிமானத்தோடு நடந்திருக்கிறார்கள்.

ஐசிஎஸ்ஸின் இன்றைய அவதாரமான ஐஏஎஸ்ஸில் மனிதாபிமானத்தோடு விளிம்பு நிலை மக்களின் பிரச்னைகளை அணுகுவோர் மிகக் குறைவு. ஆட்சி செய்கிற அரசியல்வாதிகள் வாக்கு அரசியலுக்காக விளிம்பு நிலை மக்களிடம் நீலிக்கண்ணீர் வடிப்பது வழக்கம். அதிகாரிகளில் பலரும் அவர்களைப் போலவே ஆகியிருப்பதுதான் வேதனைக்குரிய விஷயம்.

நான் கலெக்டராயிருந்த சமயம். மூத்த ஐஏஎஸ் அதிகாரியும், என் மேல் மிகுந்த நட்பு கொண்டவருமான டாக்டர் பாபு பால் ஒருமுறை திருச்சூருக்கு வந்தார். அவர் அப்போது ரெவினியூ போர்டின் முதல் மெம்பராக இருந்தார். அந்தப் பதவி தலைமைச் செயலாளருக்கு அடுத்ததாகக் கருதப்படுகிற பதவியாகும். அவர் ஒரு கேஸை விசாரிப்பதற்காக எங்கள் ஊருக்கு வந்திருந்தார்.

அவரும் என்னைப் போல இலக்கிய ஈடுபாடு உடையவர் என்பதால், நாங்கள் உரையாட ஆரம்பித்தால் நேரம் போவது தெரியாது.

திருச்சூர் வந்ததுமே என்னை போனில் கூப்பிட்டார். "காலையில் மீட்டிங் எதுவும் இல்லை என்றால் சந்திக்கலாம்" என்றார். அன்று மாலையில்தான் எனக்கு வேலைகள் இருந்ததால் 11 மணிக்கே அவர் தங்கியிருந்த விருந்தினர் மாளிகைக்கு சென்றுவிட்டேன்.

அவர் தங்கியிருக்கும் அறைக்குச் சென்ற போது, விசாரணை இன்னும் தொடங்கவில்லை என்பதை அறிந்தேன்.

விசாரணைக்காக வந்த நபர் அறைக்கு வெளியில் காத்திருந்தார். அறைக்கு உள்ளே சென்றேன். பாபு பால் சார் என்னைப் பார்த்து மிகவும் மகிழ்ச்சி அடைந்தார். அவரும் நானும் வழக்கம் போல இலக்கியம், சினிமா, அரசியல் நிர்வாகம் பற்றியெல்லாம் சுவாரசியமாகப் பேச ஆரம்பித்து விட்டோம். பேச்சுக்கிடையில் அவர் விசாரணைக்காக வந்திருக்கும் கேஸைப்பற்றி சொன்னார்.

மாவட்ட கருவூல அலுவலகத்தில் பணிசெய்து கொண்டிருந்த ஓர் அலுவலர், கருவூலத்தின் பணத்தைக் கையாடி விட்டார் என்பதுதான் கேஸ்.

முதலில் கருவூலம் அளவில் நடந்த விசாரணையில், அவர் குற்றம் செய்தார் என்று முடிவு எடுக்கப்பட்டு, தற்காலிகமாக அவரை சஸ்பெண்ட் செய்துவிட்டார்கள். அதற்குப் பின்னர் கலெக்டர் லெவலில் மேல்விசாரணை நடந்தது. அதிலும் அந்த அலுவலர் குற்றம் செய்தவர் என்றே உறுதி செய்யப்பட்டது. இந்த நிலையில், குற்றம் சாட்டப்பட்ட அலுவலரின் முன்பிருந்த ஒரே வழி, அரசாங்கத்துக்கு அப்பீல் செய்வதுதான் என்பதால் அவர் அப்பீல் செய்திருக்கிறார்.

இதுவே அவருக்குள்ள கடைசி வாய்ப்பு. அதை விசாரிக்கத்தான் டாக்டர் பாபு பால் வந்திருக்கிறார். இந்த விசாரணையின் முடிவிலும் அவர் குற்றம் செய்தவராகக் கருதப்பட்டால், அவரை அரசாங்க சர்வீஸிலிருந்து நீக்குவதைத்தவிர வேறு வழி இல்லை.

எங்கள் உரையாடல் சுவாரசியமாக நீண்டுகொண்டே போனதால் மணி 12.45 ஆனது தெரியவே இல்லை. திடீரென்று ஒரு குற்ற உணர்வு என்னுள் எழுந்து என்னை கஷ்டப்படுத்தியது. 'வாழ்வா சாவா என்று ஒரு அலுவலர் வெளியே விசாரணைக்காகக் காத்துக்கொண்டிருக்கிறார். விசாரணை நேரம் அதிகமாக கிடைத்தால்தானே, அவர் வாதம் செய்து தன்னை நிரபராதி என்று நிரூபிக்க முடியும். நான் அவரது விலைமதிப்பற்ற நேரத்தை கபளீகரம் செய்துகொண்டிருக்கிறேனோ?' என்கிற எண்ணம் என்னை வாட்டியது.

நான் உடனே சொன்னேன்:

"சார், விசாரணைக்கு வந்த ஆபீசர் 11 மணியிலிருந்து காத்து கிட்டிருக்கார். நீங்க அவரை விசாரணை செய்யுங்க, நான் வேண்டு மானால் வீட்டுக்கு போய்விட்டு அப்புறம் வருகிறேன்" என்று

புறப்பட எழுந்த என்னைப்பார்த்து அவர் சொன்னார்:

"ராஜா, நீ இங்கேயே உட்கார்ந்திரு. நான் விசாரணையை முடிச்சிட்டு வந்துடறேன்"

அந்த அலுவலரை உள்ளே வரச் சொல்லிவிட்டு, விசாரணையை நடத்த அறையின் மூலையிலுள்ள மேசைக்கு அருகே சென்று அமர்ந்தார். குற்றம் சாட்டப்பட்ட அலுவலர் உள்ளே வந்தார். அவரைப் பார்ப்பதற்கே மிகவும் பரிதாபமாக இருந்தது. நடந்து முடிந்த இரண்டு கட்ட விசாரணையிலும் குற்றவாளி என்று முடிவாகியிருந்ததால், இந்தக் கடைசி விசாரணை, தனக்கு அனுகூலமாக இருக்கும் என்கிற நம்பிக்கை அவர் முகத்தில் தெரியவில்லை. டாக்டர் பாபு பால் அவரை அமரச்சொன்னார். அவர் அமரவில்லை. வற்புறுத்தி அமரச் சொன்னதற்குப்பின்தான் அவர் அமர்ந்தார். டாக்டர் பாபு பால் பைல்களை திறந்து பார்த்தவாறு விசாரணையை ஆரம்பித்தார்.

"உன் பெயர் என்ன?"

"K.T.குஞ்சப்பன்"

"குழந்தைகள் எத்தனை?"

"இரண்டு. மூத்தவள் 7ஆம் கிளாஸில், இளையவன் 3ஆம் கிளாஸில் படிக்கிறார்கள்."

"மனைவி பணிபுரிகிறாரா?"

"இல்லை."

டாக்டர் பாபு பால் பைலை மூடியவாறு

"ஓகே, மிஸ்டர் குஞ்சப்பன். விசாரணை முடிந்துவிட்டது. நீங்கள் போகலாம்" என்றார்.

குஞ்சப்பன் முகத்தில் அதிர்ச்சி. கேஸைப்பற்றி ஒன்றுமே விசாரிக்காமல் முடித்துவிட்டாரே என்கிற ஏக்கமும் ஏமாற்றமும் வெளிப்பட, அந்த அலுவலர் அறையைவிட்டு வெளியேறினார்.

டாக்டர் பாபு பால் சார் ஒன்றையும் விசாரிக்காமல் இப்படி குஞ்சப்பனை அனுப்பிவிட்டது எனக்குக் கொஞ்சமும் பிடிக்கவில்லை.

நான் இல்லாமல் இருந்திருந்தால், ஒருவேளை இவர் அதிகமான நேரம் விசாரணை நடத்தியிருப்பாரோ? குற்ற உணர்வு முன்பைவிட அதிகமாக இப்போது என்னைக் கஷ்டப்படுத்தியது.

டாக்டர் பாபுபால் சாரிடம் எனக்கிருந்த உரிமையினால் அவரிடம் வெளிப்படையாகவே சொன்னேன்:

"என்ன சார், இப்படி திடீர்னு அனுப்பிட்டீங்க? விரிவாகவே விசாரணை பண்ணியிருக்கலாமே சார்!"

அவர் நிதானமாகப் பேசினார்:

"ராஜசேகரன், உனக்கு அப்படி தோன்றுவது சகஜம் தான். நான் இந்தப் பைலை நன்றாகப் படித்து விட்டுத்தான் வந்திருக்கிறேன். முன்னால் நடந்த இரண்டு விசாரணை ரிப்போர்ட்டுகளையும் ஆழ்ந்து பரிசீலனை செய்தேன். அதனால் இவரிடம் எனக்கு கேள்வி கேட்க ஒன்றுமில்லை. இந்த மனிதர் ஒரு அப்பாவி. சாதாரண கிளார்க். தலித் வகுப்பைச் சேர்ந்தவர்.

Treasury ஆபீசில் இவருக்கு மேலே உத்யோகம் பண்றவங்க எல்லாம் நாயர், நம்பூதிரின்னு மேல் ஜாதிக்காரங்க. அவங்க கண்களில் எல்லாம் மண்ணைத் தூவி விட்டுப் பணத்தை இவர் கையாடிவிட்டார்னு சொல்றது நம்பவே முடியாத ஒன்று. மேலும், தலித்துகள் பொதுவாக சூதுவாது அறியாதவர்கள். மேல்ஜாதிக்காரங்க நிறைந்திருக்கிற சூழ்நிலையில், அவர்களை மீறி சூழ்ச்சியும் தந்திரமும் செய்து, பணமோசடி செய்ததாகச் சொல்வது நடக்க முடியாதது. வேறு யாரோ இதைச்செய்துவிட்டு, இந்த அப்பாவியைப் பலியாடாக ஆக்கிவிட்டிருக்கிறார்கள். எனவே இவரை நான் குற்றவாளி அல்ல என்று முடிவெடுத்து, சர்வீசில் திரும்ப அமர்த்துவதற்குப் பரிந்துரை செய்கிறேன்," என்று சொல்லி என் கண்முன்னாலேயே அவற்றைப் பைலிலும் எழுதிவிட்டார்.

நான் ஸ்தம்பித்து அவர் முன் அமர்ந்திருந்தேன்.

அவர் மேலும் சொன்னார்:

"இந்தக் கேஸை மேலோட்டமாகப் பார்த்தால் குஞ்சப்பன் தான் குற்றக்காரன் என்று மட்டுமே சொல்லமுடியும். ஆனால் குஞ்சப்பன் யார், அவர் பணிசெய்யும் சூழல் எப்படிப்பட்டது, அவர் மேல் சாட்டப்பட்ட குற்றங்களின் தன்மை என்ன,

சாட்சியம் சொன்னவர்களெல்லாம் யார் யார், அவர்கள் ஏன் அப்படிச் சொன்னார்கள் என்பதையெல்லாம் ஆராய்ந்தால்தான் நமக்கு உண்மை புலனாகும். மனித நேயத்தோடு பார்த்தால்தான் சமூக உண்மைகள் நமக்குப் புரியத்தொடங்கும்."

அரிஸ்டாக்ரேட் போன்று எல்லாவற்றிலும் மேன்மையான ரசனையையும், அளவிட முடியாத நகைச்சுவையுணர்வையும் கொண்ட டாக்டர் பாபு பால் சாரிடம் இத்தகைய மனித நேயமும் சமூக நீதியும் வெளிப்பட்டது கண்டு மகிழ்ச்சியும் பெருமிதமும் அடைந்தேன்.

"ஐஏஎஸ்ஸின் சிறப்பு, சட்டங்களையும் விதிகளையும் எந்திரம் போல அமல்படுத்துவது அல்ல, மனிதாபிமானப் பார்வையோடு ஏழை எளிய மக்களுக்கு உதவ முன்வருவது" என்ற அவரது வார்த்தைகள், இன்றும் என் நினைவில் ஒலித்துக் கொண்டிருக்கின்றன.

கலெக்டரைவிட கலைஞன் உயர்ந்தவன்!

நம் நாட்டின் ஜனநாயகம் வினோதமானது. ஆளும்கட்சி செய்கிற எல்லா காரியங்களுக்கும் எதிராக அறிக்கை விட்டால்தான் எதிர்க்கட்சி தன்பங்கை நன்றாகச் செய்வதாக எல்லோரும் நினைக்கிறார்கள். சிலசமயம் மக்களுக்குப் பயன்படுகிற நல்ல திட்டம்கூட இதில் சிக்கிச் சின்னாபின்னமாகிவிடுவது உண்டு. ஆனால் ஆளுங்கட்சி கொண்டு வருகிற ஒரு திட்டத்தை, மக்கள் எல்லோரும் பயனுள்ள திட்டம் என்று வரவேற்கும்போது, எதிர்கட்சிக்குத் தர்மசங்கடமாகி விடும். வெளிப்படையாக அந்த திட்டத்தை எதிர்க்கவும் முடியாது. அதே சமயம், ஆளுங்கட்சியை அனுமதித்தால், அந்த திட்டத்தைச் செயல்படுத்தி, மக்கள் மத்தியில் நற்பெயரும் புகழும் பெற்றுவிடும். எதிர்கட்சி என்ன செய்யும்? சட்டரீதியாக ஏதாவது குறையைக் கண்டுபிடித்துக் கோர்ட்டுக்குப் போய், தடுத்து நிறுத்தும். அல்லது அந்த திட்டம் வருவதால் யாராவது ஒரு குறிப்பிட்ட குழுவினருக்குப் பாதிப்பு ஏற்படும் என்று சொல்லி முடக்கப் பார்க்கும்.

இது எல்லா மாநிலங்களிலும் நடப்பதுதான். அதிலும் கேரளா போன்று UDF அல்லது LDF என்று, ஒவ்வொரு முறையும்

மாறி மாறி ஆட்சிக்கு வருகிற கட்சிகள் இருக்குமிடத்தில் இது தீவிரமாக நடக்கும்.

திருச்சூர் மாவட்டத்தில் பிரசித்தி பெற்ற ஒரு சிறிய டவுன், மாளா. அது மாநிலத்தின் முதலமைச்சர் கருணாகரனின் சொந்தத் தொகுதி.

முதல்வர் திரு. கருணாகரனுடன் விழா ஒன்றில்

காங்கிரஸ் ஆதரவாளர்கள் கணிசமாக இருக்கிற தொகுதி. பஞ்சாயத்தும் காங்கிரஸ் கட்சியின் கைவசம்தான் இருந்தது.

மாளாவிலிருந்து கேரளாவிலேயே மிகப்பெரிய நகரமான எர்ணாகுளத்துக்கு சாலை வழியாகப் போகவேண்டுமானால் சுமார் 30 கிலோமீட்டர் சுற்றிக்கொண்டுதான் பிரயாணம் செய்ய வேண்டும். காரணம், மாளாவுக்கும் எர்ணாகுளத்துக்கும் இடையில் ஆறு ஒன்று ஓடுவதுதான். அந்த ஆற்றைக் கடக்க ஒரு பாலம் கட்டினால், மாளாவிலிருந்து எர்ணாகுளத்துக்கான தூரம் 12 கிலோமீட்டராகக் குறைந்து விடும். இது மக்களின் கனவுத் திட்டமாகக் கருதப்பட்டது. சுமார் 20 வருடங்களுக்கு முன்னரே திரு.கருணாகரன் அவர்கள் முதலமைச்சராக இருந்தபோது, இந்த பாலம் கட்டத் திட்டமிடப்பட்டு, அதற்கான நிதியும் ஒதுக்கப்பட்டது. சில வருடங்கள் தாமதத்துக்குப் பின்னர் ஒருவழியாக அந்தப்பாலம் பூர்த்தியாகிற கட்டத்துக்கு வந்தது.

எர்ணாகுளம் பக்கத்திலிருந்து கட்டிக்கொண்டு வரப்பட்ட அந்தப் பாலம், மாளா பக்கம் இணைய வேண்டுமானால், ஒரு மிகப்பெரிய பள்ளத்தை நிரப்பிச் சமன்படுத்தியதாக வேண்டும். அந்தப் பள்ளம் சுமார் 60 சென்ட் நிலப்பரப்பு உடையதாக இருந்தது. அதைப் பஞ்சாயத்து வாங்கி அரசாங்கத்துக்குத் தந்தால்தான், எர்ணாகுளம் பாலத்தின் மறு முனையை மாளா டவுனோடு இணைக்க முடியும். மாளா பஞ்சாயத்து வசதியாக இருப்பதால், அந்தப் பள்ளமான பகுதியை பணம் கொடுத்துச் சுலபமாக வாங்கித் தந்துவிட முடியும் என்று முதலில் நினைத்தது. ஆனால், இந்தப்பாலம் மட்டும் பூர்த்தியாகி புழக்கத்துக்கு வந்துவிட்டால், ஆளுங்கட்சிக்கு எல்லா புகழும் சேர்ந்து விடும் என்று நினைத்த எதிர்கட்சியைச் சேர்ந்த சிலர், 60 சென்ட் நிலத்தை முன்னரே வாங்கி, அதை 50 தலித் குடும்பங்களை உறுப்பினராகக் கொண்ட ஒரு கூட்டுறவு சொசைட்டிக்குச் சொந்தமாக்கிவிட்டனர். நிலத்தை பஞ்சாயத்துக்குத் தரத் தயாரில்லை என்று அறிவித்ததோடு நிற்காமல், நீதிமன்றத்துக்குச் சென்று 50 ஏழை தலித் குடும்பங்களின் வாழ்வாதாரமே அந்த 60 சென்ட் நிலம்தான் என்று வாதிட்டு, பாலம் கட்டும் பணிக்கு நீதிமன்றத்தடையை வாங்கிவிட்டார்கள். சுமார் 15 வருடங்களாக இந்த நீதிமன்றத் தடை நீடித்து, தொடர்ந்து கொண்டிருந்தது.

இந்த விஷயத்தில் தலித் குடும்பங்கள் சம்பந்தப்பட்டிருப்பதால் பஞ்சாயத்து தலையிட்டு நீதிமன்றத் தடையை நீக்க முயலவே இல்லை. அதேபோல், அந்தத் தொகுதியில் வெற்றி வித்தியாசம் எப்போதும் 2000 வாக்குகளே இருப்பதால், தலித் சம்பந்தமான பிரச்னையில் தலையிட்டு தேர்தலில் ரிஸ்க் எடுக்க ஆளுங்கட்சியும் முயற்சி எடுக்கவில்லை. விளைவு?

மாளா – எர்ணாகுளம் பாலம் 15 வருஷமாக முற்றுப்பெறாமல் அப்படியே நின்றுவிட்டது.

மாளா பஞ்சாயத்து தலைவரும், உறுப்பினர்களும் ஒன்று சேர்ந்து வந்து என்னைப் பார்த்தார்கள். மாளா பஞ்சாயத்து பொருளாதார ரீதியில் வசதியான பஞ்சாயத்து எனவும், அவர்களுக்குரிய ஒரே மனக்குறை எர்ணாகுளம் – மாளா பாலம் பூர்த்தியாகாமல் இருப்பதுதான் என்றும், அந்த 60 சென்ட் நிலத்தை எவ்வளவு தொகை கொடுத்து வாங்கவும் அவர்கள் தயாராக இருப்பதாகவும் சொன்னார்கள். கலெக்டர்

இந்த விஷயத்தில் தலையிட்டு, அந்த நிலத்தை வாங்கித் தந்தால், பாலத்தை இரண்டு மாதத்திற்குள் பூர்த்தியாக்கி, எர்ணாகுளத்துக்கும் மாளாவுக்கும் இடையிலுள்ள தூரத்தை 12 கிலோ மீட்டராகக் குறைத்தால், அது மக்கள் அனைவருக்கும் நன்மை அளிக்கும் என்றார்கள்.

தலித் கூட்டுறவு சொசைட்டியின் பிரமுகர்களை நான் அழைத்துப் பேசினேன். அரசியல் தூண்டுதலால்தான் இந்த பிரச்னை இந்த நிலைமைக்கு ஆனதை அவர்கள் ஒப்புக்கொண்டார்கள். ஆனால், இப்போது கௌரவ பிரச்னை ஆகிவிட்டது என்றும், இப்போது பின்வாங்க இயலாது என்றும் சொன்னார்கள். தலித்துக்கள் ஏழையாக இருக்கலாம். தலித்துகள்தானே என்று பணத்தைக் காட்டி விலை பேசினால் நாங்கள் அடிபணிந்து நிலத்தைத் தந்து விடுவோம் என்று பஞ்சாயத்துகாரர்கள் மனப்பால் குடிக்கிறார்கள். சென்ட்டுக்கு நான்கு மடங்கு விலை கொடுத்தாலும், அந்த நிலத்தை நாங்கள் தரத் தயாரில்லை என்று திட்டவட்டமாகக் கூறிவிட்டுச் சென்றார்கள்.

மாளா பஞ்சாயத்து பிரமுகர்கள் இந்த விஷயம் சம்பந்தமாக கலெக்டரிடம் கோரிக்கை வைத்ததை முதலமைச்சருக்குச் சொல்லியிருக்கிறார்கள். அவர் சிரித்துக்கொண்டே என்னிடம் சொன்னார். "இது என் தொகுதி. ரொம்ப நாளா கிடப்பில் இருக்கும் இந்த பிரச்னை தீர்ந்தா நல்லாதான் இருக்கும். ஆனால் தீராது. ஏன்னா இது முழுக்க முழுக்க அரசியல். உங்க சக்திதான் விரயமாகும். முயற்சி பண்ணிப் பாருங்க" என்று நம்பிக்கையே இல்லாமல் சொன்னார், அவர்.

பல வருடங்களாக தீராத – ஆனால் மக்களுக்கு மிகவும் பயன் தரக்கூடிய விஷயங்களில் தலையிடவும், தீர்வு காணவும் கலெக்டர் என்கிற பதவி மிகவும் ஏற்றதான ஒன்று என்று கருதுகிறவன் நான். ஏனென்றால் கலெக்டரைப்போல மக்கள் அனைவரும் மதிக்கிற, ஏற்றுக்கொள்கிற, நீதி கிடைக்கும் என்று எதிர்பார்க்கிற அமைப்பு (Institution) அரசாங்கத்தில் வேறொன்றில்லை.

எனவே மாளா பாலம் விவகாரத்தில் நம்மால் முடிந்ததைச் செய்வோம் என்று நான் முடிவெடுத்தேன். பஞ்சாயத்தாரின்

கருத்தையும் அவர்களுக்கு எதிராக உள்ள தலித் சொசைட்டியைச் சேர்ந்தவர்களின் கருத்தையும் கேட்டாகிவிட்டது. இனி மேற்கொண்டு தொடர்வதற்கு முன்பாக மாளா டவுனையும், பிரச்னைக்குரிய பாலத்தையும், தலித் சொசைட்டிக்குச் சொந்தமான 60 சென்ட் நிலத்தையும் பார்க்க நான் விரும்பினேன். வார நாட்களில் போனால் ஆட்கள் திரண்டு வாதப் பிரதிவாதங்கள் செய்து, அங்கே ஒரு கலவரச்சூழலை உருவாக்கி விடுவார்கள் என்பதால் யாரிடமும் எதுவும் சொல்லாமல் ஒரு ஞாயிற்றுக் கிழமையன்று என் டிரைவரை மட்டும் அழைத்துக்கொண்டு போனேன். முற்றுப் பெறாத பாலத்தையும், ஒரு கோடி ரூபாய் செலவில் கட்டப்பட்ட அந்த பாலத்தையே முடக்கி விட்ட 60 சென்ட் பள்ளத்தையும் பார்த்தேன். அந்தக்காட்சி மிகவும் மன வருத்தத்தைத் தருவதாக இருந்தது.

பழமொழி ஒன்றைச் சொல்வார்களே, கல்யாணத்தை நிறுத்துவதற்கு ஒரு சீப்பை ஒளித்து வைத்ததாக. இது உண்மையிலேயே அப்படித்தான். வெறும் 60 சென்ட் நிலம் இவ்வளவு பெரிய பாலத்தையே முடக்கிவைத்துவிட்டதே!

மாளா ஒரு அழகான டவுன். அந்த ஊர் முழுவதுமே ஒரு பெரிய குளத்தைச் சுற்றி அமைந்திருந்தது. ஏராளமான எஸ்டேட்டுகள் டவுன் எல்லைக்குள் இருப்பதால் பஞ்சாயத்துக்கு வருமானம் அதிகம். காண்கிற திசை எல்லாம் பசுமையாகத் தெரிந்தது.

தலித் மக்கள் வாழும் பகுதியையும் பார்வையிட்டுவிட்டு இறுதியாகப் பஞ்சாயத்து ஆபீசுக்குச் சென்றேன்.

விடுமுறை தினமானதால் அங்கே யாருமில்லை. காவலாளி மட்டும் இருந்தார். கேரளாவில் காவலாளி என்று ஒருவரை புறம் தள்ளிவிட முடியாது. சில சமயம் விவரமறிந்தவர்களாக அவர்கள் இருப்பார்கள். பஞ்சாயத்தின் வருமான மார்க்கங்களைப்பற்றிக் கேட்டேன். ஆடிட்டரைப்போல எல்லா விவரங்களையும் கைவிரல்களில் அவர் வைத்திருந்தார். அவர் சொன்னதில் கிடைத்த புதியதோர் தகவல்: டவுன் நடுவில் அமைந்துள்ள பஞ்சாயத்துக்குச் சொந்தமான குளத்தின் பரப்பளவு 90 ஏக்கர்.

அதில் மீன்கள் அதிகம் இல்லாததால் யாரும் குத்தகைக்கு எடுக்க முன்வருவதில்லை. வேறு வழியில்லாமல் ஊரிலுள்ள

எஸ்டேட் ஓனர் ஒருவரிடம் வற்புறுத்தி, ரூபாய் ஒரு லட்சத்திற்கு குத்தகைக்குக் கொடுத்திருக்கிறது, பஞ்சாயத்து. அவர் மீன் எதுவும் பிடிக்காமல் சொகுசுப் படகு ஒன்றை மிதக்க விட்டு, அதில் தன் நண்பர்களுக்கு அடிக்கடி விருந்துகள் கொடுத்துக் கொண்டிருக்கிறாராம்!

அடுத்த நாள். தலித் சொசைட்டி உறுப்பினர்களை அழைத்தேன். மாளா சென்று எல்லாவற்றையும் பார்த்துவிட்டு வந்திருக்கிற விவரத்தையும் சொன்னேன். மாவட்டத்திலுள்ள எல்லா தலித் கூட்டுறவு சொசைட்டிகளின் தலைவர் கலெக்டர் என்பதால், நான் அக்கறையோடு அவர்களிடம் பேசினேன். "இந்த விஷயத்தில் சில அரசியல்வாதிகள் உங்களைப் பயன்படுத்திக் கொண்டு பாலத்தின் பணியை நிறுத்தியிருக்கிறார்கள். அது எனக்குப் பிரச்னையில்லை. ஆனால் இந்த சொசைட்டி நன்றாகச் செயல்படுகிறதா? அதன் மூலம் 50 தலித் குடும்பங்களுக்கு வருமானமோ அல்லது பொருளாதார நன்மையோ கிடைக்கிறதா? நீங்கள் கிடைக்கிறது என்று சொன்னால் எனக்கு மகிழ்ச்சி. நான் இந்த விஷயத்தில் தலையிடாமல் விலகிவிடுகிறேன். அவர்களின் நலம்தான் முக்கியம்" என்று நான் வலியுறுத்திப் பேசியவுடன் அவர்களும் மனம் திறந்து பேச ஆரம்பித்தார்கள்.

"சார், இந்த 60 சென்ட் நிலத்திலிருந்தோ அல்லது தலித் சொசைட்டியிலிருந்தோ தலித் குடும்பங்களுக்கு இதுவரை ஒரு பைசா கூட வருமானமா கிடைக்கவில்லை என்பது உண்மைதான். ஆனால் சரியாகவோ தவறாகவோ இந்த 60 சென்ட் பிரச்னை எங்களுடைய தன்மானப் பிரச்னை ஆகிவிட்டது.

பஞ்சாயத்திலிருக்கும் மேல்ஜாதிக்காரங்க எல்லாம், இவங்க தாழ்ந்த ஜாதிக்காரங்கதானே பணத்தைத் தூக்கி எறிஞ்சா நம்ம கால்ல வந்து விழுந்துடுவாங்கன்னு நினைக்கிறாங்க. காலங்காலமா தாழ்த்தப்பட்டுக் கிடந்தவங்க சார் நாங்க. மத்தவங்க மாதிரி இப்போ தலை நிமிர்ந்து நடக்கணும்னு ஆசைப்படறோம். இதை எல்லாம் கணக்கில் எடுத்துக்கிட்டு, நாங்க அவங்களிடம் தோத்துப் போகாத மாதிரி, நீங்க ஒரு தீர்ப்பு சொன்னா, நாங்க ஏத்துக்கத் தயாரா இருக்கோம்"

அவர்களது பேச்சில் இருந்த நியாயத்தை அறிந்து, நான் அதிர்ந்து போனேன். மாளா பிரச்னை 60 சென்ட் நிலத்தின்

பிரச்னை அல்ல. சமுக நீதி சம்பந்தப்பட்டது என்பதை நான் நன்றாகப் புரிந்து கொண்டேன்.

நான் அவர்களிடம் "நிச்சயம் நீங்கள் சொன்னதையெல்லாம் கருத்தில்கொண்டுதான் என்னுடைய தீர்ப்பு இருக்கும். நான் பஞ்சாயத்தாரிடமும் பேசிவிட்டு உங்களை அழைக்கிறேன்" என்று கூறி அனுப்பிவைத்தேன்.

பஞ்சாயத்தாரை அழைத்தேன். அவர்கள் உற்சாகமாக புதிய கணக்குகளோடு வந்தார்கள். அவர்களைப் பொறுத்தவரை நிலத்துக்கு ஒரு சரியான விலையைக் கலெக்டர் நிர்ணயம் செய்து பிரச்னையைத் தீர்த்து வைப்பார் என்று நம்பிக் கொண்டிருந்தார்கள்.

மார்க்கெட்டில் சென்ட் விலை தற்போது ரூ.50 ஆயிரம் இருப்பதாகவும், தலித் சொசைட்டிக்கு சென்ட் ஒன்றிற்கு ரூ. 1,50,000 வரை கொடுக்க, பஞ்சாயத்து தயாராக இருப்பதாகவும் அவர்கள் சொன்னார்கள்.

நான் சொன்னேன்: "சென்ட்டுக்கு நீங்கள் எத்தனை மடங்கு விலை கொடுத்தாலும், அவர்கள் நிலத்தைக் கொடுக்கத் தயாரில்லை என்று முடிவாக சொல்லிவிட்டார்கள்"

விளையாட்டு வீரர்களுடன் ஒரு கைகுலுக்கல்

பஞ்சாயத்தாரின் முகங்கள் வாடிவிட்டன. "பிரச்னை தீரவே தீராதா?" பேச்சில் சுரத்தே இல்லாமல் அவர்கள் கேட்டனர்.

"வேறு விதமாக நாம் யோசிக்கவேண்டும். நீங்களும் சிலவற்றை விட்டுக்கொடுக்கத் தயாராக வேண்டும்" என்று நான் சொன்னதுதான் தாமதம் உடனே "எதை விட்டுக்கொடுக்க வேண்டும்?" என்று அறிந்து கொள்ள துடித்தார்கள்.

நான் சொன்னேன். "அடுத்த வாரம் ஒரு குறிப்பிட்ட தேதியில் இரு தரப்பினரும் வாருங்கள். என் திட்டத்தைச் சொல்கிறேன்"

அந்த குறிப்பிட்ட தேதி வந்தது. இரு தரப்பினரும் வந்தார்கள். முதலில் தலித் சொசைட்டியைச் சேர்ந்தவர்களை அறைக்குள் அழைத்தேன். முன்பு வந்ததைவிட அதிகமான அளவில், 15 பேர் – வந்திருந்தார்கள்.

"உறுப்பினர்கள் அதிகமாக வந்திருப்பது மகிழ்ச்சி அளிக்கிறது" என்றேன், நான். "நீங்கள் எங்களுக்கு நல்லது செய்வீர்கள் என்கிற நம்பிக்கை இருப்பதால்தான் வந்திருக்கிறோம்" என்று சொன்னார்கள்.

"நான் இந்தப் பிரச்னையை தீர்ப்பதற்கு, பஞ்சாயத்து உங்களுக்கு என்ன செய்ய வேண்டும்? நீங்கள் என்ன செய்ய வேண்டும்? என்பதை நன்றாக யோசனை செய்து வைத்திருக்கிறேன். தலித் சொசைட்டியின் சேர்மனான நான் உங்களுக்கு நல்லதையே செய்வேன். என்மேல் நம்பிக்கை இருக்கிறது இல்லையா?" என்றேன்.

அவர்கள் எல்லோரும் "இருக்கிறது" என்றார்கள்.

"என்னுடைய திட்டத்தை இருதரப்பினரையும் ஒன்றாக அழைத்து, அமரவைத்த பின்தான் அறிவிப்பேன். அப்போது நீங்கள் உடன்படிக்கையில் கையெழுத்திட வேண்டும்". நான் சொன்னதை ஏற்றுக்கொண்டு அவர்கள் வெளியே சென்றார்கள்.

அடுத்து, பஞ்சாயத்தாரை மட்டும் அழைத்தேன். அவர்களிடம் சொன்னேன்: "நான் சொல்லப்போகிற தீர்ப்பு இருதரப்பினருக்கும் நன்மை அளிப்பதாக இருக்கும். ஒரே ஒரு கண்டிஷன். இருதரப்பினரும் ஒன்றாக அமர்ந்திருக்கும்போதுதான் நான் என்னுடைய திட்டத்தை அறிவிப்பேன். வெளியில்

யாரையாவது கலந்து பேசிவிட்டு முடிவைச் சொல்கிறோம் என்று சொல்ல இரு தரப்பினருக்கும் அனுமதி கிடையாது. என் தீர்ப்பு சரி என்று தோன்றினால் இருதரப்பினரும் உடனே சம்மதித்துக் கையெழுத்திடவேண்டும். சம்மதம் இல்லையென்றால் வெளியேறி விடலாம்.

இருதரப்பினரையும் ஒன்றாக வந்தமரும்படி சொன்னேன். நான் அறிவிக்கப்போகும் உடன்படிக்கையை ஏற்கெனவே யாருக்கும் தெரியாமல் தயார் செய்து வைத்திருந்தேன். உடன்படிக்கை விவரங்களை நான் ஒவ்வொன்றாக அறிவித்தேன்:

1. பஞ்சாயத்துக்குச் சொந்தமான 90 ஏக்கர் குளத்தில் மீன் பிடிக்கும் உரிமையை 99 வருஷகாலத்துக்கு தலித் கூட்டுறவு சொசைட்டிக்கு பஞ்சாயத்து நல்கவேண்டும்.
2. அதற்கு ஈடாக தலித் கூட்டுறவு சொசைட்டியின் கைவசமிருக்கும் 60 செண்ட் நிலத்தை எர்ணாகுளம் – மாளா பாலம் பூர்த்தி செய்வதற்காக தலித் சொசைட்டி பஞ்சாயத்துக்கு நல்கவேண்டும்.

சற்று நேரம் இருதரப்பினரும் ஆச்சர்யம் கலந்த அதிர்ச்சிக்கு உள்ளானார்கள் என்றுதான் சொல்ல வேண்டும். இருதரப்பும் சற்றும் எதிர்பார்க்காத தீர்ப்பாக இருந்தது அது!

மீன்கள் ஒன்றுமில்லாத, வாடகைக்கு யாரும் எடுக்காத குளத்தில், மீன்பிடிக்கும் உரிமையை ஒரு சொசைட்டிக்கு கொடுப்பதில் பஞ்சாயத்துக்கு யாதொரு பிரச்னையும் இல்லை. இப்போது வருகிற வருமானத்தை 99 வருடத்துக்கு Calculate செய்தாலும் பஞ்சாயத்துக்கு பெரிதாக நஷ்டம் ஒன்றுமில்லை.

பஞ்சாயத்தார் என் உடன்படிக்கைக்கு முதலில் சம்மதம் தெரிவித்தார்கள். அவர்களைத் தொடர்ந்து தலித் சொசைட்டிகாரர்களும் சம்மதித்தார்கள்.

இரு தரப்பினரும் மகிழ்ச்சியுடன் உடன்படிக்கையில் கையெழுத்திட்டார்கள். அடுத்த நாளே பாலத்தின் பணிகள் தொடங்கப்படும் என்ற அறிவிப்பை நான் வெளியிட்டேன்.

மாளா பஞ்சாயத்தைச் சேர்ந்தவர்கள் என்னிடம் தனியாக நன்றி சொல்ல வந்தார்கள். அவர்களிடம் நான் சொன்னேன். "உங்களுக்கு நன்றி சொல்ல வேண்டியவன் நான்தான்." என்று.

“நீங்கள் 60 செண்ட்டுக்கு விலையாக கொடுக்க முன்வந்த தொகையை வைத்துக் கணக்கிட்டால், பஞ்சாயத்துக்குப் பெரிதாக இந்த உடன்படிக்கையில் நஷ்டம் ஒன்றுமில்லை. ஆனால் ஜாதி பேதம் பார்க்காமல் இதற்குச் சம்மதித்தீர்கள் அல்லவா? அது மிகப்பெரிய நல்ல விஷயம்.

நான் ஏன் வெளியில் இருக்கிறவர்களோடு நீங்கள் தொடர்பு வைக்கக்கூடாது என்று நிபந்தனை போட்டேன் தெரியுமா? அவர்களுக்கு இருக்கிற ஜாதிய சிந்தனையை உங்கள் மேல் திணித்து, உங்களை திசைதிருப்பிவிடுவார்கள் என்று நினைத்துத்தான் அப்படிச் சொன்னேன். அதற்கெல்லாம் இடங்கொடுக்காமல், உடன்படிக்கையை உடனே ஏற்றுக்கொண்ட மாளா பஞ்சாயத்தாருக்கு நான் மிகவும் நன்றிக்கடன்பட்டவன்” என்றேன்.

தலித் கூட்டுறவு சொசைட்டிக்காரர்களுக்குத்தான் நன்றி உணர்ச்சியைக் கட்டுப்படுத்த முடியவில்லை. “மாளாவில் நாங்கள் வாழ்ந்தாலும் சாதிய கட்டுப்பாடுகளினால் இதுவரை அந்தக் குளத்தில் நாங்கள் இறங்க அனுமதி வழங்கப்படவே இல்லை. அந்த குளத்தில் பிடிப்பதற்கு ஒரு மீன் இல்லாமல் போனாலும் எங்களுக்கு கவலையில்லை. ஒரு படகை எடுத்துக்கொண்டு அதில் எங்கள் சமுதாய ஆட்கள் தன்மானத்தோடு பிறர் காணும் வண்ணம் குளம் முழுக்க சுற்றி வரலாம் இல்லையா? எங்கள் மூதாதையர் யாருக்கும் கிடைக்காத உரிமையை நீங்கள் எங்களுக்குப் பெற்றுத் தந்திருக்கிறீர்கள். உங்களுக்கு நாங்கள் எப்படி நன்றி சொல்வது?”

அவர்களால் கண்ணீரை அடக்க முடியவில்லை. சிலர் அழுதேவிட்டார்கள்.

இரண்டே மாதங்களுக்குள் பாலம் பூர்த்தியாக்கப்பட்டு போக்குவரத்துக்குத் தயாராகிவிட்டது.

மாளா டவுன் விழாக்கோலம் பூண்டது.

முதலமைச்சர் பஞ்சாயத்தாரிடம் திட்டவட்டமாக சொன்னாராம்: திறப்பு விழா மேடையில் வேறு யாரும் இருக்கக்கூடாது. ‘கலெக்டரை மட்டும்தான் மேடையில் அமர்த்தவேண்டும்’ என்று.

அந்த விழாவில் என்னைப் பற்றி அவர் பேசிய பேச்சு, என் வாழ்நாளில் என்னால் மறக்க முடியாது. வழக்கமாக கேரளாவில் அதிகாரிகளை முதலமைச்சர் Address செய்யும் பழக்கமில்லை. அன்று திரு. கருணாகரன் என்னை இவ்வாறு Address செய்தார்:

"கலாகாரனும் கலெக்டருமான ராஜசேகரன் என்று!" இதன் மூலம் அவர் வெளிப்படுத்தியது மாவட்ட ஆட்சித்தலைவரைவிட ஒரு கலை படைப்பாளியை அவர் உயர்வாகக் கருதுகிறார் என்பதைத்தான்.

அவர் மேலும் சொன்னார்:

"அரசியல், ஜாதி எல்லாம் கலந்து 15 வருஷமாக சிக்கலில் இருந்த இந்தப் பிரச்னையைப் பணத்தாலோ அல்லது அதிகாரம் உபயோகித்தோ தீர்த்திருக்க முடியாது. கலெக்டர் ஒரு கலைஞனாக இருப்பதால்தான், மக்களின் மன உணர்வுகளை புரிந்துகொண்டு இப்படியொரு தீர்ப்பை வழங்க முடிந்திருக்கிறது."

ஆபரேஷன் வெற்றி! ஆனால்...

நான் கலெக்டராக இருந்தபோது ஒருநாள் திருச்சூர் ரயில்வே ஸ்டேஷன் மாஸ்டர் என்னைப் பார்க்க வந்திருந்தார்.

"என்ன விஷயம்?" என்று நான் கேட்டேன்.

அவர் பேச ஆரம்பித்தார்:

"கேரளாவிலேயே திருச்சூர் ரயில்வே பிளாட்பாரம்தான் மிகவும் அகலமானது. அகலமாக இருப்பதால் பிச்சைக்காரர்கள் குடும்பத்தோடு தங்குவதற்கு வசதியாக இருக்கிறது.

சுமார் 50 குடும்பங்கள் இப்போ தங்கியிருக்காங்க. பகல் நேரத்தில் தங்களோட பொருளை எல்லாம் இங்கே மூட்டை கட்டி வச்சிட்டு எல்லோரும் பிச்சை எடுக்க போயிடறாங்க. ராத்தியானா திரும்ப வந்து டேரா போட்டு தங்கிடறாங்க. நாங்க எவ்வளவோ முயற்சி பண்ணி துரத்தினாலும் திரும்பத்திரும்ப வந்து தொல்லை பண்றாங்க. நீங்க தான் அவங்களை பெர்மனன்ட்டா அகற்றித் தரவேண்டும்" என்றார்.

நான் அதைப்பற்றி ஆய்வு செய்ய ஒருநாள் அங்கே போயிருந்தேன். பகலில் போனதால் அங்கே பிச்சைக்காரர்கள் யாருமில்லை. ஆனால், அவர்கள் தங்கள் உடைமைகளை மூட்டைகளில் கட்டி, பிளாட்பாரத்துக்கு அருகே வைத்துவிட்டு போயிருக்கிறார்கள். சிறு சிறு கூடாரங்களும் அங்கிருந்தன. அவை எல்லாற்றிலும் ரஜினிகாந்த், விஜய் முதலான சினிமா ஸ்டார்களின் படங்களும், தமிழ்நாட்டு அரசியல் தலைவர்கள் அனைவரின் படங்களும் பெரிதும் சிறிதுமாக ஒட்டப்பட்டிருந்தன. பிச்சைக்காரர்கள் அனைவரும் தமிழர்கள் என்பது வெளிப்படையாகத் தெரிந்தது.

கேரளாவில் இது ஆச்சர்யமான விஷயம் ஒன்றுமில்லை. காசர்கோடு முதல் திருவனந்தபுரம் வரை எங்கும் நிறைந்திருப்பவர்கள் தமிழகப் பிச்சைக்காரர்கள்தான். மலையாளப் பிச்சைக்காரர்கள் எண்ணிக்கையில் மிகமிகக் குறைவு. மேலும் அவர்களின் தோற்றமும், பிச்சை எடுக்கிற விதமும் முற்றிலும் வித்தியாசமாக இருக்கும். பரட்டைத்தலை, அழுக்குத்துணி, இவற்றுடன் குளிக்காமல் இருப்பதுதான் பிச்சைக்காரனின் அடையாளமாக நாம் கருதுகிறோம். ஆனால் மலையாளப் பிச்சைக்காரர்கள் நன்றாக குளித்து, சுத்தமான ஆடை அணிந்திருப்பார்கள். ரோட்டில் நடந்து செல்கிற ஆளோடு ஆளாக கூடவே நடந்து சென்று, சிறிது தூரம் போனதும் லேசாக தலையைத் திருப்பி, அந்த ஆளுக்கு மட்டும் கேட்கும் விதத்தில் குரலைத் தாழ்த்தி "ஒரு பைவ் ருப்பீஸ் தர முடியுமா?" என்று பவ்யமாகக் கேட்பதுதான் மலையாளப் பிச்சை ஸ்டைல்!

என் ஆய்வு முடிந்ததும் ஸ்டேஷன் மாஸ்டரிடம் சொன்னேன். "நாளை காலை இவர்கள் பிச்சை எடுக்கப் போவதற்கு முன், ரயில்வே போலீஸ் உதவியுடன் அவர்களைத் தடுத்து நிறுத்தி இங்கேயே அமர வையுங்கள்.

நான் வந்து அவர்களுடன் பேசுகிறேன்" என்று சொல்லிவிட்டுப் புறப்பட்டேன்.

அடுத்தநாள் காலை நான் சொன்னபடி அனைவரும் குழுமியிருந்தார்கள். 50 குடும்பங்களில் ஐந்தாறு பேர்தான் ஊனமுற்றவர்களாக இருந்தார்கள். மற்றவர்களுக்கு எல்லாம் வேலை செய்யக்கூடிய அளவுக்கு உடல்நலமிருந்தது.

நான் அவர்களிடம் கொஞ்சம் உருக்கமாகப் பேசினேன்.

“இருக்க இடமில்லாமல் வாழ வருமானமும் இல்லாமல் நீங்கள் கஷ்டப்பட்டுக் கொண்டிருக்கிறீர்கள். ஒரு தமிழன் என்ற முறையில் என்னால் ஆன உதவியை உங்களுக்குச் செய்ய விரும்புகிறேன். திருவள்ளுவர் சொல்லியிருக்கார். பிச்சை எடுப்பது மனிதனுக்கு கௌரவக்குறைச்சல் என்று. நீங்க பிச்சை எடுக்கறதை நிறுத்திட்டு உழைச்சு சம்பாதிக்க முன்வரணும். வருவீங்களா?”

ஓரிருவர் பதிலளித்தார்கள்.

“வேலை கிடைச்சாதானுங்களே?”

“நான் ஏற்பாடு செஞ்சிட்டுதான் வந்திருக்கேன்

உங்க எல்லோருக்கும்– ஊனமுற்றவர் உட்பட– இதே மாவட்டத்தில் வேலை வாங்கித் தர்றேன்.

வேலை செய்கிற இடத்திலேயே தங்குவதற்கும் ஏற்பாடு செய்து தர்றேன். இனிமே நீங்க இன்னொருவர் முன்னால போயி கூனிக்குறுகிப் பிச்சை எடுக்கச் கூடாது. சொந்தமா சம்பாதிச்சி சுயமரியாதையோடு வாழணும்.

உங்க பேரு விலாசம் எல்லாம் என்னோடு வந்திருக்கிற ஆபீசருங்ககிட்ட தந்தா போதும். நாளைக்கு காலைல நீங்க வேலை செய்யப்போற இடங்களுக்கு உங்களை அழைச்சிட்டு போகறதுக்கு பஸ் இங்கே வரும்”

அவர்கள் மிகவும் உணர்ச்சிவசப்பட்டார்கள்.

அதிகாரிகளிடம் உற்சாகத்துடன் சென்று தங்கள் விவரங்களைக் கொடுக்க ஆரம்பித்தார்கள். ஒருவர் மிகுந்த உணர்ச்சிவசப்பட்டு எனக்கு நன்றி சொன்னார்: “நீங்கள் எங்களுக்கு தெய்வம் மாதிரி!”

நேற்று, அந்த இடத்தைப் பார்த்துவிட்டு போனதிலிருந்து யந்திரமாக பல காரியங்களைச் செய்தேன். லயன்ஸ் கிளப், ரோட்டரி கிளப், சேம்பர் ஆப் காமர்ஸ் முதலானோரை அழைத்து அந்த 50 குடும்ப உறுப்பினர்களின் புனர் வாழ்வைப்பற்றி விவாதித்தேன். தொழிலதிபர்கள் தோட்டங்களிலும், பேக்டரிகளிலும் இந்த ஆட்களை வேலைக்கு எடுத்துக் கொள்ளத் தயாரானார்கள்.

கேரளாவில் வேலை வாய்ப்பு குறைவு என்று எல்லோரும் சொல்வார்கள். அது உண்மைதான். ஆனால் தமிழர்களுக்கு கேரளாவில் வேலை கிடைப்பது மிகவும் சுலபம். ஏனென்றால் தமிழர்கள் நேர்மையானவர்கள். அர்ப்பணிப்பு குணமுள்ளவர்கள் என்ற கருத்து கேரளாவில் பரவலாக உள்ளதால், மலையாளிகளை விட தமிழர்களுக்கு வேலை கிடைப்பது அங்கே எளிது. எனவேதான் 50 குடும்பங்களை Rehabilitate செய்ய நான் எடுத்த முயற்சிக்கு உடனே பலன் கிடைத்தது.

50 குடும்பங்களின் விவரங்கள் கிடைத்துவிட்டன. வேலை தருவதாகச் சொன்ன தொழிலதிபர்களைத் தொடர்புகொண்டு, எங்கெங்கே யாரை அழைத்துச்செல்ல வேண்டும் என்கிற பட்டியல் தயாராகிக் கொண்டிருந்தது.

அன்று இரவு மனநிறைவோடு உறங்கப்போனேன். ஐம்பது தமிழ்க் குடும்பங்கள் நாளை வறுமையிலிருந்து மீளப்போகிறது என்கிற மனநிறைவோடு நான் உறங்கப்போனேன்.

அடுத்த நாள் காலை.

திட்டமிட்டபடி வேலையிடங்களுக்கு எல்லோரையும் அழைத்துச் செல்ல பஸ் ரயில்வே ஸ்டேஷனுக்குப்போனது. அங்கே அவர்களுக்கு அதிர்ச்சி காத்திருந்தது.

இரவோடு இரவாக அந்த 50 குடும்பங்களும், தங்கள் உடைமைகள் எல்லாவற்றையும் எடுத்துக்கொண்டு, திருச்சூர் பிளாட்பாரத்தைக் காலி செய்துவிட்டுப் போயிருக்கிறார்கள்.

நான் ஆபீஸ் சென்றபோது ஸ்டேஷன் மாஸ்டர் பூங்கொத்துடன் என்னைக்காண காத்திருந்தார். அவரைப் பொறுத்தவரை, கலெக்டர் உபயோகித்த 'டெக்னிக்' பலனளித்து விட்டது. எல்லோருக்கும் வேலை தருவதாகச் சொன்னது, சொன்னதோடு நில்லாமல் உண்மையாகவே தொழிலதிபர்களிடம் பேசி வேலை ஏற்பாடு செய்தது, பஸ் வந்து அவர்களை அடுத்தநாள் காலை ஏற்றிக்கொண்டு போகும் என்று அறிவித்தது – இவைகள் எல்லாம் இரவோடு இரவாக அவர்களை ஓட ஓட விரட்டிவிட்டது. இனி எந்த காரணம் கொண்டும் திருச்சூர் ஸ்டேஷன் பக்கம் அவர்கள் திரும்பிக் கூட பார்க்க மாட்டார்கள்.

"சார், இவர்களெல்லாம் பிச்சை எடுத்து சோம்பி வாழ்வதில் சுகம் கண்டவர்கள். உடம்பை வருத்தி வேலை செய்வதில் இம்மியளவுகூட அவர்களுக்கு விருப்பம் இருக்காது!"

ஸ்டேஷன் மாஸ்டர் நன்றி மேல் நன்றி சொல்லி விடைபெற்றுச் சென்றார்.

ஆனால், என் தமிழ் மனது வேதனையிலும் வெட்கத்திலும் தவித்திருந்தது!

நேர்மையாக இருந்தால் யாருக்கு லாபம்?

நான் கலெக்டராக இருந்த காலம். புதிதாக பொறுப்பேற்றிருந்த UDF முன்னணி தங்களது தேர்தல் அறிக்கையில் திருச்சூர் மாவட்டத்தில் மிகப்பெரிய நவீன அரிசி ஆலை ஒன்றை கூட்டுறவு துறையில் அமைக்கப்போவதாக அறிவித்திருந்தது.

முதலமைச்சர் வரும்போதெல்லாம் அரிசி ஆலையை எங்கே அமைப்பது எப்படி அமைப்பது என்றெல்லாம் கட்சிக்காரர்கள் அவருடன் விவாதித்தார்கள். ஒருவாறாக, திருச்சூரில் ஒரு கூட்டுறவு சொசைட்டி உருவாக்குவதென்றும் அதற்குத் தேவையான நிதி உதவியை அரசாங்கத்திடமிருந்து பெறுவது என்றும் முடிவெடுத்தார்கள்.

பிரதமர் மேதகு P.V. நரசிம்மராவ் திருச்சூர் வருகை புரிந்தபோது

திருச்சூரைச் சேர்ந்த சீனியர் காங்கிரஸ்காரர் ஒருவரை அந்த கூட்டுறவு சங்கத்தின் தலைவராக்கவும் அவர்கள் தீர்மானித்தார்கள். அந்த காங்கிரஸ்காரர் மிகவும் நேர்மையானவர். பழிக்கு அஞ்சுபவர். நவீன அரிசி ஆலையை நிறுவுவது என்றால் ஒரு கோடி ரூபாய்க்கும் மேல் மெஷினரி வாங்க வேண்டியிருக்கும். வாங்குவதில் முறைகேடு ஏதாவது ஏற்பட்டால் தன்னுடைய பெயர்தான் கெட்டுப்போய்விடும் என்று அவர் பயந்தார்.

முதல்வர் "அவர்தான் பொறுப்பேற்க வேண்டும்" என்று நிர்ப்பந்தம் செய்த அன்று நான் முதல்வருக்கு அருகில் இருந்தேன்.

அந்த காங்கிரஸ்காரர் சொன்னார். "நான் தலைவராகப் பொறுப்பேற்கிறேன். ஆனால் ஒரு கண்டிஷன். மெஷினரி முதலானவைகளை வாங்கித்தருகிற பொறுப்பை கலெக்டரிடம் ஒப்படைக்கவேண்டும். அப்போதுதான் புகார் ஒன்றும் வராது" என்றார் அவர்.

முதல்வர் கருணாகரன் பிரச்சினையைத் தீர்த்து வைப்பது போல என்னைப்பார்த்து "நீங்கள் பர்ச்சேஸ் விஷயங்களைப் பார்த்துக்கொள்ளுங்கள்" என்று சொல்லிவிட்டார்.

சாதாரணமாகக் கூட்டுறவு நிறுவனப் பணிகளில் கலெக்டர் ஈடுபடுவதில்லை. அரசாங்கம் வழங்கும் மானியத்தில் நிறுவப்போகும் அரிசி ஆலையாக இருப்பதால் முதல்வர் என்னைப் பொறுப்பேற்க வைத்துவிட்டார்.

கேரளாவின் விவசாயப் பல்கலைக்கழகம் திருச்சூரில் இருந்ததால் நானும் அத்துறையில் சிறந்து விளங்கும் மூன்று பேராசிரியர்களை உறுப்பினர்களாகக் கொண்ட ஒரு நிபுணர்க்குழுவை அமைத்து டெண்டர் அழைப்பதற்கான ஏற்பாடுகளைச் செய்ய ஆரம்பித்தேன்.

அரிசி ஆலைகள் தமிழ் நாட்டில் ஏராளமாக இருப்பதாகவும் அதில் நெய்வேலியில் உள்ள அரிசி ஆலையைப்போல் திருச்சூரில் ஒன்றை நிறுவுவதுதான் உசிதமாக இருக்கும் என்றும் நிபுணர்கள் சொன்னார்கள்.

அந்தச் சமயத்தில் சொந்த விஷயமாக சென்னை வந்த நான், நெய்வேலியில் இருக்கும் அரிசி ஆலையைப் பார்த்துவைப்பது

நன்றாக இருக்கும் என்று கருதினேன். நெய்வேலியில் உள்ள ஆலையைப் பார்க்க வருவதாக ஆலை நிர்வாகிகளுக்குச் சொல்லிவிட்டு அங்கே சென்றேன். அந்த ஆலைக்கு மெஷினரி சப்ளை செய்த கம்பெனியிலிருந்து ஒரு அதிகாரி எனக்கு விளக்கிக் காட்ட அங்கே வந்திருந்தார். திருச்சூரில் இதைப்போன்ற ஒரு ஆலையை நிறுவப்போகிற விஷயத்தை அவர்களிடம் நான் சொல்லவில்லை. அரிசி ஆலை எப்படிச் செயல்படுகிறது என்றறிந்து ஒரு அறிக்கையை அரசாங்கத்துக்குச் சமர்ப்பிக்க வேண்டும் என்பதற்காகத்தான் நான் ஆலையைப் பார்க்க வந்திருப்பதாக அவர்களிடம் சொன்னேன். ஆலையைப் பார்த்து முடித்தவுடன் சேலத்துக்குச்சென்று ரயில் ஏறி திருச்சூர் செல்ல நான் டிக்கட் வாங்கியிருந்தேன்.

என்னை வழியனுப்பிவைக்க அந்த மெஷினரி கம்பெனியின் அதிகாரி என்னுடன் பயணம் செய்தார். அந்த நீண்ட கார் பயணத்தில் பொதுவான உலக விஷயங்களை நாங்கள் பேசிக்கொண்டே சென்றோம். நான் அவருடைய கம்பெனிக்கு ஒரு கஸ்டமர் ஆகப்போகிறேன் என்பதை அறியாத அவர் அரிசி ஆலை மெஷினரி உற்பத்தி துறையின் பிரச்சினைகளை என்னிடம் சொல்லிக்கொண்டே வந்தார். இந்த ஆலைகளைப் பெரும்பாலும் கூட்டுறவு சங்கங்கள்தான் நிறுவுகின்றன என்றும் ஆலைகளின் மெஷினரி சப்ளை செய்யும்போது அரசியல்வாதிகளுக்கும் அதிகாரிகளுக்கும் லஞ்சம் கொடுக்கவேண்டிய அவசியம் இருப்பதால் சுமார் 20 சதவீதம் வரை மெஷினரி விலையைக் கூட்டிவைக்க வேண்டிய நிலை தங்களுக்கு இருப்பதாகச் சொல்லி அவர் மிகவும் வேதனைப் பட்டார். ஒன்றும் பேசாமல் அவர் சொன்ன விஷயங்களை நான் கேட்டுக்கொண்டேன். சேலம் ஸ்டேஷன் வந்ததும் அவரிடமிருந்து நான் விடைபெற்று திருச்சூருக்கு வந்து சேர்ந்தேன்.

அரிசி ஆலைக்கான டெண்டர் விடப்பட்டு Quotationகள் பெறப்பட்டன. நிபுணர்கள் குழு, கிடைத்த Quotationகளை ஆராய்ந்து பார்த்து இரண்டு பெரிய கம்பெனிகளின் Quotationகள் தான் தகுதியுடன் இருப்பதாக தேர்ந்தெடுத்தது. அந்த இரண்டு quotationகளை பரிசீலனை செய்து பார்த்ததில் நெய்வேலி ஆலையை நிறுவிய கம்பெனிதான் குறைவான விலையை (Lowest Quotation: L1) quote செய்திருந்தது.

என் தலைமையில் இறுதி முடிவு எடுப்பதற்காக பர்ச்சேஸ் கமிட்டி கூடியது. நிபுணர்க்குழுவினர் குறைவாக Quote செய்த கம்பெனியை ஒருமனதாக தேர்ந்தெடுத்து Purchase ஆர்டர் கொடுக்க பரிந்துரைத்திருந்தார்கள். நான் அந்தக் கம்பெனியைச் சேர்ந்த அதிகாரிகளை அழைத்தேன். அவர்கள் உள்ளே வந்தார்கள்.

சுமார் 2 கோடிக்கான ஆர்டரைப் பெற்ற பெருமிதம் அவர்களின் முகத்தில் வெளிப்படையாகத் தெரிந்தது. நெய்வேலி ஆலையை எனக்குச் சுற்றிக்காண்பித்த அதிகாரியும் அந்தக்குழுவில் வந்திருந்தார்.

நான் சொன்னேன். "நீங்கள் தான் குறைவாக விலையை Quote செய்திருக்கிறீர்கள். மகிழ்ச்சி. ஆனால் உங்களிடம் நான் ஒரு விஷயம் சொல்ல ஆசைப்படுகிறேன். இந்த விவகாரத்தில் நான் தான் முழுக்க முழுக்க தீர்மானம் எடுக்கப்போகிறேன். இந்த ஆர்டருக்காக நீங்கள் எந்த ஒரு அரசியல்வாதிக்கோ அல்லது அதிகாரிக்கோ ஒரு பைசா கூட லஞ்சமாகத் தர வேண்டியதில்லை." அவர்களின் முகங்களில் அதிகமான சந்தோஷம் வெளிப்பட்டது.

நான் தொடர்ந்தேன்: "எனக்கு நூறு சதவிகிதம் நம்பத்தகுந்த ஒரு இன்பர்மேஷன் கிடைத்திருக்கிறது. நீங்கள் விலையைத் தீர்மானிக்கும்போது அரசியல்வாதிக்கும் அதிகாரிக்கும் லஞ்சம் கொடுப்பதற்காக விலையை சுமார் 20 சதவீதம் கூட்டிவைத்திருப்பதாக நான் அறிகிறேன். திருச்சூர் அரிசி ஆலை மெஷினரிக்காக நீங்கள் லஞ்சம் ஒன்றும் கொடுக்கவேண்டிய அவசியம் இல்லாததால் நீங்கள் Quote செய்துள்ள விலையில் 20 சதவீதம் அதாவது 36 லட்சம் ரூபாய் குறைத்துக்கொள்ள வேண்டும் என்று நான் கேட்டுக்கொள்கிறேன்" என்றேன், நான்.

அந்தக் கம்பெனி அதிகாரிகள் அதிர்ச்சி அடைந்தார்கள். என்னுடன் இருந்த நிபுணர்களுக்கும் அதிர்ச்சிதான். நான் "லஞ்சம்" என்கிற வார்த்தையை சர்வசாதாரணமாக உச்சரித்ததைக் கண்டு எல்லோரும் வியந்தார்கள்.

அதிகாரிகள் முகங்களில் வழிந்த வியர்வையைத் துடைத்துக் கொண்டார்கள். குறிப்பாகப் பின்னால் உட்கார்ந்திருந்த நெய்வேலி அதிகாரியின் முகம் பேயறைந்தது போலிருந்ததை நான் கவனித்தேன்.

அதில் சீனியராக இருப்பவர் பேசினார்.

சீனியர்: "அதை எப்படி சார் குறைக்க முடியும்? நாங்கள் competitionஇல் L1 ஆக வந்திருக்கிறோம். நாங்கள் Quote செய்த விலை தான் குறைந்த விலையாகத் தேர்ந்தெடுக்கப்பட்டபிறகு இதற்கு மேலும் நாங்கள் எப்படி அதைக் குறைக்க முடியும்?"

நான் தயாராக வைத்திருந்த இது சம்பந்தமான அரசாங்க விதிமுறைகளைப் படித்துக்காட்டினேன். அதன்படி L1 ஆக தேர்ந்தெடுக்கப்பட்ட பின்பும் அரசாங்கம் அவர்களிடம் மேலும் குறைக்கச்சொல்லிக் கேட்க உரிமை இருக்கிறது.

"அதன்படிதான் நான் உங்களைக் குறைக்கச்சொல்லி கேட்கிறேன். மேலும் நீங்கள் Quote செய்தது தான் குறைந்த விலையாக இருக்கவேண்டும் என்றில்லை. அதற்குள் லஞ்சம் கொடுப்பதற்கான புரொவிஷன் 20 சதவீதம் இருக்கிறது. எங்களுடைய கேஸில் லஞ்சம் தரவேண்டிய அவசியம் இல்லாததால் அதற்காக நீங்கள் கூட்டி வைத்திருக்கிற தொகையைக் குறைக்குமாறு கேட்கிறேன்!" என்றேன், நான்.

அவர்கள் வெலவெலத்துப்போனார்கள். என்னென்னவோ வாதாடிப்பார்த்தார்கள். நான் மசியவில்லை. நான் இறுதியாகச் சொன்னேன்:

"நீங்கள் விலையைக் குறைக்கச் சம்மதிக்கவில்லை என்றால் நான் இந்த டெண்டரை கேன்சல் செய்துவிட்டு மீண்டும் புதிய டெண்டர் கோருவதைத்தவிர எனக்கு வேறு வழியில்லை."

அவர்கள் பதறிவிட்டார்கள். தங்கள் ஹெட் ஆபீசில் உள்ளவர்களோடு Discuss செய்துவிட்டு வர அனுமதி கோரினார்கள்.

போக்குவரத்துத்துறைச் செயலாளராக அமைச்சர்கள் குழுவுடன்

நான்: "தாராளமாக பேசிவிட்டு வாருங்கள். எனது நிலைபாட்டில் மாற்றம் எதுவும் இல்லை. நாங்கள் உங்களுக்காக எவ்வளவு நேரம் காத்திருக்கவும் தயார்" என்றேன்.

அரைமணி நேரம் கழித்து வந்தார்கள். மீண்டும் வாதாடிப் பார்த்தார்கள். என் முடிவில் மாற்றமில்லை. "வாதாடிப்பாருங்கள், மசியவில்லை என்றால் சம்மதித்து விடுங்கள். எக்காரணம் கொண்டும் ஆர்டரை இழக்கக்கூடாது" என்று அவர்களது கம்பெனி மேலிடம் சொல்லியிருக்கும் போலிருக்கிறது.

மெஷினரி விலையில் லஞ்சம் கொடுப்பதற்காக நாங்கள் எதையும் கூட்டிவைக்கவில்லை என்று வாதாட அவர்களுக்குத் தைரியம் வரவில்லை.

இறுதியில் அவர்கள் Quote செய்த விலையில் 20 சதவீதத்தை அதாவது 36 லட்சத்தைக் குறைக்க மிகுந்த வேதனையோடு அவர்கள் ஒப்புக்கொண்டார்கள்.

நானும் டெண்டரில் அவர்கள் Quote செய்த விலையில் 36 லட்சத்தைக் குறைத்து அவர்களுக்கு ஆர்டர் நல்கி உத்தரவிட்டேன்.

இந்த விஷயம் மாவட்டம் முழுக்கப் பரவியது. அதிகாரிகள் மத்தியிலும்

காண்டிராக்டர்களுக்கிடையிலும் இது ஆச்சர்யமாகப் பார்க்கப்பட்டது. டெண்டர் விதிகளில் இப்படி ஒரு விதிமுறை இருப்பதும் அதை அரசுக்குச் சாதகமாக உபயோகிக்க முடியும் என்பதும் எல்லோருக்கும் புதிராக இருந்தது.

எனது லட்சியம் எல்லாம் ஒன்றே ஒன்றுதான். ஒரு அதிகாரி லஞ்சத்துக்கான வாய்ப்புக்களை முறியடித்து நேர்மையாகச் செயல்படும்போது அது கம்பெனிக்கு லாபமாகப் போய்விடக்கூடாது. அதன் பூரண பலன் அரசாங்கத்துக்குக் கிடைக்கவேண்டும் என்பதில் நான் உறுதியாக இருந்தேன்.

மெஷினரியைக் குறைந்த விலைக்கு வாங்கித்தந்ததற்காக திருச்சூர் அரிசி ஆலை கூட்டுறவு சொசைட்டி எனக்கு ஒரு பாராட்டுவிழா நடத்தியது. பல லோக்கல் அரசியல்வாதிகள் மேலோட்டமாக என்னைப் பாராட்டினாலும் ஆத்மார்த்தமாகப் பாராட்டி மகிழ்ந்தவர் அதன் தலைவரான சீனியர் காங்கிரஸ்காரர்தான்.

மதுக்கடை ஏலமும் நான்கு கவர்களும்!

தொழிற்சாலைகள் அதிகம் இல்லாத கேரளாவில் அரசாங்கத்துக்கு அதிகமான வருமானம் கிடைக்கும் துறை ஒன்று உண்டென்றால் அது எக்ஸைஸ் தான். அதாவது மதுபான லைசன்ஸ் மற்றும் எக்ஸைஸ் வரிமூலம் கிடைக்கும் வருமானம்.

வருடாவருடம் மதுக்கடைகளை ஏலம் விடுவது மிகமிக முக்கியமான பணியாக அங்கே கருதப்படுவது வழக்கம். மாவட்ட ஆட்சித்தலைவர் தலைமையில்தான் ஒவ்வொரு வருடமும் இந்த ஏலம் நடத்தப்படும்.

கேரளாவில் மதுக்கடைகளின் லைசன்ஸ்களை வாங்குவதற்கு ஒவ்வொரு வருடமும் கடுமையான போட்டி நடைபெறுவது வழக்கம். போன வருடம் லைசன்ஸ் வாங்கி மதுக்கடைகளை நடத்திக்கொண்டிருப்பவர்கள் யாதொரு காரணத்தாலும் இந்த வருடம் அந்த லைசன்ஸை இழக்கத் தயாராக மாட்டார்கள். எவ்வளவு செலவானாலும் இந்த வருடமும் லைசன்ஸ் வாங்க அவர்கள் முயல்வார்கள். ஏனெனில் மதுக்கடைகளை வைத்துக்கொண்டு ஒவ்வொரு மாவட்டத்திலும் சிறு சிறு சாம்ராஜ்யங்களை அவர்கள் ஸ்தாபித்திருந்தனர். அதனால் அவர்கள் தனியாகவோ அல்லது குழுவாகவோ செயல்பட்டு லைசன்ஸ்களை புதுப்பித்துக்கொள்ளத் துடிப்பார்கள்.

இதன் விளைவு எதிர் எதிராகச் செயல்படும் நிறைய குழுக்களை மாவட்ட அளவில் நம்மால் காண முடியும். தனிப்பட்ட விரோதம், விரக்தி, வைராக்கியம் எல்லாம் அவர்கள் மத்தியில் தலைவிரித்து ஆடும். தமக்கு லைசன்ஸ் கிடைக்க வேண்டும்; தப்பித்தவறி தமக்கோ தம் குழுவுக்கோ லைசன்ஸ் கிடைக்காவிட்டால் லைசன்ஸ் கிடைக்கிற எதிராளிக்கு நஷ்டம் ஏற்படுகிற விதத்தில் ஏலம்கேட்டு தொல்லைப் படுத்துவார்கள்.

குழுக்களுக்கிடையில் இருக்கிற இந்த போட்டி பல சமயம் வன்முறையிலும் சிலசமயம் ஒருத்தரை ஒருவர் வெட்டிக்கொண்டு இறப்பது வரை சென்று முடிந்திருக்கிறது.

மலையாள கமர்ஷியல் சினிமாவில் காணப்படும் பெரும்பாலான குடும்பத் தகராறுகள் மற்றும் வன்முறைச் சம்பவங்கள் அப்காரி குடும்பங்களுக்கிடையில் நடப்பதாகவே

இருக்கும். மதுக்கடைகளை லைசன்ஸ் வாங்கி நடத்துபவர்களைக் கேரளாவில் "அப்காரிகள்" என்றுதான் அழைப்பார்கள்.

நான் கலெக்டராக இருந்தபோது ஒரு வருடம் மதுக்கடைகளை ஏலம் விடுகின்ற நேரம் வந்தது. அந்த வருடம் கேரள அரசாங்கம் மதுக்கடைகளை ஏலம்விடுவது சம்பந்தமாக சில புதிய விதிமுறைகளை அறிவித்திருந்தது. இதற்கு மதுக்கடை வியாபாரிகள் கடுமையான எதிர்ப்பு தெரிவித்தார்கள். அவர்களது மாநில அப்காரிகள் சங்கம் அரசாங்கத்துக்கு சவால் விட்டது: இந்த புதிய விதிமுறைகளை அரசு ரத்து செய்யாவிட்டால் வியாபாரிகள் யாரும் ஏலத்தில் பங்கெடுக்கமாட்டார்கள் என்று. அரசாங்கத்துக்கு முக்கிய வருவாய் வருகிற ஏலம் என்பதால் அப்காரிகளின் எதிர்ப்பைக் கண்டு அரசு பயந்து புதிய விதிமுறைகளைத் திரும்பப் பெற்றுவிடும் என்று எதிர்பார்த்தார்கள். ஆனால் அரசு தமது நிலைப்பாட்டில் உறுதியாக இருந்தது. இறங்கிவரவேயில்லை.

எனவே, மதுக்கடை வியாபாரிகள் கேரளா முழுவதும் ஏலத்தைப் பகிஷ்கரிக்கவும், ஏலம் நடக்கும் ஹாலுக்கு வெளியே நின்றபடி கோஷம் எழுப்பி ஏலத்தை நடக்கவிடாமல் செய்யப் போவதாகவும் அறிவித்திருந்தனர்.

ஏலம் விடப்போகும் நாள் வந்தது. காலையில் எக்ஸைஸ் செக்ரட்டரி என்னை போனில் அழைத்து, ஏலத்தை எப்படியாவது நடத்திவிட வேண்டும் என்று அரசாங்கம் எதிர்பார்ப்பதாகச் சொன்னார்.

ஏலம் நடைபெற இருக்கும் டவுன் ஹாலுக்கு என்னை அழைத்துச்செல்ல மாவட்ட எக்ஸைஸ் அதிகாரி வந்தார்.

அவரிடம் நான் சொன்னேன். "அரசாங்கம் எப்படியாவது இன்று ஏலத்தை நாம் நடத்திட வேண்டும் என்று சொல்கிறது. டவுன் ஹாலில் நிலைமை எப்படியிருக்கிறது?" என்று அவரைக்கேட்டேன்.

அவர் சொன்னார்: "சார்! மதுவியாபாரிகளும் அவர்களது அடியாட்களும் ஹாலைச்சுற்றி நின்றிருக்கிறார்கள். ஹாலுக்குள் ஏலம் எடுக்க யாராவது உள்ளே நுழைய முற்பட்டால் அவர்களை தாக்குவதற்கு அடியாட்கள் தயாராக ஆயுதங்களோடு இருக்கிறார்கள். போலீஸை அதிகமாக குவித்துவைத்திருக்கிறோம்.

இந்த வியாபாரிகளின் கண்களில் மண்ணைத் தூவிவிட்டு ஒருத்தரும் உள்ளே நுழையவே முடியாது. இன்றைக்கு ஏலம் நடக்க வாய்ப்பே இல்லை, சார்!"

அரசுப்பணியில் சில உயர்ந்த அதிகாரிகள் இருப்பார்கள். அவர்கள் அரசாங்கத்திற்கு ஆதரவாக பணிபுரிகிறார்களா அல்லது அரசுக்கு எதிராக செயல்படுபவர்களுக்கு ஆதரவாக இருக்கிறார்களா என்று கணிப்பதே கஷ்டமாக இருக்கும். எங்கள் மாவட்ட எக்ஸைஸ் அதிகாரி அந்த ரகம். அப்காரிகள் தங்கள் போராட்டத்தில் வெல்லவேண்டும் என்று ஆசைப்படுபவர் போல அவர் பேசியது எனக்கு சற்றும் பிடிக்கவில்லை.

நான் சொன்னேன்: "அவர்களின் எதிர்ப்பைப் பற்றி எனக்கு கவலையில்லை. அரசாங்கம் கலெக்டரை ஏலம் நடத்த ஆணையிட்டிருக்கிறது. ஹாலில் ஒருவர் இல்லை என்றாலும் சட்டப்படி ஒவ்வொரு மதுக்கடையையும் ஏலம் விடுவது என் கடமை" என்று ஹாலை நோக்கி புறப்பட்டேன்.

ஹாலை சென்றடையும் வழியில் மதுக்கடைக்கார்கள் ஏலம் நடத்துவதற்கு எதிராக பலத்த கோஷமிட்டு என் காரைத்தடுத்தனர்.

போலீஸ் வந்து எனக்கு வழி ஏற்படுத்தித்தந்தது. தள்ளு முள்ளு இருந்ததால் போலீஸ் அதிகாரிகள் லேசான தடியடி நடத்தி என்னைப் பாதுகாப்பாக உள்ளே அழைத்துச் சென்றார்கள்.

ஹாலுக்கு வெளியே இருந்த அப்காரிகளுக்கு புதிய விதிமுறைகளை எதிர்ப்பதைக்காட்டிலும் எங்கே தங்களது போட்டியாளர்கள் திருட்டுத்தனமாக உள்ளே நுழைந்து அவர்களது கடைகளை ஏலத்தில் எடுத்துவிடுவார்களோ என்கிற கவலையே பெரிதாக இருப்பது தெரிந்தது.

ஹாலுக்குள் சென்றதும் விதிமுறைப்படி நான் ஏலத்தை துவங்கினேன். ஹாலில் ஒரு ஆளும் இல்லை. எனவே ஏலம் விடுகிற கடைகளின் பெயர்களை வேகமாக அறிவித்தோம். யாரும் ஏலம் எடுக்காததால் நான் ஒலிபெருக்கியில் ஹாலுக்கு வெளியே நின்றிருக்கும் மதுக்கடை வியாபாரிகளுக்கு நன்றாக கேட்கும் விதத்தில் ஒரு விஷயத்தைச் சொன்னேன்.

நான் சொன்னேன்: "யாரும் ஏலம் எடுக்க உள்ளே வராவிட்டாலும் நான் ஏலத்தை நிறுத்திவைக்கப்போவதில்லை.

காலையில் என்னை சில பேர் தொடர்பு கொண்டார்கள். ஹாலைச்சுற்றி ஆட்கள் நிற்பதால் எங்களால் உள்ளே வந்து ஏலத்தில் பங்கெடுக்க முடியாத நிலையில் இருக்கிறோம். கலெக்டர் அனுமதித்தால் கடைகளுக்கான எங்களது Quotationஐ கவர் மூலம் கலெக்டர் அறையில் கொடுக்கத் தயாராக இருக்கிறோம் என்று சொன்னார்கள். ஏலம் யாரும் கேட்காத பட்சத்தில் ஏலம் கேட்கும் தொகையை Quotationஆகக் கவரில் எழுதித்தர விதிமுறைகளில் அனுமதி இருக்கிறது. எனவே ஏலத்தில் பங்கெடுக்க கவர்மூலம் Quotation தர விருப்பம் உள்ளவர்கள் என் சேம்பரில் வந்து தரலாம். Auction is still open. எனவே, ஏலம் தொடர்கிறது. பங்கேற்க விரும்புகிறவர்களுக்கு போலீஸ் பாதுகாப்பு தரப்படும்" என்றேன்.

நான் அவ்வாறு சொன்னதுதான் தாமதம். அப்காரிகள் கலெக்டரேட்டிலுள்ள எனது சேம்பரை நோக்கி பாயத் தொடங்கினர். கவர் மூலம் Quotation கொடுக்க அல்ல. அவர்களுக்குத் தெரியாமல் வேறு யாராவது கொட்டேஷன் கொடுத்துவிடக்கூடாது என்கிற கவலை தான் அவர்களுக்கு. அதற்காக சேம்பருக்கு வெளியே சூழ்ந்து நின்றுகொண்டு அவர்கள் கண்காணிக்கத் தொடங்கி விட்டார்கள்.

யாராவது ஒருவர் சேம்பருக்குள் நுழைந்து எந்த கடைக்காவது Quotation ஒன்றைக் கொடுத்தால் போதும் அவர்கள் கட்டி எழுப்பியுள்ள சாராய சாம்ராஜ்யங்கள் சடாரென நொறுங்கிப்போகும் என்று அவர்கள் பயந்தார்கள்.

200க்கும் மேலாக மதுக்கடை வியாபாரிகள் என் சேம்பருக்கு வெளியே குழுமி நின்றதால் சட்டம் ஒழுங்குக்கு பாதிப்பு ஏற்படும் என்று கருதி போலீசும் அங்கே வந்துவிட்டது. அப்காரிகள் யாராவது என் சேம்பருக்குள் வந்து Quotation கொடுக்க விரும்பினால் அவர்களுக்கு பாதுகாப்பு தரும்படி நான் போலீசைக் கேட்டுக் கொண்டேன்.

உண்மை என்னவென்றால் நான் அறிவித்தபடி யாரும் என்னைச் சந்தித்து Quotation தர அனுமதி கேட்கவில்லை. ஒருத்தரை ஒருத்தர் கொஞ்சமும் நம்பாமல் இருக்கிற அப்காரிகளுக்கிடையில் இப்படி ஒரு தீப்பொறியைப் பற்ற வைத்தால் அவர்கள் நிலைகுலைந்து போவார்கள் என்றுதான் நான் அவ்வாறு சொல்லிவைத்தேன்.

நான் டவுன் ஹாலில் இருந்து நேராக என்னுடைய சேம்பருக்குப் போகாமல் வீட்டிற்குச் சென்று சிறிது நேரம் கழித்துவிட்டு சேம்பருக்கு வந்தேன். அப்காரிகள் என் சேம்பருக்கு வெளியே முகாமிட்டு Quotation கொடுக்க யார் உள்ளே போகிறார்கள் என்று உன்னிப்பாக கண்காணித்துக் கொண்டிருந்தார்கள்.

நான் சேம்பருக்குள் சென்று அன்றைக்கு வந்த கடிதங்களைப் படிக்க ஆரம்பித்தேன். அரை மணி நேரம் கழிந்தது. யாரும் கொட்டேஷன் தர உள்ளே வரவில்லை. சேம்பருக்கு வெளியே இருந்த அப்காரிகளுக்கு அதற்கு மேலும் பொறுத்திருக்க முடியவில்லை. அங்கே கூடியிருந்த மாவட்ட அப்காரி சங்கத்தைச் சேர்ந்தவர்கள் என்னைக் காண விரும்பினார்கள். நான் உள்ளே வரச்சொன்னேன். உள்ளே வந்தவர்கள் பதற்றத்தோடு பேசினார்கள்.

அப்காரி தலைவர்: "சார்! இந்த ஏலம் எங்களுக்கு வாழ்வா சாவா போன்றது. யாரோ உங்களிடம் கொட்டேஷன் தர வர்றதா நீங்க சொன்னதைக் கேட்டதிலிருந்து நாங்க கதிகலங்கி நிக்கறோம். கடந்த 2 மணிநேரமாக வெளியே தான் இருக்கிறோம். இதுவரைக்கும் யாரும் உள்ளே வந்ததா தெரியலை. ஆனாலும் இதுவரைக்கும் யாரும் கொட்டேஷன் தரலைன்னு கலெக்டர் உறுதியா சொன்னாதான் எங்களுக்கு நிம்மதியா இருக்கும்!"

நான் நிதானமாக மேஜையின் மேலிருந்த தபால் பையிலிருந்து நான்கு கவர்களை கையில் எடுத்தவாறு அவர்களிடம் சொன்னேன்.

நான்: இங்க சேம்பருக்குள் யாரும் வரலைன்னு நீங்க சொல்றது உண்மைதான். ஆனா நீங்க சேம்பரைச் சுத்தி நிக்கறதால நாலு பேர் என் வீட்டுக்கு வந்து இந்த Quotation கவர்களை கொடுத்துட்டு போயிருக்காங்க.

தபாலில் எனக்கு வேறு விஷயங்களுக்காக வந்தக் கடிதங்களின் கவர்களைக் காட்டி Casualஆக நான் இவ்வாறு சொன்னேன்.

நான் சொன்னதுதான் தாமதம். அவர்கள், "சார், அதை வைத்து தீர்மானம் எதுவும் எடுத்துடாதீங்க. நாங்க பகிஷ்காரத்தை பின்வாங்கிடறோம். எல்லா கடைகளுக்கும் இப்பவே Quotation தந்துடறோம்" என்று சொல்லிவிட்டு வெளியே ஓடினர்.

சற்று நேரத்துத்துக்குள் எல்லோரும் மளமள என்று உள்ளே வந்து மாவட்டத்தில் உள்ள எல்லா கடைகளுக்கும் Quotationகளை தந்து என்னைத் திணறடித்து விட்டார்கள்.

நான் எக்சைஸ் ஆபீசர்களுடன் கலெக்டரேட் ஹாலுக்குச் சென்று மதுக்கடைக்காரர்கள் எல்லோரையும் அழைத்து வந்து முறைப்படி எல்லா கடைகளின் ஏலத்தையும் மீண்டும் துவக்கினேன். அப்காரிகள் அனைவரும் ஏலத்தில் பங்கேற்றார்கள். யாதொரு பிரச்சினையும் இன்றி, மாவட்டத்திலுள்ள அனைத்துக் கடைகளுக்கும் லைசன்ஸ் வழங்குகிற பணியை முடித்தேன்.

அன்றைய தினம் கேரளாவின் பிற 13 மாவட்டங்களிலும் அப்காரிகளின் பகிஷ்காரத்தால் ஏலம் நடக்கவே இல்லை. எங்கள் மாவட்டத்தில் மட்டும் அனைத்துக் கடைகளுக்குமான ஏலம் சுமூகமாக நடந்து முடிந்தது. இது அரசாங்கத்தில் மேலதிகாரிகளுக்கும் சம்பந்தப்பட்ட அமைச்சர்களுக்கும் ஆச்சரியத்தை அளித்தது.

மேஜை மேலிருந்த சம்பந்தமில்லாத நான்கு ஆபீஸ் கவர்களை உபயோகித்து கோடிக்கணக்கில் அரசாங்கத்துக்கு வருமானம் வருகிற மாவட்ட மதுக்கடைகளின் ஏலத்தை நான் வெற்றிகரமாக நடத்தி முடித்ததை அறிந்த முதலமைச்சர் சிரித்துக்கொண்டே என்னிடம் சொன்னது:

“ஒரு சினிமாக்காரனால் தான் இப்படி எல்லாம் யோசிக்கமுடியும்!”

வள்ளுவர் என்கிற உளவியல் நிபுணர்!

நான் கேரள மின்சார வாரியத்தில் சேர்மனாக இருந்த நேரம். நான் எழுதி இயக்கிய “பாரதி” திரைப்படத்திற்கு நான்கு தேசிய விருதுகளை மத்திய அரசு அறிவித்தது. தேசிய விருதுகளை கேரளாவைப்போல மீடியாவும் மக்களும் போற்றிப் புகழ்வதை வேறெங்கும் பார்க்கமுடியாது.

நான் தேசிய விருது வாங்கியதற்காக மின்சாரத்துறை அமைச்சரும், KSEBயிலுள்ள அனைத்து தொழிற்சங்கங்களும், பணியாளர்களும் சேர்ந்து மின்சார வாரிய தலைமைச்

செயலகத்தின் நடுப்பகுதியில் விழா ஒன்றை எடுத்தார்கள். LDFஐ சேர்ந்த அமைச்சர் திரு. சர்மா அவர்கள் பாரதியின் சிறப்புகளைப் பற்றியும் என்னைப்பற்றியும் பாராட்டிப் பேசினார். எனக்கு ஒரு நினைவுப் பரிசும் வழங்கப்பட்டது. அமைச்சருக்கும், எஞ் சினியர்களுக்கும் பிற ஊழியர்களுக்கும் நன்றி தெரிவித்துவிட்டு, நான் என் சேம்பருக்கு வந்தேன். என் மேசையில் ஒரு துண்டு நோட்டீஸ் வைக்கப்பட்டிருந்தது. அதில் "தமிழில் படம் எடுத்த தமிழ்நாட்டைச் சேர்ந்த சேர்மனுக்கு கேரளாவில் இத்தகைய பாராட்டுவிழா அவசியமா?" என்றுகேள்விகேட்டு அதில் எழுதப்பட்டிருந்தது.

அதைப் படித்தபோது நான் லேசாக எனக்குள் சிரித்துக் கொண்டேன். உண்மையில் நான் தமிழில் எனது சொந்த முயற்சியில் செய்த சினிமாவுக்கு, KSEBயில் கிடைத்த அங்கீகாரம் சற்று அதிகம்தானோ என்று ஓர் எண்ணம் என்னுள் ஏற்கெனவே இருந்து வந்தது.

என் உதவியாளர் ஓடிவந்து "சார், இந்த துண்டு நோட்டீஸைப் பற்றி நீங்கள் கவலைப்பட வேண்டாம். KSEBயில் உள்ளவர்களில் 99 சதவீதம் உங்கள் சாதனையைப் பாராட்டுகிறார்கள். இந்த நோட்டீஸை வெளியிட்ட ஆளை இங்கே யாருக்கும் பிடிக்காது. எந்த நல்ல காரியம் நடந்தாலும், இந்த ஆள் இப்படி ஏதாவது குதர்க்கமாக எழுதி, நோட்டீஸ் வெளியிடுவது வழக்கம். இந்த ஆளைப்பற்றி நீங்கள் அறிந்திருக்க வேண்டும் என்றுதான், இந்த நோட்டீசை உங்கள் கவனத்துக்கு கொண்டுவந்தேன். மற்றபடி இது குறித்து யாதொரு வருத்தமும் உங்களுக்கு வேண்டாம்" என்றுகூறி, அந்த நோட்டீஸை வெளியிட்டவரின் பெயர் மற்றும் பணியிட விவரங்களை என்னிடம் சொன்னார்.

நான் சொன்னேன்: "எனக்கு இதில் ஒரு வருத்தமும் இல்லை. எனக்கு கிடைத்த பாராட்டு எனக்கே சற்று அதீதமாகத்தான் இருந்தது. மலையாளத்தில் ஒரு பழமொழி இருக்கிறதல்லவா! 'தாயையே ஒருவன் அடித்தாலும் அது சரி என்றும் தவறு என்றும் இரண்டு கருத்து உலகில் இருக்கும்' என்று. இப்படி ஒரு கருத்து இருப்பது ஆச்சர்யமும் இல்லை. அந்த மனிதர் மீது கோபமும் இல்லை" என்று சொல்லி, அதை நான் கடந்து சென்றுவிட்டேன்.

பல வருடங்கள் சென்றுவிட்டன. நான் அப்போது போக்குவரத்துத்துறை செயலாளராக பணிபுரிந்து

கொண்டிருந்தேன். ஒருநாள் என் PA என் அறைக்குள் வந்து EB ஊழியர் ஒருத்தர் வந்திருக்கிறார். நீங்க சேர்மனா இருந்தபோது உங்களுக்கு எதிராக நோட்டீஸ் விட்டவராம். அதனால் அவரைப் பார்க்க நீங்க சம்மதிப்பீங்களான்னு கேக்கச்சொல்றார்."

"அதுல என்ன இருக்கு. வரச்சொல்லுங்க" என்றேன் நான்.

அந்த ஊழியர் உள்ளே வந்தார். கூனிக்குறுகி என் முன்னால் வந்து நின்றார். அமரச் சொல்லியும் அமரவில்லை.

அவர் சொன்னார்: "நான் உங்களுக்கு கெட்டது செய்தவன். என்னை மன்னிக்கணும்"

"நான் அப்படி உங்களை நினைக்கவேயில்லை. என்ன விஷயமாக என்னைப் பார்க்க வந்தீர்கள்? நான் என்ன செய்யணும். அதைச் சொல்லுங்க" என்று சொன்னேன், நான்.

"எனக்காக ஒரு சிபாரிசு செய்யணும்".

"என்னால் முடிந்தால் நிச்சயம் செய்வேன். விஷயத்தைச் சொல்லுங்க" என்று கேட்டதற்கு அவர் விவரித்தார்.

அவரது மனைவி ஒரு ஆயுர்வேத டாக்டர். வட மாவட்டம் ஒன்றில் பணிபுரிந்துகொண்டிருக்கிறார்

கடந்த பத்து வருடங்களுக்கு மேல் மனைவி மலப்புரத்திலும், இவர் திருவனந்தபுரத்திலும் வாழ்ந்துகொண்டிருக்கிறார்கள். கேரளாவில் ஒரு இடத்தில் இருந்து இன்னொரு இடத்துக்கு மாற்றம் கிடைப்பது அவ்வளவு சுலபமல்ல.

ஒரு சிறிய Transfer ஆனாலும் பாதிக்கப்பட்டவர்கள் ஹைகோர்ட்வரை சென்று நீதி கேட்டுவிடுவார்கள். அதுவும் தலைநகரத்தில் ஒரு வேகன்சி உருவாவது அத்தனை சுலபமல்ல.

இப்போது திருவனந்தபுரத்தில் ஒரு டாக்டர் வேகன்சி இருக்கிறதாம். மருத்துவத்துறை செயலாளர் அல்லது அமைச்சர் விரும்பினால் மட்டுமே இந்த டிரான்ஸ்பர் நடக்கும்.

அந்த ஊழியர் உருக்கமாகப் பேசினார்:

"தாயின் அருகாமை இல்லாமல் என் குழந்தைகள் கஷ்டப்பட்டுக் கொண்டிருக்கின்றன. சார் இந்த விஷயத்தில் எனக்கு உதவமுடியுமா?".

"நான் நிச்சயம் முயற்சி செய்கிறேன். போய் வாருங்கள்" என்று கூறி, அவர் மனைவி பற்றிய விவரங்களை வாங்கிக்கொண்டேன். அவர் மிகுந்த மரியாதையோடு வெளியேறிவிட்டார்.

அவரது நிலைமை பரிதாபமாக இருந்தது. அவரது குடும்பத்துக்கு நம்மால் முடிந்ததைச் செய்வோம் என்று நான் தீர்மானித்தேன். இது விஷயமாக மருத்துவத்துறை அமைச்சரிடம் கோரிக்கை வைத்தால் என்ன என்று தோன்றியது.

சொல்லிவைத்தது போல, ஓரிரு நாட்களுக்குள் அந்த அமைச்சரே, அவர் துறை சம்பந்தப்பட்ட விஷயம் ஒன்றைப்பேச என்னை அழைத்திருந்தார். அவர் இலக்கியம், சினிமா முதலானவற்றில் மிகுந்த ஈடுபாடு கொண்டவர். துறை விஷயங்கள் பேசி முடிந்ததும் பொதுவான விஷயங்களைப் பற்றி பேசினோம். அப்போது நான் EB ஊழியரின் குடும்ப சூழ்நிலைப்பற்றியும், அவரது மனைவியின் டிரான்ஸ்பர் பற்றியும், அவர்களது கஷ்டத்தைப்பற்றியும் விரிவாகச் சொன்னேன்.

அமைச்சர் என்ன நினைத்தாரோ தெரியவில்லை. அவர் சொன்னார்:

"வழக்கமா ஆபீசர்ஸ் சிபாரிசுக்காக வந்தா சொந்தக்காரங்களுக்குத்தான் இவ்வளவு Feel பண்ணி பேசறதைப் பார்த்திருக்கேன். Staffக்காக இப்படி பேசினதை நான் பார்த்ததேயில்லை. உங்களுக்காக இதைக்கூட நான் செய்யலைன்னா எப்படி?"

நான் சற்றும் எதிர்பார்க்காத விதத்தில், அமைச்சர் அந்த பைலை கொண்டு வரச்சொல்லி, என் முன்னாலேயே EB ஊழியரின் மனைவியை திருவனந்தபுரத்துக்கு மாற்றி ஆணை பிறப்பித்துவிட்டார். நான் சந்தோஷத்தில் திக்குமுக்காடி அவருக்கு நன்றி தெரிவித்துவிட்டு வந்தேன்.

நான் இந்தச் செய்தியை அந்த EB ஊழியருக்கு உடனே தெரிவிக்கவில்லை. காரணம், அந்த ஆணை, ஊழியர் மனைவியின் கையில் கிடைக்கும்வரை எதையும் உறுதியாக சொல்லமுடியாது என்பதால்.

ஒரு மாதம் கழிந்திருக்கும். EB ஊழியர் என்னைக்காண வந்திருப்பதாக தகவல் வந்தது. உள்ளே வரச்சொன்னேன். அந்த ஊழியர் நேராக வந்து என்முன் கண்கலங்கி நின்றார்.

மாவட்ட ஆட்சியராக பொது நிகழ்ச்சி ஒன்றில்

நான் சொன்னேன்: "இந்த டிரான்ஸ்பர் என்னால் கிடைத்தது என்று சொல்ல முடியாது. உங்கள் பிரச்னையை அமைச்சருக்கு சொல்ல எனக்கு ஒரு வாய்ப்பு கிடைத்தது. அதிர்ஷ்டவசமாக அவர் கன்வின்ஸ் ஆகிவிட்டார். அவ்வளவுதான்."

ஆனால், அவர் திடீரென்று சற்றும் எதிர்பாராத விதத்தில் குனிந்து என் கால்களைத் தொட்டார். கேரளாவில் இத்தகைய சம்பிரதாயம் வழக்கமில்லை. நான் பதைபதைப்புடன் பின்வாங்கினேன். அவரை உடனே எழுப்பி நிற்கவைத்தேன்.

நன்றியை எப்படித் தெரிவிப்பது என்று அவர் திணறிக்கொண்டிருந்தார். அவரை ஒருவழியாக சமாதானப்படுத்தி அனுப்பிவைத்தேன்.

திருவள்ளுவரின் குறள் எனக்கு ஞாபகம் வந்தது. நமக்கு ஏதோ தவறு இழைத்ததாக கருதிக் கொண்டிருக்கும் ஒருவருக்கு, நன்மை ஒன்றைச் செய்தால், அவர் அதை எதிர்கொள்ளமுடியாமல் தவிப்பதை கண்முன்னால் கண்டேன், நான்!

திருவள்ளுவரை விடச் சிறந்த உளவியல் நிபுணர் ஒருவர் உலகில் உண்டா?

பெட்டிஷன்கள் பலவிதம்... ஒவ்வொன்றும் ஒரு விதம்!

அரசாங்கத்தில் பல்வேறு தேவைகளுக்காகப் பலரும் மனுக்கள் கொடுப்பது சகஜமான விஷயம்தான். ஆனால் கேரளாவில் உள்ள ‘பெட்டிஷன் கல்ச்சர்’ வித்தியாசமானது. பெட்டிஷன் இல்லாத துறையே கேரளாவில் இல்லை என்று சொல்லலாம். என் அனுபவத்தில் நான் கண்ட சில வித்தியாசமான மனுக்களைப் பற்றிச் சொல்ல விரும்புகிறேன்.

நான் இளைஞர் மேம்பாட்டுத்துறை இயக்குநராக இருந்த சமயம். இந்தியாவிலிருந்து ஒரு இளைஞர் குழுவை ரஷ்யாவுக்கு அனுப்ப இருப்பதாகவும், அதற்கு ஒவ்வொரு மாநிலத்திலிருந்தும் ஒரு பிரதிநிதியைப் பரிந்துரை செய்து அனுப்புங்கள் என்றும் மத்திய அரசு எங்களைக் கேட்டிருந்தது. பிற மாநிலங்களில் துறை அமைச்சருக்கு வேண்டிய ஒருவரை உடனே தேர்ந்தெடுத்து அனுப்பிவிட்டார்கள். எப்படி தேர்ந்தெடுத்தார்கள் என்ற விவரத்தை அங்கெல்லாம் யாரும் கேள்வி கேட்க முடியாது. ஆனால் கேரளாவில் அது சாத்தியமில்லை.

முறைப்படியாகத்தான் நாங்கள் தேர்ந்தெடுத்தாக வேண்டும். முதலில் ஒவ்வொரு மாவட்டத்திலும் கலெக்டர் இளைஞர் களிடமிருந்து விண்ணப்பங்களை வாங்கி, அவர்கள் செய்த சாதனைகளின் அடிப்படையில் ஒருவரைத் தேர்ந்தெடுத்து அனுப்புவார். இப்படி 14 கலெக்டர்களிடமிருந்து கிடைத்த 14 பேரில், அதிக சாதனை செய்தவர் ஒருவரைத் தேர்ந்தெடுத்து நாங்கள் பரிந்துரை செய்து டெல்லிக்கு அனுப்பிவிட்டோம். பல நாளாகியும் டெல்லியிருந்து இது சம்பந்தமாக பதிலே இல்லை. அந்த தேர்ந்தெடுக்கப்பட்ட இளைஞன், தன் பெற்றோருடன் தினமும் என் ஆபீஸிற்கு வந்து, ரஷ்யாவுக்குப் போக அவன் என்றைக்குத் தயாராக இருக்க வேண்டும் என்று விசாரித்தபடி இருந்தான்.

டெல்லியில் கேட்டபோது சரியான பதிலில்லை. அப்போது டெல்லிக்குப் போயிருந்த நான், இது சம்பந்தப்பட்ட அதிகாரியைச் சந்தித்து விசாரித்தேன். “இளைஞர் குழு, ரஷ்யாவுக்குப் போய் இரண்டு வாரம் ஆகிவிட்டது” என்று சொன்னார் அவர். எனக்குப் பயங்கரமாகக் கோபம் வந்துவிட்டது. எங்கள்

மாநிலத்துக்கு இழைக்கப்பட்ட அநீதி என்றெல்லாம் அவரிடம் பொரிந்து தள்ளிவிட்டேன். அமைதியாக என்னை அவரது அறைக்கு அழைத்துச் சென்றார். பிற மாநிலங்களிலிருந்து ஒரு பெயரைப் பரிந்துரை செய்து வந்த கடிதங்களை எல்லாம் எனக்குக் காட்டினார். நாங்களும் ஒரு பெயரைப் பரிந்துரை செய்து அனுப்பிய விஷயத்தைச் சொன்னேன். உங்கள் பரிந்துரை கிடைத்தது உண்மை. ஆனால், அந்தப் பரிந்துரையை எதிர்த்து 439 பெட்டிஷன்கள் வந்திருக்கின்றன என்று சொல்லி, ஒரு மிகப்பெரிய மனுக்களடங்கிய மூட்டையை என் முன்னே பிரித்துக் காட்டினார். இந்த மனுதாரர்களெல்லாம் மாவட்ட அளவில் கலெக்டருக்கு விண்ணப்பம் அளித்து, தேர்வாகாமல் போனவர்கள் என்பதை மேலோட்டமாகப் பார்த்தபோதே எனக்கு புரிந்து விட்டது.

அந்த 439 பேரும் தங்களுக்கு தகுதி இருந்தும், கேரள அரசாங்கம் வேறு சில காரணங்களால், தங்களைப் பரிந்துரை செய்யாமல் வஞ்சித்து விட்டதாக மத்திய அரசிடம் தனித்தனி மனுக்கள் மூலம் குற்றம் சாட்டியிருக்கிறார்கள்.

வேறு எந்த மாநிலத்திலும் இது போன்று குற்றம் சாட்டி ஒரு பெட்டிஷன் கூட வரவில்லையாம். அதனால், இந்த வருடம் கேரளாவிலிருந்து ஒருவரையும் அனுப்பவேண்டாம் என்று மத்திய அரசு முடிவு செய்துவிட்டதாம்.

எங்கள் கேரள மாநிலத்தின் பெட்டிஷன் கல்ச்சரை புரிந்துகொள்ளாத மத்திய அரசின் மேல், நான் பரிதாபப்படுவதைத் தவிர வேறு என்ன செய்யமுடியும்? நேர்மையாகத் தேர்வான ஒருவரின் வாய்ப்பை, அவர் தேர்ந்தெடுக்கப்பட்ட விதத்தையே கேள்விக்குறியாக்கி, யாருக்குமே வாய்ப்பு கிடைக்காமல், செய்துவிடுவது, கேரளாவில் ஒரு Modus Operandi-ஆக, நீண்ட காலமாக, பல துறைகளில் செயல்பட்டு வருகிறது.

வாலிபன் தொல்லை தாங்க முடியலை!

நான் சப்கலெக்டராக இருந்த சமயம். 30 வயது பெண் ஒருவர் என்னைக் காண்பதற்கு வந்தார். என்ன விஷயம் என்று கேட்ட போது ஒரு மனுவை நீட்டினார். அதில் ஒரு வாலிபன் தன்னை மிகவும் கேலி செய்வதாகவும், தினசரி வேலைக்கு

போகும்போது தன்னை அடிப்பதாகவும், எப்போதும் உடல் ரீதியாகத் தொல்லை தருவதாகவும் உடனே போலீஸை அனுப்பி, அந்த வாலிபன் மேல் நடவடிக்கை எடுக்கவேண்டும் என்று கோரியிருந்தார். பெண்ணைத் துன்புறுத்தும் கேஸாக இருப்பதால், நான் உடனே போலீசுக்குப் போன் செய்து நடவடிக்கை எடுக்குமாறு சொன்னேன்.

இரண்டு, மூன்று நாட்களாகியும் ரிப்போர்ட் ஒன்றும் வராததால், நானே போலீஸ் ஆபீசருக்குப் போன் செய்து என்ன ஆனது என்று விசாரித்தேன்.

மறுமுனையிலிருந்து சர்க்கிள் இன்ஸ்பெக்டர் சொன்னார்: "மனுவில் சொன்னபடி அந்த வாலிபனுக்கும் இந்த பெண்ணுக்கும் தகராறு நடப்பது உண்மை. ஆனால் மனுவில் அந்தப் பெண்மணி ஒரு முக்கியமான தகவலை மட்டும் தரவில்லை. அது என்னவென்றால் அந்த வாலிபன் இந்த பெண்ணின் கணவன் என்கிற விஷயத்தை மட்டும் சொல்லாமல் மறைத்திருக்கிறார். இது இங்கு சகஜம் சார். புருஷன் என்று சொன்னால் கணவன் மனைவிக்குள் ஏதோ மனஸ்தாபம் என்று யாரும் சீரியஸாக எடுக்க மாட்டார்கள். போலீஸை வீட்டுக்கு வரவழைக்க அவர்கள் கண்டுபிடித்த வழிதான் இது" என்றார் அவர்.

வயதான தம்பதி மேல் நடவடிக்கை எடு!

நான் கலெக்டர் ஆக இருந்தபோது ரிடையர் ஆன ஐ.ஜி. ஒருவர், ஒரு வயதான தம்பதிகள் தனக்கு எதிரே சதி செய்வதாகவும், தன்னை கொல்ல முயல்வதாகவும் எனக்கு மனு ஒன்றைச் சமர்ப்பித்தார். விசாரித்தபோது அந்த வயதான தம்பதியினர் வேறு யாருமில்லை. அவரது சொந்த தந்தையும் தாயும்தான்!

பெற்றோர் என்று அறிவித்தால், அது சொத்துத் தகராறு என்று கருதப்பட்டு சிவில் கோர்ட்டு விஷயமாகிவிடும்.

வயதான தம்பதிகளால் "என் உயிருக்கு ஆபத்து" என்று சொன்னால்தான், பாதுகாப்பு நடவடிக்கைக்காக போலீசுக்கு, கலெக்டர் உடனே அனுப்பிவைக்க முடியுமாம். இந்த அணுகுமுறை சாதாரண குடிமகன்கள் முதல் கற்றறிந்தவர்வரை இருப்பதுதான் கேரளாவின் வினோதம்!

வசியப்படுத்தியவளுக்கு பாதுகாப்பு வேண்டும்!

நான் கலெக்டராக இருந்த போது வேறொரு நாள். வீட்டிலுள்ள கேம்ப் ஆபீசுக்கு ஒரு தம்பதியினர் வந்தார்கள். ஆண் அமைதியாக இருந்தான். பெண்தான் பெட்டிஷனைத் தந்தாள். "எங்கள் குடும்ப வாழ்க்கைக்கு ஒரு பெண் எப்போதும் தொல்லை கொடுத்தபடி இருக்கிறாள். போலீசிடம் சொல்லி, அவள்மீது நடவடிக்கை எடுத்து, எங்களை நிம்மதியாக வாழ வழிவகை செய்ய வேண்டும்." இதுதான் அந்தப் பெண்மணி தந்த பெட்டிஷனின் சாராம்சம்.

என் சர்வீசில் பெட்டிஷன்கள் பலவற்றைக் கண்ட அனுபவம் உள்ளதால் அந்தப் பெண்மணி சொல்வதை அப்படியே நம்பி நடவடிக்கை எடுக்க நான் துணியவில்லை. விசாரித்து முடிவெடுக்கலாம் என்று தீர்மானித்து அந்த பெண்ணைக் கேட்டேன்:

"யாரோ ஒரு பெண் உங்களுக்குத் தொல்லை தருவதாகச் சொல்கிறாயே, யார் அந்தப் பெண்?" என்று கேட்டேன்.

அந்தப் பெண் யாதொரு தயக்கமும் இல்லாமல் சொன்னாள்: "அவளா? அவள் இவரது மனைவி" என்றாளே பார்க்கலாம்! நான் அரண்டு போய் விட்டேன்.

"அப்போ நீ யாரம்மா?" பதற்றத்தோடு கேட்டேன் நான்.

அந்தப் பெண் பதற்றம் ஒன்றுமில்லாமல் சாவகாசமாகச் சொன்னாள்:

"சார், இந்த ஆளும் அந்தப் பெண்ணும் முதலில் ஒன்னா வாழ்ந்துகிட்டிருந்தாங்க. இந்த ஆள் சந்தோஷமே இல்லாம இருந்தாரு. அப்போ நான் இந்த ஆளை வசியம் பண்ணி என் கூட கொணாந்துட்டேன்.

'இந்த ஆள் அவள் கூட இருந்தப்போதான் சந்தோஷமாக இல்லை. இப்போ சந்தோஷமா என் கூட இருந்தா விட்டுட வேண்டியதுதானே? எங்களுக்கு ஏன் அவள் தொல்லை கொடுக்கிறா? அதற்காகத்தான் நடவடிக்கை எடுக்கச் சொல்றோம். நான் இதை எல்லாம் பெட்டிஷன்ல விவரமாக எழுதி இருக்கேன்" என்றாள்.

சொந்த மனைவியை விட்டுவிட்டு வேறு ஒரு பெண்ணுடன் சட்டத்துக்குப் புறம்பாக குடும்பம் நடத்துகிறவர்கள் எல்லா இடத்திலும் இருக்கிறார்கள். ஆனால், அப்படி மனைவியிடமிருந்து கணவனை அபகரித்து வந்த பெண், சட்டப்பூர்வமான மனைவியை அடக்கி வைக்க கலெக்டரிடம் மனு கொடுப்பாளா? அதுவும், நான் அவனை 'வசியம்' செய்து மனைவியிடமிருந்து மீட்டுக் கொண்டு வந்தேன் என்று யாதொரு கூச்சமும் இல்லாமல் அறிவிப்பாளா? இதைப்போன்று வித்தியாசமான பெட்டிஷன்கள் கேரளாவில் சகஜம்.

வியாழக்கிழமைக்குள் தீர்மானம் எடுங்கள்!

கலெக்டராக இருக்கும்போது ஒருநாள் மனுதாரர்கள் ஏராளமாக வந்திருந்தனர். ஒவ்வொரு மனுவையும் படித்து, அதன் மேல் எடுக்க வேண்டிய நடவடிக்கையை எழுதி அனுப்பிக்கொண்டிருந்தேன்.

மனுதாரர் வரிசையில் ஒரு பெண் வந்தார். 35 வயதிருக்கும். படித்த பெண்மணி போல் தெரிந்தார். மனுவைக் கொடுத்துவிட்டு அவருடைய பிரச்னையை விவரித்தார்:

"சார், என் அப்பா திடீரென்று இறந்து விட்டார். என் சித்தப்பா அப்பாவின் சொத்துக்கள்

எல்லாவற்றையும் அபகரித்துவிட்டு என்னை நடுத்தெருவில் நிறுத்திவிட்டார். நீங்கள் தான் தலையிட்டு எனக்கானதை மீட்டுத் தரவேண்டும்"

நான் சொன்னேன்:

"இது சிவில் கேஸம்மா! நீதிமன்றத்தில்தான் உங்கள் சித்தப்பாவுக்கு எதிராக நீங்கள் கேஸ் கொடுக்க வேண்டும். நாங்கள் தலையிடமுடியாது"

"சார், நீதிமன்றத்துக்குப் போக எனக்கு வசதியில்லை. எனக்கும் என் சித்தப்பாவுக்கும் இடையில் சமாதானம் செய்து பிரச்னையைத் தீர்த்துவைக்க முடியாதா?"

"தாசில்தார் மூலம், உங்க இரண்டுபேரையும் அழைத்து சமரசம் ஏதாவது செய்யமுடிமான்னு பார்க்கச் சொல்றேன்"

என்று சொல்லி, அதற்கான ஆணையை அவர் தந்த மனுவின் ஓரத்தில் எழுத ஆரம்பித்தேன்.

அந்தப்பெண்மணி குறுக்கிட்டுச்சொன்னார்: "அப்படி எதுவும் செய்வதாக இருந்தால், தாசில்தாரை அடுத்த வியாழக்கிழமைக்குள் செய்யச் சொல்லிடுங்க"

எனக்கு ஆச்சரியமாக இருந்தது.

"என்ன விஷயம்? ஏன் வியாழக்கிழமைக்குள் செய்யச் சொல்றீங்க?"

அவர் நிதானமாகச் சொன்னார்:

"இல்ல சார். நான் வெள்ளிக்கிழமை தற்கொலை செஞ்சிக்கலாம்னு இருக்கேன். அதுக்கு முன்னாடி முடிவை தெரிஞ்சுகிட்டா நல்லா இருக்கும்னுதான்..."

பெட்டிஷன்களில் இது முற்றிலும் வேற மாதிரி. மறைமுக அச்சுறுத்தலையும் உள்ளடக்கியது என்று சொல்லலாம்.

நான் உடனே சொன்னேன்:

"வியாழக்கிழமைக்குள் முடியாதுன்னுதான் தோணுது. நீங்கள் திட்டமிட்டபடியே வெள்ளிக்கிழமை தற்கொலை, செஞ்சிக்கலாம்" என்று நான் சொன்னதுதான் தாமதம், அந்தப் பெண் உட்பட அவருக்குப் பின் நின்றிருந்த மனுதாரர்கள் அனைவரும் சிரித்து விட்டார்கள்.

மலையாளிகளும் நகைச்சுவை உணர்வும்!

மலையாளிகளிடம் எனக்கு மிகவும் பிடித்தது அவர்களிடம் இருக்கும் நகைச்சுவை உணர்வுதான். எல்லோரும் பேசும்போது நகைச்சுவையை வெளிப்படுத்திக்கொண்டே இருப்பார்கள். சாதாரண பேச்சில்கூட கேலியும் கிண்டலும் தொனிப்பதைக் காணமுடியும்.

சிலசமயம் சொல்பவர் மட்டுமல்ல, கேட்பவர் கூட நகைச்சுவையாகப் பதிலளிப்பது ஆச்சரியமாக இருக்கும். இந்தக்குணம் பாமர மக்களிடமிருந்து முதலமைச்சர்கள் வரை இருப்பதை நான் பார்த்திருக்கிறேன்.

நான் ஏன் சன்யாசி ஆனேன்?

பாலா சப் கலெக்டராக இருந்தபோது பொதுநிகழ்ச்சி ஒன்றில் கலந்து கொள்ளச் சென்றிருந்தேன். வயதில் சீனியரான பாதிரியார் ஒருவர் ஏற்பாடு செய்த நிகழ்ச்சி அது. நிகழ்ச்சி முடிந்துவிட்டாலும், பாதிரியார் அவருடன் உணவருந்திவிட்டுத் தான் செல்லவேண்டும் என்று கேட்டுக்கொண்டதால், நான் அவர் அறையில் சிறிது நேரம் தங்கியிருந்தேன். அவர் நகைச்சுவைப் பேர்வழியாக இருந்தார். அந்த பகுதியில் இருக்கிற பாதிரியார்கள், தன் சபையைச் சேர்ந்தவர்களுக்கு நல்ல இடங்களில் பெண் பார்த்துத் திருமணம் செய்விப்பது வழக்கமாக இருந்தது. நான் அங்கே இருந்த போது, ஒரு வாலிபன் வந்தான். அவனுக்கு ஒரு பெண்ணைப் பார்க்கச் சொல்லி, அந்த வாலிபனின் பெற்றோர் பாதிரியாரிடம் கேட்டிருக்கிறார்கள் போலிருக்கிறது.

பாதிரியார் விஷமத்தோடு அவனைக் கேட்டார்:

"உனக்கு எந்தமாதிரி பெண் வேணும்?"

அவன் முகத்தில் புன்னகை ஒன்றுமில்லாமல் சீரியஸாகச் சொன்னான்:

"எனக்கு புத்திசாலியாவும் அழகாகவும் இருந்தால் போதும். வேற ஒன்னும் வேணாம்"

பாதிரியாரிடமிருந்து பதில் உடனே வந்தது:

"மகனே, உலகத்துல அது அவ்வளவு சுலபமல்ல. அழகிருந்தா புத்தியிருக்காது. புத்தியிருந்தா அழகிருக்காது. அழகும் இருந்து புத்தியும் இருக்கிற பெண் கிடைச்சிருந்தா நாங்க ஏன் சன்னியாசியா ஆகப்போகிறோம்?" என்றாரே பார்க்கலாம்!

லாரியை வீட்டின் முன் நிறுத்து!

முதலமைச்சர் கருணாகரன் அவர்களின் நகைச்சுவை உணர்வு மிகவும் அலாதியானது. ஒவ்வொரு வாரமும் எங்கள் மாவட்டத்திற்கு அவர் வருவார். அப்போது ஏராளமான மக்கள் அங்கு வந்து அவரிடம் மனு கொடுப்பார்கள்.

மனு கொடுப்பவர்களிடமே நகைச்சுவையாகப் பேசி அவர்களது பிரச்னை தீர்ந்து விட்டது என்கிற நம்பிக்கையை அவர்களுக்கு வரவழைப்பதில் வல்லவர், அவர்.

முதல்வர் கருணாகரனை அவரது தொண்டர்கள் "லீடர்" என்றுதான் அழைப்பார்கள். ஒருமுறை அவரது மாளா தொகுதியில் இருந்து ஒரு மனிதர் வந்தார். மாளா, முதலமைச்சரின் சொந்தத் தொகுதியானதால், அங்கிருந்து வரும் மனுதாரர்கள் முதல்வர் மேல் அதிக உரிமை கொண்டாடுவது வழக்கம். அப்படித்தான் அன்று வந்த அந்த மனிதர், அதிக உரிமை எடுத்துக்கொண்டு, முதல்வரின் அருகில் வந்து புகார் சொன்னார்:

"என்ன லீடரே! என் லாரி காணாமல் போயி மூன்று நாள் ஆகிவிட்டது. போலீசில் புகார் கொடுத்தும் ஒரு பிரயோஜனமும் இல்லை. போலீஸ் டிப்பார்ட்மென்ட் உங்க பொறுப்பில்தானே இருக்கு? ஒன்னும் நடக்கற மாதிரி தெரியலையே?"

அந்த மனிதர் ஏதோ 'முதல்வரின் பெர்பாமன்ஸ் போறாது' என்று குற்றம் சாற்றுவது போல பேசிக்கொண்டே இருந்தார்.

இதுபோல, தமிழ்நாட்டிலோ அல்லது வேறு மாநிலத்திலோ நடக்க சாத்தியமில்லை என்பது ஒருபுறம் இருக்கட்டும்.

இப்படி உரிமையோடு பேசுபவரை, முதல்வர் எப்படிக் கையாண்டார் என்பதைத்தான் பார்க்க வேண்டும்.

அந்த மனிதர் பேசிய ஸ்வரத்திலேயே முதல்வர் எஸ்.பியைக் கூப்பிட்டார்.

எஸ்.பி. ஓடி வந்தார். அந்த மனுதாரரை எஸ்பிக்கு ஏற்கெனவே பரிச்சயம் இருந்ததால், அவருடைய கேஸின் தற்போதைய நிலையை முதல்வருக்கு எஸ்பி விளக்கினார்:

"சார், எல்லா நடவடிக்கையும் எடுத்திருக்கோம். ஒரு வாரத்துக்குள் கண்டுபிடிச்சிடுவோம்!" வழக்கமான விளக்கத்தைத் தந்தார் எஸ்.பி.

முதல்வர் (சீரியஸாக) "நோ, இப்போதே மூன்று நாள் ஆயிட்டது. என்ன செய்வீங்களோ ஏது செய்வீங்களோ எனக்குத் தெரியாது. நாளைக்கு சரியா நான்கு மணிக்கு இவர் வீட்டு முன்னால் லாரியை நிறுத்தியிருக்க வேண்டும், தெரிகிறதா?" என்று எஸ்.பியிடம் கறாராக ஆணையிட்டுவிட்டு மனு கொடுத்தவரைப் பார்க்கிறார்.

"திருப்திதானே?" என்று அவரைக் கேட்கிறார். அவர் முகமெல்லாம் திருப்தியுடன் அங்கிருந்து செல்கிறார்.

எல்லா மனுதாரர்களும் முதல்வரைச் சந்தித்து, மனுக்களைக் கொடுத்து முடிந்தவுடன் கூட்டம் கலைந்து விடுகிறது.

எஸ்.பி. ஓடி வந்து, முதல்வரின் அருகில் தயங்கியபடி நிற்கிறார்.

முதலமைச்சரிடம் "சார், நாங்க வேகமா லாரியைக் கண்டுபிடிக்க எல்லா முயற்சிகளையும் செய்துகொண்டிருக்கிறோம். ஒரு போலீஸ் டீமை பொள்ளாச்சிக்கும் அனுப்பியிருக்கோம். ஆனா, நாளைக்குள்ள லாரியை கண்டுபிடிக்கறது ரொம்ப கஷ்டம் சார். நாளைக்கு, நாலு மணிக்கு லாரியை அவர் வீட்டு முன்னால் எப்படி நிறுத்தறதுன்னு கவலையாக இருக்கு சார்!" தனது சங்கடத்தைச் சொல்லி நெளிகிறார், எஸ்.பி.

முதல்வர் கருணாகரன் சாவகாசமாகச் சொல்கிறார்:

"நான் லாரி என்றுதானே சொன்னேன்? காணாம போன அவருடைய லாரியைச் சொல்லலையே! நாளைக்கு நாலு மணிக்கு, அவர் வீட்டு முன்னால் ஒரு லாரி நிற்கவேண்டும். அவ்வளவுதான்" என்று சொல்லி சத்தம்போட்டு சிரிக்கிறார்.

பாரதப்புழை நீரல்லவா வேண்டும்!

முதல்வர் கருணாகரன், தனது மனைவி மீது உயிரையே வைத்திருந்தார். அவரது அன்பு மனைவி திடீரென்று காலமாகி விட்டார். இறந்தவருக்குத் தொடர்ச்சியாகச் சடங்குகள் செய்யப்பட்டு வந்தன.

ஒரு நாள் இரவு சுமார் 8 மணிக்கு அப்போது கலெக்டராக இருந்த என்னைப் போனில் நேரடியாகக் கூப்பிட்டுப் பேசினார். "நாளை காலை என் மனைவிக்கு செய்ய வேண்டிய பூஜை ஒன்று இருக்கு. அதற்குப் பாரதப்புழை ஆற்றிலிருந்து ஒரு குடம் நீர் வேண்டும். கொஞ்சம் அனுப்பி வைக்க முடியுமா?" என்று கேட்டார். நான் உடனே அனுப்பி வைப்பதாகச் சொன்னேன்.

பாரதப்புழா என்பது எங்கள் மாவட்ட எல்லையில் ஓடும் ஒரு நதி. அது தெற்கு கங்கையாகக் கருதப்படுகிறது. கங்கை நதியின் எல்லா புனிதமும் பவித்திரமும் பாரதப்புழைக்கு உண்டென்றும், கங்கை நதி வரை சென்று எடுத்து வரவேண்டிய நீருக்குப் பதிலாக பாரதப்புழையின் நீரையே பூஜைகளுக்கு உபயோகிக்கலாம் என்பதும் இங்குள்ளவர்களின் நம்பிக்கை.

நான் உடனே பாரதப்புழை வில்லேஜ் ஆபீசரை அழைத்து பாரதப்புழையிலிருந்து ஒரு குடம் தண்ணீரை எடுத்துக்கொண்டு, திருவனந்தபுரம் செல்லுகிற இரவு 10 மணி வண்டியில் புறப்பட்டு போய் விடியற்காலை முதலமைச்சரின் இல்லத்தில் கொடுத்துவிடச் சொன்னேன். அவ்வாறே அடுத்தநாள் காலை முதல்வரின் வீட்டில் வில்லேஜ் ஆபீசர் குடத்தை சேர்த்து விட்டதாகத் தகவலும் எனக்குக் கிடைத்துவிட்டது.

வழக்கம்போல அந்த வாரம் சனிக்கிழமை முதல்வர் திருச்சூர் வந்தார். மனுதாரர்களின் கூட்டம் கலைந்தவுடன் முதல்வர் ஓய்வாக தனித்திருந்தார். அப்போது நான் மரியாதை நிமித்தமாக அவரிடம் கேட்டேன் "சார், பூஜை எல்லாம் நன்றாக நடந்ததா?"

முதல்வர் திரு. ஏ.கே.அந்தோணியுடன் விழா ஒன்றில்

அப்போது முதல்வர் சொன்னார்:

"ஒரு சின்ன விஷயத்துக்காக கலெக்டரை நான் சிரமப்படுத்தியது உங்களுக்கு ஆச்சர்யமா இருந்திருக்கும். நான் போலீசுக்குச் சொல்லியிருப்பேன். தண்ணீரும் கிடைத்திருக்கும். ஆனால் அது பாரதப்புழை தண்ணீர்தான்னு உறுதியா சொல்ல முடியுமா? நிஜமான பாரதப்புழை தண்ணீர் வேணுங்கறதுக்காகத்தான் உங்க கிட்ட சொன்னேன்!" என்று சொல்லிவிட்டு "ஹா ஹா ஹா" என்று சத்தம் போட்டு சிரித்தார்.

பொதுவாக, போலீசிடம் ஒரு வேலையைச் சொன்னால், அதை எவ்வளவு வேகமாகச் செய்து பெயர் தட்டிச் செல்லலாம் என்றுதான் பார்ப்பார்கள். பாரதப்புழை ஆற்றிலிருந்து நீர் எடுத்து வரச்சொன்னால், அதற்காக 300 கிமீ பிரயாணம் செய்யவேண்டுமா என்று தயங்கி, அங்கேயே ஆபீஸிலுள்ள குழாயிலிருந்து ஒரு குடம் நீரைப்பிடித்து வந்து, பாரதப்புழையிலிருந்து கொண்டு வந்த நீர் என்று சொன்னால் நம்பித்தானே ஆக வேண்டும்? அதனால் ஒரிஜினல் பாரதப்புழை தண்ணீர் வேண்டும் என்பதற்காகத்தான் கலெக்டரிடம் சொன்னாராம், அவர்!

நான் விழித்திருந்தால் நன்றாகி விடுமா?

கேரளாவின் மிகச்சிறந்த நகைச்சுவை உணர்வு கொண்ட முதல்வர் என்றால் அமரர் ஈ.கே. நயினார் அவர்களைத்தான் குறிப்பிட வேண்டும். கண்ணனூரைச் சேர்ந்த இவரின் நகைச்சுவை கேரளாவில் வெகு பிரசித்தம்.

நான் அப்போது போக்குவரத்துத் துறை செயலாளராக இருந்த நேரம்.

திருவனந்தபுரத்தில் சாலை அமைப்பைப்பற்றியும் போக்குவரத்து நெரிசலைப்பற்றியும் ஏகப்பட்ட புகார்கள் அரசுக்கு வந்த வண்ணம் இருந்தன. நகர வளர்ச்சித்துறை இது சம்பந்தமான தீர்வுகளுக்காக முதலமைச்சர் தலைமையில் ஒரு கூட்டத்தை ஏற்பாடு செய்திருந்தது. மும்பையிலிருந்து நான்கு வல்லுநர்களைக் கொண்ட குழு, திருவனந்தபுரத்தின் நகர மேம்பாட்டிற்காக Blue Print என்ற தலைப்பில் ஒரு Presentation செய்ய வந்திருந்தார்கள்.

பிற்பகல் 3 மணிக்கு கூட்டம் தொடங்கியது. முதல்வர் ஈ.கே.நயினார் வந்திருந்தார். அவரருகில் நகர்ப்புற மேம்பாட்டுத்துறை அமைச்சர் அமர்ந்திருந்தார். அவருக்கு அருகில் போக்குவரத்துத்துறை செயலாளரான நான். கூட்டத்திற்குப் பிற அதிகாரிகள் சிலரும் வந்திருந்தார்கள்.

மும்பை வல்லுநர் குழுவின் தலைவர், திருவனந்தபுரத்தின் பிரச்னைகளை Power Point உதவியோடு விவரிக்க தொடங்கினார். அவர் முதல்வரை நேராகப் பார்த்தபடி, தனது உரையை நிகழ்த்திக்கொண்டிருந்தார்.

மதிய உணவுக்குப்பின் நடக்கும் கூட்டத்தாலோ என்னவோ முதல்வருக்குத் தூக்கம் சொக்கியது. கொஞ்ச நேரம் தாக்குப் பிடித்தார். பிறகு கண் செருகி நன்றாகத் தூங்க ஆரம்பித்து விட்டார். ஆனால் மும்பை குழுத்தலைவர் எதைப்பற்றியும் கவலைப்படாமல் முதல்வரையே பார்த்தவண்ணம், தன் கருத்துக்களை வெளியிட்டுக்கொண்டிருந்தார்.

நகர்ப்புற மேம்பாட்டு அமைச்சர் திரு.ராமகிருஷ்ணன் அவர்கள் ஆளுங்கட்சியில் மிகவும் மூத்த தலைவர். முதல்வர் கண்களை மூடி உறங்குவதையும், வல்லுநர் குழுத் தலைவர் முதல்வரையே பார்த்து உரையாற்றுவதையும் மாறி மாறிப் பார்த்த அவர், லேசாக முதல்வரின் தொடையை சிறிது தட்டி சன்னமான குரலில் எச்சரிக்கை செய்தார்:

“தூங்காதீங்க, கொஞ்சம் விழிச்சுக்குங்க. அந்த ஆள் உங்களையே பார்த்து பேசிக்கிட்டிருக்கார்”.

முதல்வர் ஈ.கே.நயினார் லேசாக கண்களைத் திறந்து நகர்ப்புற மேம்பாட்டு அமைச்சரிடம் சொன்னார்:

“நான் தூங்கிட்டிருந்தாலும் விழிச்சுக்கிட்டிருந்தாலும் திருவனந்தபுரம் ஒன்றும் நல்லா ஆகப்போறதில்லை” என்று சொல்லிவிட்டு, தனது அரைத்தூக்கத்தை தொடர்ந்தார் அவர். நகைச்சுவையாகச் சொன்னாலும் அதில் உண்மை இருந்தது. ஈ.கே.நயினாரின் கமென்ட்டுகளெல்லாம் அப்பாவியான மக்களின் வெளிப்பாடு என்று சொல்வதுண்டு.

திருவனந்தபுரத்தைப் பொறுத்தவரை அது நூற்றுக்கு நூறு உண்மை.

இதுபோன்று போடப்பட்ட ஏராளமான திட்டங்களால் திருவனந்தபுரம் ஒன்றும் வளர்ச்சி அடைந்துவிடவில்லை என்பதுதான் யதார்த்தம்.

* * *

திரைப்பட
தணிக்கை
அதிகாரியாக...

சினிமா தெரிந்தவர் சென்சார் அதிகாரியாக வந்தால்?

"மோகமுள்" திரைப்படம் சென்சாருக்கு சென்ற போது, நான் சில மாதங்களுக்குப்பின்... சென்னையின் சென்சார் அதிகாரியாக வரப்போகிறேன் என்பது, அப்போது எனக்குத் தெரியாது. சென்சாருக்காக 'மோகமுள்' திரையிடப்பட்டு முடிந்தவுடன், என்ன 'கட்' செய்வார்களோ என்கிற படபடப்போடு, சென்சார் குழுவினர் முன் ஒரு இயக்குநராகச் சென்று நின்றவன், நான்.

மோகமுள் திரைப்படத்தின் படைப்பாளியாகவும், முதல் பிரதிவரை தயாரிப்புப் பொறுப்பை ஏற்றுக் கொண்டதால் தயாரிப்பாளராகவும், திரைப்பட உருவாக்கத்தின்போது எல்லாவிதமான பிரச்னைகளையும் எதிர்கொண்டவன் நான்.

நான் சென்சார் அதிகாரியாக நியமிக்கப்பட்ட போது, ஒரு ஐஏஎஸ் அதிகாரியாக மட்டும் இல்லாமல், திரைப்படத் துறையினரின் சிரமங்களை உணர்ந்து சட்டவிதிமுறைகளைச் செயல்படுத்துபவராக இருக்கவேண்டும் என்று விரும்பினேன்.

சென்சார் அதிகாரியாக பொறுப்பேற்பதற்கு முன்னர், திரைப்படத்துறையில் அனுபவமுள்ள பலரையும் கண்டு, சென்சாரில் அவர்களுக்குள்ள பிரச்னைகள், வரவேண்டிய மாற்றங்கள் குறித்து விரிவாக அறிந்து கொண்டேன். அதிகாரியாக ஆனபிறகு அவர்கள் சுதந்திரமாக என்னிடம் கருத்தைப் பகிர்ந்து கொள்ள முடியாமல்போகும் சாத்தியம் அதிகம் இருப்பதால்தான் இந்த ஏற்பாடு.

'சினிமா பற்றி நன்றாகத் தெரிந்த ஒருவர் சென்சார் அதிகாரியாக வருவது நல்ல விஷயம்' என்று எல்லோரும் பாராட்ட, இயக்குநர் கேயார் மட்டும் மனம்திறந்து ஒரு உண்மையைச் சொன்னது எனக்கு இன்றும் ஞாபகமிருக்கிறது. அவர் சொன்னார்:

"சினிமா தெரிந்தவர் அதிகாரியாக இருப்பது ஒரு விதத்தில் சங்கடம்தான். ஏன் என்றால் "படத்தில் இதை வெட்ட

வேண்டும்” என்று சினிமா தெரியாத அதிகாரி சொல்லும் போது “சார், அதை நீக்கினால் ஜம்ப் கட் ஆகி விடும்” என்று டெக்னிக்கலாகக் கெஞ்சி, அவரைக் குழப்பினால், அவர் பயந்து போய் “வெட்டவேண்டாம்” என்று சொல்லக்கூடிய வாய்ப்புகூட இருக்கிறது. ஆனால் சினிமா தெரிந்தவரை ஏமாற்ற முடியாது” என்று சொல்லிச் சிரித்தார் அவர்.

காரை இலவசமாகப் பெற்று அவருக்கே எதிராகத் தீர்ப்பு சொல்வதா?

தமிழ்நாட்டின் சமூக வாழ்க்கையில் சினிமா இன்றியமையாத ஒன்றாக ஆகிவிட்டது. அரசியலிலும் சினிமாதான் கோலோச்சுகிறது. பிற மாநிலங்களில் இருப்போர் இதை ஆச்சர்யமாகப் பார்க்கிறார்கள். எனக்குத் தெரிந்த ஒரு வடநாட்டு நண்பர் கேலியாகச் சொல்வார்: “தமிழர்கள் தங்கள் வாழ்க்கையில் முக்கியமாக சினிமா பார்ப்பார்கள். மீதி கிடைக்கிற சமயங்களில்தான் உத்யோகம், குடும்பம், அரசியல் முதலானவற்றில் ஈடுபடுவார்கள்!” என்று.

தமிழ்நாட்டில் நடிகர்கள், நடிகைகள், இயக்குநர்கள், தயாரிப்பாளர்கள் எவ்வளவு பிரபலமோ அவ்வளவு பிரபலம் சென்சார் ஆபீசும். பல பெரிய பொறுப்புகளை நான் வகித்திருந்தாலும், என் கிராமத்தில் உள்ளவர்கள் “திரைப்படத்தின் ஆரம்பத்தில் காட்டப்படுகிற சென்சார் சர்டிபிகேட்டில் கையெழுத்து போடுபவரா நீங்கள்?” என்று சொல்லிச் சொல்லி மாய்ந்து போனதை நான் பார்த்திருக்கிறேன்.

மற்ற யாரும் பார்க்கமுடியாத படுக்கை அறை காட்சிகளையும், ஆபாசமான நடனங்களையும் தணிக்கைக்கு முன்பே பார்க்கிற பாக்கியம் பெற்றவராக சென்சார் அதிகாரியைப் பார்க்கிறவர்களும் இருக்கிறார்கள். இப்பேர்ப்பட்ட கவனத்தை ஈர்க்கும் ஆபீசாக சென்சார் இருந்தாலும் சென்சார் அதிகாரிக்கு வாகனம் ஒன்றும் இல்லை. சென்னையில், நான் வருவதற்கு முன்பு இங்கே ஒரு வழக்கம் இருந்தது. ஒரு திரைப்படம் சென்சாருக்காகத் திரையிடுகிற அன்று காலை, அந்த திரைப்படத்தின் தயாரிப்பாளர், ஒரு காரை சென்சார்

அதிகாரியின் வீட்டுக்கு அனுப்பிவிடுவார். அதிகாரி, அந்தக் காரை படம் பார்க்கவும், பிற வேலைகளுக்கும் பயன்படுத்திவிட்டு அன்று இரவு திருப்பி அனுப்பினால் போதுமானது.

தணிக்கை என்பது ஒரு Regulatory Function. நான் ஏற்றிருப்பது, ஒரு சினிமாவைப் பார்த்து அதில் "இதை அனுமதிக்கலாம், இதை நீக்கவேண்டும்" என்று தீர்மானிக்கிற பணியாகும். பல சமயம் தயாரிப்பாளருக்கு எதிராகவே இந்த முடிவுகள் அமையும். அப்படியிருக்கும்போது, அவரிடமே காரை இலவசமாகப் பெற்று அவருக்கு எதிராகத் தீர்ப்பு சொல்வது எப்படி நேர்மையாக இருக்கும்?

கேரளாவில் சப்-இன்ஸ்பெக்டர்கள் எல்லோருக்கும் இந்தியாவிலேயே முதன்முதலாக ஜீப்களை வழங்கினார், அப்போது முதல்வராக இருந்த அமரர் கே.கருணாகரன். அதற்கு அவர் சொன்ன விளக்கம்: "போலீஸிடமிருந்து உதவி நாடுவோர், வாடகைக்கு வண்டியைப் பிடித்து வந்து SIஐ ஏற்றிச்செல்ல வேண்டிய நிலைதான் இருக்கிறது. வசதி இருக்கிறவனுக்குச் சாதகமாக இது இருக்காதா? ஏழை பக்கம் நியாயமிருந்தால் அவனுக்கு இது பாதகமாகாதா? நியாயம் வழங்குவோர் கட்சிக்காரர்களின் வண்டியைப் பயன்படுத்தக்கூடாது. அதனால்தான் ஜீப்பை வழங்குகிறேன். போலீஸ் யாருடைய தாட்சண்யம் இல்லாமல் நியாயம் வழங்குவதற்காக" என்று அவர் சொன்னது ஞாபகம் வந்தது.

சென்சார் அதிகாரியாகப் பொறுப்பேற்பதற்கு முன்பு நான் செய்த முதல் வேலை, சொந்தமாக ஒரு காரை வாங்கி, அதை சென்சார் பணிக்குப் பயன்படுத்தியதுதான். யாருடைய தாட்சண்யமும் இல்லையென்றால்தான் சுதந்திரமாகச் செயல்பட முடியும் என்று நான் நம்பினேன்.

மோசமான படத்தை சென்சார் மூலம் நல்ல படம் ஆக்கிவிட முடியாது!

திரைப்படத் தணிக்கை அல்லது சென்சார் பற்றிய புரிதல் திரைப்பட உலகில் பெரும்பாலானோருக்கு இல்லை. அவர்களைக் குறை கூறுவதில் அர்த்தமும் இல்லை. ஒரு திரைப்படத்தை

இயக்கிய அனுபவமுள்ள எனக்கும், அதிகாரியாக வருவதற்கு முன்னர் சென்சார் பற்றிய முழுமையான புரிதல் இல்லை என்றுதான் சொல்ல வேண்டும்.

சென்சார் என்று ஒன்று இருந்தும், மோசமான படங்கள் வருகின்றனவே என்று கவலைப்படுகிறவர்கள் அதிகமாக இருக்கிறார்கள். நல்ல திரைப்படங்கள் வரவேண்டுமானால் இயக்குநர்களும் தயாரிப்பாளர்களும் முயற்சிக்க வேண்டுமே ஒழிய சென்சாரினால் முடியாது.

ஒரு மோசமான படம் சென்சாருக்கு வந்தால், அதில் சென்சார் விதிமுறைகளின்படி சிலவற்றை நீக்க முடியுமே தவிர, மோசமான படத்தை நல்ல படமாக மாற்ற முடியாது. அதைப்போலவே தரமான படம் எடுப்பவர்களுக்கு சென்சார் ஒரு தடையாக இருக்கிறது என்கிற கருத்து படைப்பாளிகள் மத்தியில் இருக்கிறது.

சென்சார் விதிமுறைகளின்படி, அடிப்படையில் தரமான திரைப்படத்துக்கு யாதொரு தடையும் விதிமுறைகளில் இல்லை. ஆனால் விசாலமான மனமில்லாத அரசாங்கம் குறுக்கிடும்போது, தடைகள் ஏற்படுவதுண்டு.

அதைப்போலவே சென்சார் செய்கிற பொறுப்பு ஒரு குழுவிடம் ஒப்படைக்கப்பட்டிருக்கிறது. அந்தக் குழுவில் செயல்படவேண்டிய உறுப்பினர்களின் பட்டியலை அரசாங்கம் தீர்மானிக்கிறது.

சென்சார் செயல்பாடு ஒரு நீதிமன்றத்தின் செயல்பாட்டைப் போன்றதாகும் (Quasi- Judicial). பட்டியலில், அரசாங்கம் பரிந்துரைக்கப்படும் உறுப்பினர்களில் சுமார் பத்து சதவிகிதத்தினர் மட்டுமே இத்தகைய பொறுப்புக்குத் தகுதியானவர்களாக இருக்கின்றனர். மீதமுள்ளவர் அனைவரும் ஆளுகின்ற அரசியல் கட்சிகளில் பதவிகள் கிடைக்காமல் போன Upstartகளாக இருப்பதுதான் வேதனைக்குரிய விஷயம்.

ஓர் உறுப்பினர் அரசாங்கத்தின் நியமன உத்தரவு கிடைத்ததும் என்னை ஓடிவந்து சந்தித்து "சார், ஒரு படம் சென்சார் செய்தால் எவ்வளவு கிடைக்கும்?" என்று கேட்டார். நான் அரசாங்கம் தருகிற Sitting fee பற்றி சொன்னேன். அவர் சொன்னார்: "நான் அதைப்பற்றி கேட்கவில்லை. தயாரிப்பாளர்கள் ஆயிரக்கணக்கில்

கொடுப்பதாக கேள்விப்பட்டேனே?" இதுதான் அவர்களின் எதிர்பார்ப்பு என்றால், அவர்களின் பொறுப்புணர்ச்சிபற்றி யூகித்துக் கொள்ளுங்கள்.

இன்னும் சில மெம்பர்கள், தியேட்டரில் படம் பார்க்கிற பாமரர்களின் மனநிலையோடு சென்சார் செய்ய வருவதும் உண்டு. நகைச்சுவைக் காட்சிகளுக்கு சீட்டில் இருந்து எகிறி குதிப்பதும், பிரியமான நடிகர்களின் காட்சிகளுக்குச் சபாஷ் போடுகிற அளவுக்கு தரம் தாழ்ந்து போகிறவர்களும் உண்டு. சென்சார் என்பது ஒரு பொறுப்பு வாய்ந்த பணி என்பதை அவர்களுக்கு அடிக்கடி உணர்த்த வேண்டிய அவசியம் ஏற்பட்டிருக்கிறது.

"வீட்டில் இன்னும் அதிகமாகக் கெட்ட வார்த்தை பேசுவேன்!"

நான் பொறுப்பேற்ற சமயம், தமிழ் சினிமாவில் பெரும் பாலானவற்றில் பெற்றோர்கள், பெரியவர்கள் என்கிற பேதமில்லாமல் அவர்களை 'நாயே' என்று அழைப்பதும், நகைச்சுவை என்ற பெயரில், செக்ஸை அடிப்படையாக வைத்து பேசுகிற இரட்டை அர்த்தமுள்ள வசனங்களும், கெட்ட வார்த்தைகளின் உபயோகமும் அதிகமாக இருந்து வந்தன. அதில் அதை அனுமதித்திருக்கிறார்கள், இதில் இதை விட்டிருக்கிறார்கள் என்று திரைப்பட உலகில் இதுகுறித்து குறையும் கூறிக்கொண்டிருந்தார்கள்.

நாங்கள், முடிந்தவரை எல்லாப் படங்களிலும் நகைச்சுவைக்காக 'நாயே' என்று அழைப்பதையும், இரட்டை அர்த்தம் தொனிக்கும் வசனங்களையும், கெட்ட வார்த்தைகளின் உபயோகத்தையும் வெகுவாக நீக்கத்தொடங்கினோம். இதற்கு இயக்குநர்களும் தயாரிப்பாளர்களும் மிகவும் உதவிகரமாக இருந்தார்கள் என்றே சொல்லவேண்டும்.

சென்சார் திரையிடல் முடிந்ததும், அந்த திரைப்படத்தின் இயக்குநர் சென்சார் குழுவினரை வந்து சந்திப்பார். அப்போது திரைப்படத்தில் சென்சார் குழு வெட்டுவதற்கு உத்தேசிக்கிற "கட்"களைப்பற்றிய கலந்துரையாடல் நடைபெறும். இயக்குநர்கள் தன் பக்கத்து நியாயங்களைச் சொல்லி வாதாடலாம். சென்சார்

குழு, அவர் வாதங்களை ஏற்று "கட்"களை இல்லாமல் செய்வதுமுண்டு. சென்சார் குழு என்பது சென்சார் அதிகாரியான என் தலைமையில், நான்கு பேரை உறுப்பினர்களாக கொண்டது. அதில், இரண்டு பெண்கள் நிச்சயம் இருப்பார்கள்.

சென்சாருக்கு வந்த திரைப்படம் ஒன்றில் ஏகப்பட்ட கெட்ட வார்த்தைகள் இருந்தது கண்டு, வெறுத்துப்போன பெண் உறுப்பினர் ஒருவர் இயக்குநரைக் கேட்டார்:

"உங்கள் படத்தில் கெட்ட வார்த்தைகளை அதிகமாக பயன்படுத்தியிருக்கிறீர்களே, நீங்கள், உங்கள் மனைவி, மகள் என குடும்பத்தோடு இதைப் பார்க்கும்போது சங்கடப்படமாட்டீர்களா?" என்று. அப்போது, இயக்குநர் கொஞ்சமும் அசராமல் சகஜமாகப் பதில் சொன்னார்:

"எனக்கு ஒரு சங்கடமும் கிடையாது. நான், என் வீட்டில் மனைவியிடமும் மகளிடமும் இதைவிட அதிகமாக கெட்ட வார்த்தைகள் பேசுவேன்" என்றாரே பார்க்கலாம்!

இரட்டை அர்த்தமும் இருட்டும்!

தமிழ் திரைப்படங்களைத் தொடர்ச்சியாக சென்சார் செய்துகொண்டிருந்தபோது, ஒரு விஷயம் மட்டும் எனக்குப் புரியாத புதிராக இருந்தது. தமிழ் சினிமா வெற்றிபெறுவது சினிமாவுக்கு வரும் குடும்பப் பெண்களால்தான் என்று திரைப்பட தயாரிப்பாளர்களும் இயக்குநர்களும் அடிக்கடி சொல்லக் கேட்டிருக்கிறேன்.

அப்படி இருக்கும்போது, இரட்டை அர்த்த வசனங்களை நாம் ஒவ்வொரு முறையும் கட் செய்து அனுப்பினாலும், ஏன் இவர்கள் மீண்டும் மீண்டும் சினிமாவில் அவற்றை வைக்கிறார்கள்?. ஒரு மூத்த இயக்குநர் என்னிடம் மனந்திறந்து சொன்னார்: "சார், நீங்கள் கண்களில் எண்ணெய் விட்டுக்கொண்டு, இந்த டபுள் மீனிங் டயலாகை எவ்வளவுதான் "கட்" பண்ணாலும், நாங்கள் அடுத்த படத்தில் டபுள் மீனிங் டயலாகோடு திரும்பத்திரும்ப வந்துதான் தீருவோம். ஏன்னா பெண்கள் அதை அதிகமாக ரசிக்கிறாங்க" என்றார் அவர். எனக்கு அதிர்ச்சியாக இருந்தது.

சென்சார்போர்டு தலைவர் திருமதி. ஆஷா பரேக் அவர்களுடன் திரைப்படத் தணிக்கை அதிகாரியாக

பெண்கள் இரட்டை அர்த்தம் கொண்ட வசனங்களை அதிகம் ரசிக்கிறார்கள் என்று அந்த இயக்குநர் சொன்னது உண்மையா என்று ஆராய முடிவெடுத்தேன். அடுத்த முறை, எங்கள் கிராமத்துக்குச் சென்ற போது ஒரு Experiment செய்தேன்.

எங்களூரில் 25 வயது முதல் 50 வயது வரை உள்ள 15 பெண்களை, ஒன்று சேர ஒரு அறையில் உட்காரச் செய்து, 'சகலகலா வல்லவன்' பட கேசட்டை, டிவியில் காணுமாறு செய்தேன். அறையிலிருந்து விளக்கை அணைத்துவிட்டு நான் வெளியேறிவிட்டேன். அவர்களைப் பொறுத்தவரை நான் அங்கே இல்லை. ஆனால், எதிரே உள்ள சன்னல் கதவிடுக்கு வழியாக அவர்களைக் கண்காணித்தேன். அந்தப் படத்தில் வருகிற, இரட்டை அர்த்தமிக்க காட்சிகளையும் வசனங்களையும் அவர்கள் சத்தமிட்டு ரசிப்பதைக்கண்டு உண்மையில் அதிர்ந்து போனேன்.

திடீரென்று உள்ளே சென்று அவர்களுடன் சிறிது நேரம் படம் பார்த்தேன். நான் உள்ளே இருக்கும்போது, இரட்டை அர்த்தக் காட்சிகளோ வசனங்களோ வந்தால் அவர்களிடம் ஒரு பிரதிபலிப்பும் இல்லை. நான் என்ன நினைப்பேனோ என்று கருதி, சீரியஸாக படம் பார்ப்பதாகத் தங்களை அவர்கள் காட்டிக் கொண்டார்கள். நான் மீண்டும் வெளியே சென்றுவிட்டேன்.

அது உறுதியானவுடன், மீண்டும் அவர்கள் பழையபடி, அது போன்ற காட்சிகளை மிகவும் ரசிக்க ஆரம்பித்தார்கள். நான் கொஞ்ச நேரத்துக்குப்பின் மீண்டும் உள்ளே வந்து, அறையில் விளக்கை எரிய விட்டுவிட்டு வெளியேறினேன். இருட்டில் உற்சாகமாக ரசித்த அவர்கள், வெளிச்சத்தில் யாதொரு பிரதிபலிப்பும் இல்லாமல் மீண்டும் சீரியஸாக பார்க்கத் தொடங்கினர். இத்தனைக்கும் அப்போதுதான் 'நேத்து ராத்திரியம்மா' பாட்டு முக்கல் முனகலோடு ஓடிக்கொண்டிருந்தது.

இதில், பல விஷயங்கள் எனக்குப் புரிந்தன. சினிமா இருட்டில் காட்டப்படுவதால், யாரையும் யாரும் அடையாளம் காணமுடியாத சூழ்நிலையில் இந்தியப் பெண்கள் இயல்பாக இவற்றைக் காண்கிறார்கள். ரசிக்கிறார்கள். அதை நாம் தவறு என்று சொல்ல முடியாது. ஆண்களுக்கு செக்ஸைப்பற்றிப் பேசவோ ரசிக்கவோ ஏராளமான சந்தர்ப்பங்கள் இந்த சமூகத்தில் கிடைக்கிறது. ஆனால் பெண்களுக்கு அத்தகைய சந்தர்ப்பங்கள் கிடைப்பது வெகு அபூர்வம். சினிமா இருட்டில் காட்டப்படுவதால் பெண்கள் சுதந்திரமாக ரசிக்கிறார்கள். ஆனால், இலைமறை காய்மறையாக இரட்டை அர்த்தங்களை அவர்கள் ரசித்தாலும், வெளிப்படையான செக்ஸ் காட்சிகளை அவர்கள் ரசிப்பதில்லை. அதற்கு அவர்கள் ஒரு எல்லையை வைத்திருக்கிறார்கள்.

கர்ப்பக்கிரகத்திலேயே குண்டு வச்சிட்டா..?

தமிழ்த்திரையுலகில் சென்சாரைப் பொறுத்தவரை, எந்தவித வெட்டுகளும் இல்லாமல் Clear 'U' வாங்குவதில் மிகுந்த கவனம் செலுத்துகிற இயக்குநர்கள் சிலர் இருக்கிறார்கள். ஆனால் பெரும்பாலான திரைப்படங்கள், வன்முறை, செக்ஸ் காட்சிகள் சம்பந்தப்பட்ட சென்சார் விதிமுறைகளை வெவ்வேறு அளவுகளில் மீறுபவையாகவே இருந்துவந்தன.

தலையை வெட்டுதல், கைகளை அறுத்தெறிதல் முதலான வன்முறைக்காட்சிகள் திரைப்படங்களில் ஏராளமாக வரத்தொடங்கியபோது, அவற்றைக் கட்டுப்படுத்த சென்சார் போர்டு புதிய வழிகாட்டுதல்களை அறிவித்தது. அதன்படி

உறுப்புகளை வெட்டி எறிகிற காட்சிகளை அனுமதிக்கக்கூடாது என்றும், மதம் சம்பந்தப்பட்ட கோயில், சர்ச் முதலான வழிபாட்டுத்தலங்களில் வெடிகுண்டு வைத்தல் போன்ற வன்முறைக்காட்சிகள் நீக்கப்படவேண்டும் என்றும் பரிந்துரைக்கப்பட்டது.

அந்தச் சமயத்தில், முன்னணி நடிகர் ஒருவர் கதாநாயகனாக நடித்த ஒரு படம் சென்சாருக்கு வந்தது. அந்தப் படத்தில் கிளைமாக்ஸ் காட்சியில் வில்லன் திட்டமிட்டு ஒரு வெடிகுண்டை கோயிலின் கோபுரத்தில் ஏறிச்சென்று மறைத்து வைக்கிறான். கீழே இறங்கி வரும்போது, கதாநாயகன் அவனுடன் நீண்ட நேரம் சண்டை செய்து அவனைச் சாகடிக்கிறான். பின்னர் வெடிகுண்டை அது வெடிப்பதற்குள் தேடி கண்டுபிடித்து, அதை தூர எடுத்துச்சென்று வீசி எறிந்து கோயிலைக் காப்பாற்றுகிறான்.

சென்சார் திரையிடல் முடிந்ததும் நடிகரும், தயாரிப்பாளரும் எங்களை வந்து சந்தித்தனர். அவர்களிடம் நான் சென்சார் விதிமுறைகளைச் சொல்லி கோயில் கோபுரத்தில் வெடிகுண்டு வைப்பதை அனுமதிக்க முடியாது என்பதைத் தெளிவாக விளக்கினேன். நடிகர் மிகவும் அப்செட் ஆகிவிட்டார். “சார், என் படங்கள் ஓடுவதே சண்டைக்காட்சிகளால்தான். அதுவும் கிளைமாக்ஸ் காட்சியில் தயவுசெய்து கை வைக்காதீர்கள்” என்று எங்களிடம் வேண்டினார்.

நான் அவருக்கு ஆலோசனை கூறினேன்.

“உங்கள் சண்டை கோயிலுக்கு வெளியில்தான் நடக்கிறது. அதை நீங்கள் அப்படியே வைத்துக் கொள்ளுங்கள். ஆனால் கோயில் கோபுரத்தில் சென்று குண்டை வைப்பதற்குப் பதில் வில்லன் தனது சகாக்களுடன் ‘கோயிலில் குண்டை வைத்து நாசம் செய்யப்போகிறேன்’ என்று பேசி திட்டம் போடட்டும். அங்கே நீங்கள் தோன்றி உங்கள் சண்டையைப் போடுங்கள். இதன்படி செய்தால் நீங்கள் புதியதாக ஒன்றையும் ஷூட் செய்யவேண்டியதில்லை. எடிட்டிங் மட்டும் செய்தால் போதும்’ என்று ஆலோசனை சொன்னேன்.

“ஓரிரு நாட்கள் எங்களுக்கு டைம் கொடுங்கள் நாங்கள் யோசித்துவிட்டு வருகிறோம்” என்று சொல்லி அவர்கள் விடைபெற்றுச் சென்றார்கள்.

அடுத்த நாள் விடுமுறை தினம். எனக்குக் காலையில் தயாரிப்பாளர் போன் செய்தார். "சார், அடுத்த வாரம் ரிலீஸ் வைத்திருப்பதால் புதிய யோசனையுடன் உங்களை நானும் நடிகரும் இன்று சந்திக்கமுடியுமா?" என்று கேட்க நான் அவர்களை வரச் சொன்னேன்.

நடிகரும், தயாரிப்பாளரும் என் வீட்டிற்கு வந்தார்கள். வரவழைத்து அமரச்செய்தேன். "என்ன, கிளைமாக்ஸ் காட்சியை வேறுவிதமாகக் காட்ட முடிவு செய்துவிட்டீர்களா?" என்றேன்.

எனக்கும் கூட அதை அறிவதற்கு ஆவல் இருந்தது உண்மை.

நடிகர் சொன்னார்: "ராத்திரி எல்லாம் தூங்கவே இல்லை சார். எல்லாவிதமாகவும் யோசித்து முடிவெடுக்குறதுக்குள் விடியற்காலை ஆகிவிட்டது. உங்க அப்ரூவல் வாங்க அப்படியே வந்துவிட்டோம். சாரி, தொந்தரவுக்கு மன்னிக்கவும்."

"அதெல்லாம் ஒன்றுமில்லை. சொல்லுங்கள்"

நடிகர் உணர்ச்சியோடு விவரித்தார்:

"சார், கோயில் கோபுரத்தில் குண்டை வைக்க வேணாம்னு சொன்னீங்க. சென்சார் ரூஸ்ஸ் அப்படி. நாம ஒன்னும் பண்ண முடியாது. அதனால கோயில் கர்ப்பகிரகத்துல குண்டு வைக்கிற மாதிரி காட்ட விரும்புகிறோம். அனுமதி கிடைக்குமா சார்?"

நான் இருவரையும் பார்த்தேன். தங்களது யோசனை மிகவும் முட்டாள்தனமானது என்பதற்கான அறிகுறி அவர்கள் முகங்களில் காணப்படவில்லை. இருவரும் ஏதோ ஒரு பெரிய பிரச்னைக்கு சரியான தீர்வைக் கண்டுபிடித்துவிட்டது மாதிரி வெகு சீரியஸாக முகத்தை வைத்துக்கொண்டிருந்தார்கள். வாய்விட்டுச் சிரிக்க வேண்டும் என்கிற என் உள்ளுணர்வை கஷ்டப்பட்டு அடக்கிக்கொண்டேன்.

நான் அதிகாரியாக அவர்களிடம் பேசத்தொடங்கினேன்:

"என்னைக் கேலி செய்வதற்காகவா இப்படிப்பட்ட யோசனையோடு வந்தீர்கள்? சென்சாரில் நாங்கள் அறிவித்ததுபோல் கோயிலில் வெடிகுண்டு வைக்கிற காட்சியை நீக்கிவிட்டு வந்து சர்டிபிகேட்டை வாங்கிச்செல்லுங்கள்" என்று கறாராகச் சொல்லி அவர்களை வழியனுப்பிவைத்தேன்.

அவர்கள் முகம்வாடிப்போய் வெளியேறினார்கள். அவர்கள் சென்றவுடன், நான் வெகு நேரம் அவர்களின் புதிய யோசனையை நினைத்து நினைத்து வாய்விட்டுச் சிரித்து கொண்டிருந்தேன்.

வணக்கம் சொல்கிற பழக்கம்!

நடிகர் ரஜினிகாந்த் அவர்களின் 'பாட்ஷா' சென்சார் செய்த அனுபவம் மறக்க முடியாதது. 'பாட்ஷா'தான் நான் சென்சார் செய்த முதல் ரஜினிகாந்த் படம். பெரிய நடிகரின் படமானதாலும், அந்தப் படத்தைத் தயாரித்தவர் தமிழக மூத்த அமைச்சர் என்பதாலும், சென்சாருக்காகப் படத்தைத் திரையிடுகிற அரங்கத்துக்கு முன்னால் ஏராளமான பிரமுகர்கள் கார்களில் வந்திருந்தனர்.

சென்சார் மெம்பர்கள் ஏற்கெனவே வந்து அரங்கத்தில் அமர்ந்திருந்தார்கள். இன்று என்ன படத்தை சென்சார் செய்யப் போகிறோம் என்ற விவரம் அவர்களுக்குத் தெரியாது. முன்கூட்டியே தெரிவிக்கக்கூடாது என்பது விதிமுறை.

நான் காரிலிருந்து இறங்கி அரங்குக்குள் உள்ளே நுழையும்போது, எங்கிருந்தோ சிலர் என்னிடம் ஓடிவந்தார்கள். அவர்களில் ஒரு பிரமுகர் சொன்னார்:

"சார், ரஜினிகாந்த் சாருக்கு ஒரு பழக்கம். அவருடைய படம் சென்சார் ஆகும்போது, படம் தொடங்குவதற்கு முன்னால் சென்சார் அதிகாரியையும், மெம்பர்களையும் பார்த்து வணக்கம் சொல்லிவிட்டுச் செல்வது வழக்கம். இப்போ அவர் வீட்டிலிருந்து புறப்பட்டுவிட்டார். கொஞ்சம் வெயிட் செய்தால் வந்து விடுவார்" என்றார் அவர்.

நான் சொன்னேன்: "தயவுசெய்து ரஜினிகாந்த் அவர்களிடம் இங்கே இப்போது வரவேண்டாம் என்று சொல்லிவிடுங்கள். சென்சாருக்காக ஒரு படம் திரையிடுவதற்கு முன்பு, ஒரு பெரிய ஸ்டார் எங்களிடம் வந்து "இது என்படம்" என்று அறிமுகப்படுத்துவது ஒரு தவறான அணுகுமுறையாகும். மேலும், இதைப்போன்று பிற நடிகர்களுக்கு நாங்கள் வாய்ப்பளிப்பது மில்லை. ஆனால், நாங்கள் படத்தைப் பார்த்தபிறகு அவர்

எங்களை வந்து தாராளமாகச் சந்திக்கலாம். அது அவரது உரிமையும்கூட." என்றேன்.

அந்தப்பிரமுகரின் முகம் அதிர்ச்சியால் இருண்டு போய்விட்டது. நான் அரங்குக்குள் சென்றுவிட்டேன்

சென்சார் திரையிடல் முடிந்து நாங்கள் வெளியே வந்தபோது ரஜினிகாந்த் அவர்கள் எங்கள் முன் வந்து வணக்கம் வைத்துவிட்டுச் சென்றார். அன்று வழக்கம்போல் திரையிடுவதற்கு முன்பு வந்ததாகவும் என் விளக்கத்தைக் கேட்டுவிட்டு, அதன்படி மீண்டும் படம் முடியும் போது, திரும்ப வந்ததாகவும் என்னிடம் சொன்னார்கள். சூப்பர் ஸ்டார் என்கிற இமேஜ் உள்ள ஒருவர், தன்னைப் பார்க்க மறுத்த அதிகாரிமேல் கோபப்படுவதற்குப் பதில், அவரது கூற்றிலுள்ள நியாயத்தை ஏற்றுக்கொண்டு, அதன்படி அவர் எங்களை வந்து கண்டது, அவர்மேல் எனக்கு மிகுந்த மரியாதையை ஏற்படுத்தியது. அதுமட்டுமல்ல, பிறகு வெளிவந்த அவரது திரைப்படங்களான 'முத்து', 'அருணாச்சலம்', 'படையப்பா' முதலானவைகளை நான் சென்சார் செய்தபோது அவர் வரவில்லை. அவரது பிரதிநிதியாக வந்தவர் சொன்னார்: "இந்த அதிகாரி இருக்கும்வரை இவர் கொடுக்கும் 'கட்' களை அப்படியே ஏற்றுக்கொள்ளுங்கள். அப்பீல் போகாதீர்கள்" என்று என்னைப்பற்றி ரஜினிகாந்த் அவர்கள் கூறியதாக, அவர் சொன்னார்.

'பிட்' படங்களுக்கு ஒரு 'செக்'

அந்தக் காலத்தில் ஆபாசப் படங்களைச் சில தியேட்டர்களில் சென்சார் செய்யப்பட்ட படங்களோடு சேர்த்துக் காட்டுகிற வழக்கம் இருந்தது. அப்படிப்பட்ட தியேட்டர்களுக்கு பெண்கள் அல்லது குடும்பங்கள் வராமல் பார்த்துக்கொள்வார்கள். இளைஞர்களைக் குறிவைத்து நடக்கும் இந்த சட்டத்துக்குப் புறம்பான திரையிடல், போலீசின் ஒத்தாசையோடுதான் பெரும்பாலும் நடைபெறும். சென்சார் செய்யப்பட்ட படம் ஓடிக்கொண்டிருக்கும்போது திடீரென்று நீலப்படம் திரையில் வரும். இது ஒரு அகில இந்திய Racket.

சிலசமயம், போலீஸ் கையும் களவுமாகப் பிடித்து, கேஸாக்கி, நீதிமன்றத்தின் முன் கொண்டு போய் நிறுத்துவதுண்டு. ஆனால்

சாட்சி, சான்றுகளின் மூலம் தெளிவாக நிறுவ முடியாததால் தண்டனை கிடைக்கிற கேஸ்கள் மிகமிகக் குறைவு.

நீலப்படங்களை தியேட்டர்களில் அப்படியே காட்ட முடியாது. அவர்களுக்குத் தேவை சென்சாரில் 'A' சர்டிபிகேட் வழங்கப்பட்ட ஒரு திரைப்படம். அப்படி ஒரு 'A' படம் கிடைத்தால், கிளர்ச்சியூட்டும் டைட்டில் வைத்து, போஸ்டர் அடித்து, இதற்கான ரசிகர்களை அவர்களால் ஈர்க்க முடியும். அதன் பின்னர் ஆபாசப்படத்தை அதனுடன் சேர்த்து வெளியிடுவது சுலபம்.

முதலில், இதுபோன்ற படங்களை மலையாளத்தில் வெளியிட்டார்கள். இதற்கு ஆல் இந்தியா மார்க்கெட் கிடைத்தவுடன் கரடுமுரடான ஆங்கிலத்தில் உருவாக்கினார்கள். ஒரு சாதாரண கிரைம் ஸ்டோரியை படமாக்கிக் கொண்டு வருவார்கள். அந்த கதையில் நேர்த்தியோ, சுவாரஸ்யமோ, ஆபாசமோ ஒன்றும் இருக்காது. நீலப்படத்தை சேர்ப்பதற்கு ஏதுவாக அந்தப்படம் இருக்கவேண்டும் அவ்வளவுதான். இதுபோன்ற படங்கள் பின்னர் ஆபாசப்படங்களோடு சேர்த்து தியேட்டர்களில் காட்டப்படுகிற சாத்தியம் இருப்பதால் சர்டிபிகேட் தர முடியாது என்று சென்சாரில் மறுக்கப்பட்டது. ஆனால், இதற்கு எதிராக கோர்ட்டுக்கு போனார்கள். கோர்ட் அவர்களுக்கு அனுகூலமான தீர்ப்பை வழங்கியது: "எதிர்காலத்தில் ஒரு திரைப்படத்தில் நீலப்படம் இணைக்க சாத்தியம் உள்ளது என்கிற காரணம்காட்டி, ஆபாசம் சிறிதும் இல்லாத அந்தப்படத்துக்குச் சென்சார் சர்டிபிகேட் வழங்க மறுப்பது சட்டப்பிரகாரம் செல்லாது" என்று கூறிவிட்டது.

வேறு வழியில்லாமல் இது போன்ற படங்களுக்குச் சென்சார் சர்டிபிகேட் வழங்க வேண்டிய நிலை ஏற்பட்டது. இந்தியா முழுக்க, இதைப்போன்ற படங்கள் தியேட்டர்களில் ஆபாசப் படங்களோடு இணைத்துக் காட்டப்பட்டுத் தயாரிப்பாளர்களுக்கு லட்சக்கணக்கில் லாபங்களை ஈட்டித்தந்தன.

இந்தப் பூனைக்கு எப்படி மணி கட்டுவது? எனக்கு ஒரு யோசனை தோன்றியது. இவர்களின் வியாபாரம் முழுதும் சுற்றிச்சுழல்வது சென்சார் தருகிற Adults Only சர்டிபிகேட்டை அடிப்படையாக வைத்துத்தானே! அதில் கைவைத்தால் என்ன என்று யோசித்தேன். அடுத்து சென்சாருக்கு வந்த

'அந்த மாதிரி' படத்துக்கு நான் எல்லோரும் பார்க்கக்கூடிய 'U' சர்டிபிகேட்டைக் கொடுத்தேன். சிறிதும் ஆபாசமின்றி எடுக்கப்பட்ட அந்த படம், எல்லோரும் பார்ப்பதற்கு உரிய படம் என்று விளக்கம் சொன்னேன். அவர்கள் 'A' சர்டிபிகேட்டுக்காக கெஞ்சிக் கூத்தாடிப் பார்த்தார்கள். நான் மறுத்துவிட்டேன். 'A' சர்டிபிகேட் இல்லாத அந்த படத்தை யாரும் வாங்க முன்வரவில்லை. வியாபாரம் படுத்து விட்டது. அதைப் போன்ற படங்கள் தயாரிப்பதும் நின்றுவிட்டது.

'பம்பாய்'

இயக்குநர் மணிரத்னத்தின் 'பம்பாய்' திரைப்படம் தந்த சென்சார் அனுபவம் மிகவும் முக்கியத்துவம் வாய்ந்தது.

இந்துவான கதாநாயகனும், முஸ்லிமான கதாநாயகியும் காதலில் வீழ்கிறார்கள். இரண்டு குடும்பங்களும் எதிர்க்கவே, பம்பாய் சென்று திருமணம் செய்துகொண்டு மகிழ்ச்சியுடன் வாழ்கிறார்கள். இரண்டு குழந்தைகள் பிறக்கின்றன. அவர்களது இரண்டு குடும்பங்களும் அவர்களை ஏற்றுக்கொள்கின்றன. இதற்கிடையில் அயோத்தியில் பாபர் மசூதி தகர்க்கப்படுகிறது. அதன் விளைவாகப் பம்பாயில் இந்து முஸ்லிம் கலவரம் மூள்கிறது. நூற்றுக்கணக்கில் மக்கள் கொல்லப்படுகின்றனர். குழந்தைகள் இருவரும் காணாமல் போக, அவர்களைத்தேடி கதாநாயகனும் கதாநாயகியும் அலைகிறார்கள். இறுதியில் மதநல்லிணக்கச் செய்தியோடு படம் முடிகிறது.

"ஒரு தமிழ்ப்படமாக இந்தப் படத்தைப் பார்க்கும்போது சென்சார் பார்வையில் பெரிதாக ஆட்சேபணைகள் ஒன்றுமில்லை. கதாநாயகனும் கதாநாயகியும் தமிழ்நாட்டைச் சேர்ந்தவர்களாக இருந்தாலும் கதையின் பெரும்பகுதி நடப்பது பம்பாயில்தான். பாபர் மசூதி தகர்க்கப்பட்டதற்குப் பின்னர் பம்பாயில் எப்படி மதக்கலவரம் தோன்றியது இந்துக்களும் முஸ்லிம்களும் எப்படி அதில் பங்கு கொண்டார்கள் என்பதை Graphic ஆக விளக்குகிற படம்தான் 'பம்பாய்'. இந்தப்படத்தில் வருகிற பம்பாயின் பிரமுகர்கள் – பால் தாக்கரே போன்றோர் கதாபாத்திரங்களாக வந்து, இந்துக்களைத் தூண்டிவிடுவதும்

அதற்கு எதிராக முஸ்லிம் தலைவர்கள், முஸ்லிம்களைத் தூண்டிவிடுவதும் துல்லியமாக – அவர்கள் உபயோகித்த வார்த்தைப் பிரயோகங்களை அப்படியே கையாண்டு, பம்பாயில் எங்கெல்லாம் கலவரங்கள் ஏற்பட்டனவோ அந்த இடங்களை மையமாகக்காட்டி காட்சிப்படுத்தியிருந்தனர்.

மேலும், பம்பாய் திரைப்படம் தமிழிலும், இந்தியிலும் ஒரே சமயத்தில் வெளியிட ஏற்பாடு செய்யப்பட்டிருந்தது. பம்பாயில் நடந்த கலவரங்களைப்பற்றி தமிழ்நாட்டில் மேலோட்டமாகவே தெரிந்திருந்தது.

கலவரத்தை உண்டாக்கிய தலைவர்கள், அவர்கள் பேசிய பேச்சுக்கள் தமிழ்நாடு contextஇல் யாதொரு எதிர்வினையையும் ஏற்படுத்த வாய்ப்பில்லை. ஆனால், இந்தியில் அதன் தாக்கம் பல மடங்கு அதிகமாக இருக்கும். அது மட்டுமல்ல படத்தைப் பார்ப்பவர்கள் உணர்ச்சி வசப்பட்டு சட்டம் ஒழுங்கைக் குலைக்கவும் வாய்ப்பிருக்கிறது. சென்சார் விதிகளின்படி ஒரு மொழியில் visual காட்சிகளை அனுமதித்தால் மற்றொன்றில் 'கட்' செய்யமுடியாது.

எனவே, 'பம்பாய்' படத்தைத் தமிழ் சென்சார்குழு தணிக்கை செய்வதைவிட, பம்பாய் நகரத்தில் நடந்த மதக்கலவரத்தின் களநிலவரத்தை முற்றிலும் அறிந்த, பம்பாயின் சென்சார்குழு தணிக்கை செய்தால்தான் சட்டம் ஒழுங்குக்குப் பாதகம் விளைவிக்கிற காட்சிகளையும் வசனங்களையும் நீக்க முடியும்.

மேலும், பம்பாய் இந்திப் படத்தை திரை அரங்கில் பார்க்கும்போது அங்குள்ளவர்கள் எத்தகைய எதிர்வினை ஆற்றுவார்கள் என்பதைச் சென்னையில் உள்ள சென்சார் குழு கணிக்க முடியாது. எனவே, பம்பாயில் உள்ள சென்சார் குழு இந்தப்படத்தைப் பார்த்து அனுமதிப்பதுதான் சிறந்ததாக இருக்கும்" என்று நான் கருதினேன். எங்கள் குழுவிலுள்ள அனைவரும் என் கருத்தை அங்கீகரித்தார்கள்.

இயக்குநர் மணிரத்னம் எங்களை வந்து சந்தித்தார். அவரிடம் எங்கள் முடிவை அறிவித்தேன். இந்தியாவின் முன்னணி இயக்குநரான அவர், மதநல்லிணக்கத்தை வலியுறுத்தி படம் எடுக்க எங்களுக்கு கருத்து சுதந்திரம் இல்லையா? என்று, கோபத்தோடு எங்களை எதிர்த்து

வாதிடுவாரென்று எதிர்பார்த்தேன். ஆனால், அவர் வந்தார். நான் விளக்கிச்சொன்னேன். எல்லாவற்றையும் உன்னிப்பாகக் கேட்டுவிட்டு, ஒன்றும் பேசாமல் சென்றுவிட்டார். ஆனால், பம்பாயில் சென்சார் செய்ய அனுப்பப்பட்ட இந்தப்படம் அரசியலாக்கப்பட்டுவிட்டது. சட்டம் ஒழுங்கு பிரச்னை உள்ளதா இல்லையா என்று சென்சார் குழு ஆராய்வதற்குப் பதில், போலீசிடம் ஒப்படைக்கப்பட்டு, இறுதியில் படத்தில் வில்லன்களாக சித்தரிக்கப்பட்ட அரசியல்வாதிகளே சென்சார் செய்கிற நிலைக்குச் சென்றதாகவும், அவற்றை தயாரிப்பாளர்களும் ஏற்றுக்கொண்டதாகவும் நான் அறிந்தபோது மிகவும் வருத்தமடைந்தேன்.

ஹே ராம்!

கமல்ஹாஸன் அவர்கள் எழுதி இயக்கிய ‘ஹே ராம்’ சென்சார் அனுபவம் வித்தியாசமானது. கமல்ஹாசன் ஓர் அற்புதமான நடிகர் என்பதில் யாருக்கும் வேறு கருத்து இருக்க முடியாது. தமிழ் சினிமாவில் நவீன தொழில்நுட்பத்தைக் கொண்டுவருவதிலும், Professionalஆக திரைப்படம் சம்பந்தப்பட்டவைகளை அணுகுவதிலும் பெரிதும் ஆர்வம் கொண்டவர் அவர்.

‘ஹே ராம்’ படத்தை சென்சாருக்காகப் பார்த்து முடித்தபோது பல விஷயங்கள் எங்களுக்கு அதிர்ச்சி அளித்தன.

1) மகாத்மா காந்தியைப்பற்றி விமர்சனம் செய்ய படைப்பாளிகளுக்கு உரிமையுண்டு. ஆனால், சாகேத்ராமன் என்கிற கற்பனைப் பாத்திரத்தை உருவாக்கி, காந்திஜியை தரக்குறைவாக விமர்சனம் செய்வதை யாராலும் ஏற்றுக்கொள்ளமுடியாது.

உதாரணம்: *(படத்தில் இருந்த உரையாடல் – என் நினைவிலிருந்து)*

“Libido என்றால் என்ன?”

“காம இச்சை என்று சொல்லலாம்.”

“அப்பா இறந்து போனா, அன்னைக்கு காம இச்சை அதிகமாகுமாம்.”

"So?"

"காந்தி இறந்துபோன அன்னைக்கு இந்தியர்களுக்கு எல்லாம் காம இச்சை அதிகமாயிட்டது."

"ஏன்?"

"Because Gandhi is the Father of the Nation!"

2) கதாநாயகன், இந்து தீவிரவாதிகளின் கருத்தாக்கத்தால் கவரப்பட்டு, மகாத்மா காந்தியைக் கொல்ல முயற்சிப்பதாகவும், அதற்கு முன்பாகவே கோட்ஸே காந்தியைக் கொன்றுவிடுவதாகவும், அதற்குப்பின்னர் நடந்த மதக்கலவரங்களால் மனம்மாறி அவன் காந்தியனாக மாறுவதுதான் கதை. ஆனால் படம் நெடுக, காந்தியிஸத்தைவிட, இந்து தீவிரவாதத்தை நியாயப்படுத்திப் பேசுவதுதான் படத்தின் Toneஆக இருந்தது.

பல புத்தகங்களைப் படித்து, ஆராய்ச்சி செய்து உருவாக்கப்பட்ட கதை என்று கமல்ஹாஸன் எங்களிடம் சொன்னார். ஒரு படைப்பாளிக்கு வரலாற்றை சில ஆதாரங்களை வைத்து interpret செய்ய உரிமை இருக்கிறது. ஆனால் கதை சொல்லும் விதத்தில், பல இடங்களில் மகாத்மா காந்தியைக் கேவலமாகச் சித்தரிப்பதும், பல காட்சிகளில் Sexual Perversionஐ வெளிப்படுவதும் ஏற்றுக்கொள்ள முடியாதவையாக இருந்தன.

3) வங்காள மனைவியின் மீதுள்ள காதலை வெளிப்படுத்த, கதாநாயகனும் கதாநாயகியும் நீண்ட நேரம் வெளிப்படுத்திய கை, கால் காம அசைவுகள் மிக மிக ஆபாசமாக இருந்தன.

4) காந்தியைக் கொலை செய்யத் திட்டமிட்டு, கதாநாயகன் டெல்லிவந்து ஒரு ஹோட்டலில் தங்குகிறான். அங்கே Pimp ஒருவன் வந்து அவனிடம் கேட்கிறான்:

"உங்களுக்கு பொண்ணு, பையன், மிருகம் இவர்களில் எது வேண்டும்?"

(விவாதத்தின் போது நான் கேட்டேன். இந்தப் pervertion மூலம் நீங்கள் சொல்கிற கதைக்கு என்ன லாபம்? இது அவசியமா என்று. அவர், 'இது உலகத்தில் நடக்கவில்லையா?' என்று திருப்பிக்கேட்டார்.)

இதைப்போன்று சுமார் 15க்கும் மேற்பட்ட வெட்டுகளை நாங்கள் கொடுத்தோம். அவருக்கு எங்கள் மேல் கடுங்கோபம். "யதார்த்தமாக விஷயங்களைச் சொல்லி தமிழ்சினிமாவின் தரத்தை உயர்த்துவதை நீங்கள் தடுக்கிறீர்கள்" என்று எங்கள் மேல் குற்றம் சாட்டினார்.

நான் சொன்னேன். நீங்கள் சொல்கிற விஷயங்கள் (சிறுவனுடன் உடலுறவு, மிருகத்துடன் உடலுறவு போன்றவை) உலகத்தில் நடக்கவில்லை என்று நாங்கள் சொல்லவில்லை. சென்சார் குழுவின் வேலை அவை உண்மையா இல்லையா என்று ஆராய்வது இல்லை. மாறாக, நீங்கள் சொல்கிற விஷயங்கள் மக்கள் கூடியுள்ள அரங்கில் வெளியிட தகுதியானவையா இல்லையா என்று தீர்மானிப்பதுதான். அதாவது, Are they fit for Public Exhibition or not? என்பதுதான் சென்சாரின் தலையாய கடமை என்று சொன்னோம்.

மகாத்மா காந்தி கோட்ஸேயால் சுடப்படுகிற காட்சி படத்தில் வருகிறது. சுடப்பட்டவுடன் காந்தி தரையிலிருந்து உயர எறியப்பட்டு கீழே போய் விழுகிறார். சென்சார் குழுவில் இருந்த காங்கிரஸ்காரர் "என்ன இது? தேசப்பிதாவை இப்படியா காட்டுவது? அட்டன்பரோ தன் 'காந்தி' படத்தில் இதே காட்சியை எவ்வளவோ மேன்மையாகக் காட்டியிருக்கிறார்! இவரோ, ஏதோ ஒரு மிருகத்தை சுடுவதுபோல கேவலமாகக் காட்டியிருக்கிறார்" என்று மிகவும் வேதனைப்பட்டார்.

ஆனால், இதை சென்சார் 'கட்'டாக ஆணையிட முடியாது என்று நான் அவருக்குச் சொன்னேன். "நான் இதை அவரிடம் ஒரு வேண்டுகோளாக வைக்கிறேன்" என்றார். கமல்ஹாஸனிடம் அவர் தனது வேண்டுகோளை வைத்தார்.

அதற்கு கமல்ஹாஸனின் பதில் இவ்வாறு இருந்தது:

"கோட்ஸே உபயோகித்த அதே Bore உள்ள துப்பாக்கியைப் பல இடங்களில் தேடியலைந்து லண்டனில்தான் என்னால் வாங்க முடிந்தது. அந்த துப்பாக்கியால் Shoot செய்தால் நான் படத்தில் காட்டியபடிதான், சுடப்பட்டவர் உயரச்சென்று விழுவார். அதை யதார்த்தமாகக் காட்டியிருக்கிறேன்" என்று பதில் சொன்னார்.

"யதார்த்தம் இருக்கட்டும். நாம் எப்படி மகாத்மா காந்தியின் கடைசி நிமிடத்தை present செய்கிறோம் என்பது அல்லவா முக்கியம்?" என்று அந்த காங்கிரஸ்காரர் முணுமுணுத்துக் கொண்டே இருந்தார். ஆனால், இது இயக்குநரின் discretion என்று நான் கருதி, அந்த சர்ச்சைக்கு முற்றுப்புள்ளி வைத்தேன்.

புதிய சிந்தனை, புதிய கோணம் எல்லாம் கமல்ஹாஸனின் பலம் என்றுகூட சொல்லலாம். ஆனால் அவரது வினோதமான அணுகுமுறை அவரது நோக்கங்களைச் சிதைத்து விடுவதாகவே நான் கருதுகிறேன்.

'இருவர்'

மணிரத்னம் அவர்கள் இயக்கிய 'இருவர்' மிகுந்த எதிர்பார்ப்புகளுக்கிடையில் வந்த திரைப்படம். 'இதில் வரும் கதாபாத்திரங்கள், சம்பவங்கள், யாவும் கற்பனையே. யாரையும் எதையும் குறிப்பிடுவன அல்ல' என்கிற பொறுப்புத் துறப்போடு படம் தொடங்கினாலும், எம்.ஜி.ஆர், கருணாநிதி என்கிற தமிழ்நாட்டின் இரண்டு அரசியல் ஆளுமைகளைக் கதாபாத்திரங்களாக வைத்து எழுதப்பட்ட கதை. இவர்களின் வாழ்க்கையைப் பொதுவாகத் தழுவி எடுக்கப்பட்டது அல்ல. அவர்களின் வாழ்க்கைச் சம்பவங்களை அங்குலம் அங்குலமாக விவரிக்கும்படி எடுக்கப்பட்ட படம். அவர்களின் மனைவிமார்கள், காதலிகள், குழந்தைகள் எல்லோரும் கதாபாத்திரங்களாக ஆக்கப்பட்டிருந்தனர். ஆனால் கலைஞரின் கதாபாத்திரம் மட்டும் சற்று Villainicஆக அமைக்கப்பட்டிருந்தது. படம் எடுக்கத் தொடங்கும்போது 'ஆனந்தன்' என்று பெயரிடப்பட்டு எம்ஜிஆர் வாழ்க்கையைச் சொல்ல வந்தவர்கள், கலைஞர் கருணாநிதியின் ஆட்சி வந்தவுடன் 'இருவர்' என்று பெயரை மாற்றி எம்ஜிஆர், கலைஞர் இருவரின் நட்பையும் பிரிவையும் பேசுகிற படமாக ஆக்கிவிட்டார்கள் என்று சொல்லப்பட்டது.

தொழில்நுட்ப ரீதியிலும், மோகன்லால் போன்றோரின் நடிப்பினாலும் ஒரு சிறந்த படமாக 'இருவர்' இருந்தது என்பதில் சந்தேகமில்லை. ஆனால், சென்சார் பார்வையில் சில பிரச்னைகள் இருந்தன. 'இருவர்' திரைப்படம் இரு தலைவர்களின் சொந்த

வாழ்க்கையைப் பற்றிப் பேசுவதாலும், அவர்கள் அனுமதியின்றி படம் எடுக்கப்பட்டிருப்பதாலும், அவர்களோ அவர்கள் சம்பந்தப்பட்டவர்களோ ஒரு குறிப்பிட்ட காட்சி, அவர்களை அவமதிக்கிற விதத்தில் எடுக்கப்பட்டிருப்பதாகக் குற்றம் சாட்ட வாய்ப்பிருக்கிறது.

இரண்டாவதாக, தமிழ் அரசியல் சமூகம் திமுக, அதிமுக என்று இரண்டு பிரிவாகச் செயல்படுகிறது.

கலைஞர் கருணாநிதி முதல் அமைச்சராக இருக்கிறார். அவரைத் தலைவராக ஏற்றுக் கொண்ட ஏராளமான தொண்டர்கள் இருக்கிறார்கள். அதைப்போலவே எம்ஜிஆர் அவர்கள் இறந்திருந்தாலும், அவருக்கும் ஏராளமான தொண்டர்கள் மாநிலம் முழுக்க நிறைந்திருக்கிறார்கள். இப்படிப்பட்ட நிலையில், 'இருவர்' படத்தில் தங்கள் தலைவர்களைச் சரியாகச் சித்தரிக்கவில்லை என்றோ கேவலமாகச் சித்தரித்திருக்கிறார்கள் என்றோ கொதித்தெழுந்து, ஒருவருக்கொருவர் சண்டையிடுவதற்கும், சட்டம் ஒழுங்கு சிதைவதற்கும் வாய்ப்பிருக்கிறது.

சென்சார் குழு படம் பார்த்து முடிந்தவுடன் மணிரத்னம் வந்தார். அவரிடம் நான் 'அவமதிக்கிற விதத்தில்' எடுக்கப்பட்டவை என்று நாங்கள் கருதும் காட்சிகளை விளக்கமாகச் சொன்னேன். வழக்கம்போலவே அவர் அமைதியாகக் கேட்டுவிட்டுப் பதில் எதுவும் சொல்லாமல் சென்றுவிட்டார். அதற்குப்பிறகு, எங்களுடைய cutகளை ஏற்காமல் Revising Committeeக்கு இருவர் படம் சென்றது. அங்கும் அவர்கள் எதிர்பார்த்த Relief கிடைக்கவில்லை. இதற்குள் சென்சார் தலைவரான சக்தி சமந்தா அவர்கள், நான் எனது ரிப்போர்ட்டில் குறிப்பிட்டிருந்த பரிந்துரைகளை ஏற்றுக்கொண்டு, 'இருவர்' படத்தைத் தமிழக அரசின் உள்ளாட்சித்துறைக்கு அனுப்பி, அவர்களுடைய Clearance வாங்கிவரும்படி ஆணையிட்டார்.

தமிழக அரசின் அதிகாரிகள் 'இருவர்' படத்தைப் பார்க்கும்போது, நானும் வரவேண்டும் என்று அழைத்தனர். நானும் சென்றேன். சென்சார் விதிகளின்படி, சென்சார் குழுவிற்கு என்ன படம் காட்டப்பட்டதோ, அதை மாற்றங்கள் எதுவும் செய்யாமல் அப்படியே தமிழக அரசுக்கும் காட்டவேண்டும்.

ஆனால், தயாரிப்பாளர்கள் நான் முதல் சென்சார் காட்சி முடிந்தவுடன் சொன்ன ஆட்சேபணைகளை எல்லாம், இல்லாமல் ஆக்குகிற விதத்தில் படத்தை கட் செய்தும், வசனங்கள் கேட்காத விதத்தில் பின்னணி இசையின் சப்தத்தை அதிகமாக்கியும் படத்தில் மாற்றம் செய்திருந்தார்கள்.

தமிழக அரசின் பிரதிநிதிகள், படத்தில் நாங்கள் கொடுத்த 'கட்'களை அங்கீகரித்துவிட்டு, வேறு புதிய மாற்றங்களைச் சிபாரிசு செய்யவில்லை. அதற்கு முக்கியமான காரணம் இந்தப்படம் எடுக்கப்பட்டிருக்கிற விதம், மக்களுக்குப் புரிவதற்கு வாய்ப்பில்லை. அதனால், சட்டம் ஒழுங்கு பிரச்னை ஏற்பட வழியில்லை என்று அறிவித்தார்கள்.

ஆனந்த விகடனில் அப்போது ஒரு நேர்காணல் வெளியானது. மதன் அவர்கள் மணிரத்னத்தை பேட்டி கண்டிருந்தார். "சென்சார் அதிகாரிக்கு முதுகெலும்பில்லை. பதவி நாற்காலிகளுக்காக, அரசியல்வாதிகளுக்கு அனுசரனையாக நடந்துகொள்கிறார்கள்" என்று மணிரத்னம் சொன்னதாக விகடன் இதழுக்கான விளம்பர போஸ்டர்கள் சென்னை முழுவதும் ஒட்டப்பட்டன.

என் நேர்மைக்கு எதிராக விடப்பட்ட சவாலாக நான் இதை எடுத்துக்கொண்டேன். நடந்தவற்றை விளக்கமாக எழுதி, 'இருவர்' படம் எப்படி சென்சார் விதிகளுக்கு முரணாக அமைந்திருந்தது என்றும், அவற்றைத் தவிர்க்க நாங்கள் சிபாரிசு செய்த cutகளையும், காரணங்களையும், தமிழக அரசுக்குப் படத்தை காட்டும்போது விதிமுறைகளை மீறி அவர்கள் படத்தில் மாற்றங்கள் செய்ததையும் விளக்கமாக எழுதி படித்த பண்புள்ள மணிரத்னம் அவர்கள், இப்படிச் சொல்லலாமா?" என்று அந்த அறிக்கையில் கேட்டிருந்தேன்.

சென்னை சென்சார் வரலாற்றிலேயே அதிகாரி ஒருவர் பகிரங்கமாக, பத்திரிகையில் ஒரு படத்தின் தணிக்கையைக் குறித்து தன்னிலை விளக்கம் அளித்து அறிக்கை வெளியிட்டது கிடையாது. ஏனெனில், எந்தவித அழுத்தங்களுக்கும் இடம் கொடுக்காமல், விதிகளின்படி நேர்மையாகச் செயல்பட்ட ஓர் அதிகாரியின் குரல் மக்களுக்குத் தெரிவிக்கப்படவேண்டும் என்று நான் விரும்பினேன்.

எல்லாப் பத்திரிகைகளும், என் முழு அறிக்கையையும் அரைப்பக்கம் அளவுக்கு வெளியிட்டன.

மணிரத்னம் அவர்கள் மீது எனக்கு மிகப்பெரிய மரியாதை உண்டு. அவரும் 'இருவர்' படத்துக்குப்பிறகு யாதொரு Ill Feelings-ம் இல்லாமல் என்னோடு பழகலானார். அவரது அடுத்த படம் 'தில் சே' இந்திப்படம் ஆனதால் மும்பையில் சென்சார் ஆனது. சென்னையில் நடந்த அதன் பிரிவியூ காட்சிக்கு என்னை அன்புடன் அழைத்திருந்தார். நானும் சென்றிருந்தேன்.

* * *

திரைப்பட
இயக்குநராக...

எனக்குள் சினிமா துளிர்த்ததும் ஆட்கொண்டதும்!

சிறு வயது முதலே சினிமாவின் மீது அபரிதமான ஈடுபாடு எனக்கிருந்தது. ஆரம்பத்தில் 'வீரபாண்டிய கட்டபொம்மன்' திரைப்படத்திலிருந்த சிவாஜி கணேசனின் வசனங்களை, உணர்ச்சிகரமாக பேசிக்காட்டுவதிலிருந்து அது தொடங்கியது. என் பெற்றோர் இருவரும் ஆசிரியர்கள். அவர்களின் மேலதிகாரி கூட்டிய கூட்டத்தில்தான், நான் முதன்முதலாக கட்டபொம்மன் வசனங்களைப் பேசிக்காட்டினேன். எனது தந்தையின் நண்பரும், ஆசிரியருமான ஒருவர் ஓடோடிச்சென்று 100 மீன் மிட்டாய்களை வாங்கிவந்து, ஆசிரியர்களின் கரகோஷங்களுக்கிடையில் எனக்குப் பரிசளித்தார். அந்தப் பெயர் தெரியாத ஆசிரியரை இன்று நினைத்துப் பார்க்கிறேன். சினிமாவில் எனக்கு ஈடுபாடு வர முதன்முதலில் திரி கொளுத்தியவர் அவர்தான். சிறு வயது முதலே ஒரு சினிமாவையும் விட்டுவிடாமல் தொடர்ந்து பார்ப்பதற்கு, எங்கள் வீட்டில் எனக்கு அங்கீகாரம் கிடைத்ததற்குக் காரணமாக அந்த நிகழ்ச்சி அமைந்தது. எனக்கு ஏதோ Extra Curricular திறமை இருப்பதாகவும், அதை வளர்த்துக்கொள்ளத்தான் நான் சினிமாவைத் தொடர்ந்து பார்ப்பதாகவும் எல்லோரும் கருதினர். இது ஒரு பழக்கமாக மாறி நான் MSc படித்து முடிக்கும்வரை ஒரு தமிழ்ப்படத்தையும் (துடிக்கும் துப்பாக்கி, ஜெகன்மோகினி முதலான டப்பிங் படங்கள் உட்பட) விட்டுவிடாமல் பார்க்கிறவனாக என்னை ஆக்கிவிட்டது.

முதலில் சிவாஜிகணேசனின் நடிப்பை அணுஅணுவாக ரசிக்கிறவனாக என் சினிமா வாழ்க்கை தொடங்கினாலும், 'நவராத்திரி' படத்துக்குப் பின்னர், அவர் ஒரு ஸ்டாராக மாறிச் சண்டை செய்வதும், டான்ஸ் ஆடுவதும், இன்னபிற வர்த்தக சினிமாவின் தேவைகளுக்கேற்ப தன்னை மாற்றிக்கொள்ள ஆரம்பித்ததும் நான் சிவாஜி உலகத்திலிருந்து வெளியேறிவிட்டேன். பின்னர் பாலச்சந்தரின் திரைப்படங்கள் என்னைக் கவர ஆரம்பித்தன. தமிழில் வெளிவந்த வித்தியாசமான முயற்சிகள் அனைத்தும் என்னைக் கவர்ந்தன.

வட ஆற்காடு மாவட்டத்தில் பிறந்து, Bsc வரை திருப்பத்தூரில் படித்ததால், தமிழ் தவிர வேறுமொழி திரைப்படங்களைப் பார்க்க வழியில்லாமல் போனது, நண்பகல் காட்சிகளாக மலையாள soft porn திரைப்படங்களைத் தவிர. ஆனாலும் வேலூர் தினகரன் தியேட்டரில் ஆங்கிலப் படங்களை அவ்வப்போது பார்ப்பதுண்டு.

நான் பார்த்த ஆங்கிலப் படங்களில் என்னை மிகவும் கவர்ந்த படங்கள் இரண்டு. 1) Sand Pebbles, 2) Bride wore Black. எனக்கு ஒரு படம் மிகவும் பிடித்துப்போனால்நான் தொடர்ச்சியாக அடுத்த ஷோவையும் பார்த்துவிடுவேன். இதை அந்தப் படத்துக்கும், அதன் இயக்குநருக்கும் நான் தரும் மரியாதையாகக் கருதிக்கொள்வேன்.

இந்த இரண்டு படங்களும் பிரசித்தி பெற்ற இரண்டு இயக்குநர்கள் எடுத்த படம் என்று எனக்கு அப்போது தெரியாது. 'Sand Pebbles' படத்தை இயக்கியது David Lean என்பதும் 'Bride wore Black' படம் இயக்கியது Fracois Truffaut என்பதும் எனக்குப் பின்னர்தான் தெரியவந்தது.

அப்போதெல்லாம் தமிழ்ப்படத்தை தவறாமல் பார்த்துக் கொண்டு, அதன் வர்த்தகத் தன்மையை கடுமையாக விமர்சனம் செய்யும் 'ஒரு அறிவு ஜீவியாக' நான் வலம் வந்துகொண்டிருந்தேன். சத்யஜித்ரே பற்றிக் கேள்விப்பட்டிருந்தாலும் அவருடைய படம் ஒன்றையும் நான் பார்த்திருக்கவில்லை. திருப்பத்தூர் கல்லூரியில் படித்துக் கொண்டிருந்தபோது 'குமுதம்' பத்திரிகையில் ஒரு விமர்சனம் வந்திருந்தது. சத்யஜித் ரேயின் 'சீம பத்தா' படத்தை சென்னை ராஜகுமாரி தியேட்டரில் பார்த்துவிட்டு எழுதப்பட்ட விமர்சனம் என்று அதைக் குறிப்பிட்டிருந்தார்கள்.

சத்யஜித்ரேயின் படத்தைச் சென்னை சென்று பார்த்துவிட வேண்டும் என்கிற வெறி என்னுள் தலைதூக்கியது. இதற்கு முக்கிய காரணம், ரே படத்தை பார்த்து விட்டேன் என் நண்பர்கள் வட்டத்தில் தலைதூக்கி நடக்கலாமல்லவா?

சனிக்கிழமை இரவு பாசஞ்சரில் யாருக்கும் தெரியாமல் சென்னைக்குச் சென்றேன். அடுத்தநாள் காலை ராஜகுமாரி தியேட்டரை அடைந்தபோது, படம் 12 மணிக்குத்தான் என்றார்கள். காத்திருந்து படம் பார்த்தேன். அன்றைக்கு இரவே பாசஞ்சரில் திருப்பத்தூர் திரும்பினேன். ஒன்றும்

நடக்காததுபோல், அடுத்த நாள் காலை ஹாஸ்டலுக்குச் சென்று என்னை இணைத்துக் கொண்டேன்.

சத்யஜித்ரே படத்தைப் பார்த்த அனுபவம் மறக்க முடியாதது. பாசஞ்சர் வண்டியில் இரவு முழுக்க என்னால் தூங்கமுடியவில்லை. இதுவரை பழக்கப்படாத சினிமாவைப் பார்த்ததினால் வந்த விளைவு. கல்கத்தாவில் வாழ்கிற ஒரு இளைஞனின் கதையை அற்புதமாகச் சித்தரித்து இருந்தார், ரே. புரியாத வங்காளமொழி. Subtitle கிடையாது. இதனால் கிடைத்த ஒரு நன்மை, Visualஆக மட்டுமே படத்தைப் பார்க்கவேண்டிய கட்டாயம் எனக்கு. ஆனால், அதுதான் எனக்கு வரப்பிரசாதமாக அமைந்தது. ரே, உரையாடல் மூலமாக சொல்வதைக்காட்டிலும், காட்சிகள் மூலமாகவே கதையைச் சொல்கிறார் என்கிற விஷயம் எனக்குப் புரிந்தது.

சீமபத்தாவின் கதாநாயகன் ஒரு Fan உற்பத்தி செய்யும் கம்பெனியில் விற்பனையாளராக இருக்கிறான். அவனுடைய லட்சியம் கம்பெனியின் நம்பர் 1 ஆக ஆவதுதான். அவனை லட்சியவாதியாகக் கருதும் மைத்துனி, அவன் வீட்டிற்கு வந்திருக்கிறாள்.

ஏற்றுமதிக்குத் தயாரான Fanகளில் ஏதோ சில defects கண்டுபிடிக்கப்படுகிறது. அப்படியே அனுப்பினால் கம்பெனிக்கு எதிர்காலமே இல்லாமல் போய்விடும். கதாநாயகன் யோசிக்கிறான். பேக்டரியில் தொழிலாளர் போராட்டம் ஒன்றை உருவாக்கினால் ஏற்றுமதியை delay செய்யலாம். அந்த சமயத்தில் defectsஐ சரிசெய்து ஏற்றுமதி செய்துவிடலாம். கதாநாயகனின் குயுக்தி வெற்றிபெறுகிறது.

போராட்டத்தால் தொழிலாளி ஒருவர் இறக்கிறார். கம்பெனிக்கு அதெல்லாம் ஒரு பிரச்னையில்லை. ஏற்றுமதி நன்றாக நடந்து விட்டது. கதாநாயகனின் ஐடியாதான் காரணம். அதனால் கதாநாயகன் நம்பர் 1 பதவியில் அமர்த்தப்படுகிறான். மோசடி மூலம் பதவி உயர்வு பெற்றதை அறிந்த மைத்துனி, கதாநாயகனை வெறுக்கிறாள்.

கதாநாயகன் தன் லட்சியமான நம்பர் 1 பதவியை அடைந்தாலும், குற்ற உணர்வு அவனை மகிழ்ச்சியை அனுபவிக்க விடாமல் செய்கிறது.

சத்யஜித்ரேயின் சினிமா பல புதிய ஆச்சரியங்களை எனக்குத் தந்தது. நமக்கு பழக்கப்பட்ட சினிமாக்கள் எல்லாம் மெல்லிய உணர்வுகளை அடிப்படையாக வைத்து எடுக்கப்படுவதில்லை என்கிற விஷயம் எனக்குப் புரிந்தது. நமது சினிமாக்களில் எல்லா சம்பவங்களும் மிகைப்படுத்தப்பட்டு - அப்படி மிகைப்படுத்தினால்தான் பார்ப்பவர்களைக் கவர முடியும் என்ற நோக்கத்தில் சம்பவங்களாகக் காட்டப்படுகின்றன. பார்வையாளனுக்கு அதிர்ச்சி தரவே கற்பழிப்பு, பழிவாங்கல், கொலை முதலானவை கருப்பொருளாக அமைகின்றன.

சீமபத்தாவில் வருகிற மைத்துனி, கதாநாயகன் ஒரு லட்சியவாதி என்று நம்புகிறாள். அவளது தந்தை அவனைப்பற்றி பெருமையோடு சொல்கிறபோது அவனைத் திருமணம் செய்துகொள்ளவும் ஆசைப்படுகிறாள். ஆனால், அவளுடைய அக்காவுக்கு கதாநாயகனை மணமுடிக்கும்போது, அவள் தன் ஆசையை அடக்கிக் கொள்கிறாள்.

அப்படிப்பட்ட மைத்துனி, கதாநாயகன் மோசடி செய்து பதவி உயர்வு பெற்றான் என்பதை அறிகிறபோது அவளுக்கு அவன் மேலிருக்கும் மரியாதை முழுக்கவும் சீர்குலைந்துவிடுகிறது. இது மனதுக்குள் நிகழ்கிற ஒன்றுதான். மென்மையான விஷயமும் கூட. இதை ஒரு climaxஆக வைத்து படத்தை முடித்திருப்பது எனக்கு ஆச்சர்யத்தையும், சினிமா சம்பந்தப்பட்ட படிப்பினையையும் ஒருசேரத் தந்தது.

திருப்பத்தூர் கல்லூரியில் படிக்கிற காலத்தில்தான் சினிமா இயக்குநராக வரவேண்டும் என்கிற எண்ணம் என்னுள் எழுந்தது. இதற்கு முக்கிய காரணம், நான் எழுதி இயக்கிய நாடகங்கள் மாணவர்கள் மத்தியில் நல்ல வரவேற்பைப் பெற்றதும், ஓரிரு நாடகங்கள் மாநில அளவில் விருதுகளைப் பெற்றதும்தான். மேலும், என் நண்பர்கள் எல்லோரும் நான் ஒரு சினிமா Material என்று நம்பினார்கள். BSc முடித்ததும் சினிமாவில்தான் என் எதிர்காலத்தைத் தேடவேண்டும் என்று நான் தீர்மானித்தேன். ஆனால் எதிர்ப்புகளும் இருந்தன. எனது தந்தை சொன்னார்:

"உன் ஆசையை நான் கெடுக்க விரும்பவில்லை. நீ ஒன்றை எனக்கு உறுதி மொழியாகத் தரவேண்டும். நீ Film Institute இல் சேர விரும்புகிறாய். எனக்கு ஆட்சேபனை இல்லை. சேர்ந்த

பிறகு, ஓரிரு மாதம் அங்கே இருந்து பார். எதிர்காலம் சிறப்பாக இருக்காது என்று தோன்றினால் சினிமாவை மறந்துவிட்டு வரவேண்டும். கௌரவம் பார்க்கக் கூடாது. Life Failure என்று நினைத்துவிடக்கூடாது. தொடர்ந்து Msc படிக்கவேண்டும்"

எந்தத் தந்தையும் தராத சுதந்திரத்தையும், என் extra curricular activitiesக்கு ஊக்கமும் அளித்துவந்த என் தந்தைக்கு, அவர் கேட்ட உறுதிமொழியை மனதார தந்தேன். திரைப்படக் கல்லூரிக்கு விண்ணப்பம் அளிக்கும்போதே MScக்கும் விண்ணப்பம் அனுப்பினேன்.

திரைப்படக்கல்லூரியிலிருந்து நேர்முகத்தேர்வுக்கு அழைத்தார்கள். அங்கே சென்றபோது, தேர்வாளராக அமர்ந்திருந்தது திரு.பாலசந்தர் அவர்கள். BScயில் நான் First Class எடுத்திருந்தேன். பாலசந்தர் அவர்கள் என்னிடம் சொன்னார்:

"தம்பீ! BScயில் – அதுவும் Physics இல் – First Class வாங்கியிருக்கிறாய். நீ MSc படித்து மேலே போகவேண்டியவன். இந்த இன்ஸ்டிட்யூட் எல்லாம் உனக்குத் தேவையில்லை"

ஆனால் நான், "சினிமாதான் என் உயிர்மூச்சு. அதற்காகத்தான் உயிர் வாழ்கிறேன்" என்றெல்லாம் சினிமா பற்றிய என் அறிவையும், அதற்குச் சான்றாக அவர் படத்திலிருந்தே பல காட்சிகளையும் சொன்னேன்.

அவர் சொன்னார்: "உன் சினிமா அறிவை நான் குறை சொல்லவில்லை. ஒன்றை நான் உறுதியாகச் சொல்ல முடியும். உனக்குச் சினிமா திறமை என்று ஒன்றிருந்தால் நீ இங்கே படிக்கணும்னு இல்லை. எந்த வேலையிலிருந்தாலும் சினிமாவுக்கு வந்து விடுவாய்" என்றெல்லாம் சொல்லிப்பார்த்தார். நான் மனம் மாறவில்லை. என்னை இயக்குநர் படிப்பிற்குத் தேர்வு செய்துவிட்டார்.

Film Institute தொடங்கிவிட்டது. தந்தையிடம் வாக்குறுதி தந்துவிட்டு வந்திருக்கும் எனக்கு வகுப்புகளையும், Practicalகளையும் ஒருவித சந்தேகத்துடனும், மன அழுத்தத்துடனும்தான் பார்க்க முடிந்தது. இயல்பாகப் பார்க்க முடியவில்லை.

சினிமாத் துறையை சேர்ந்தவர்கள் அப்போது அங்கே ஆசிரியர்களாக இல்லை. வகுப்பு எடுத்தவர்களும் புதிய

விஷயங்களைச் சொல்பவர்களாக இல்லை. சினிமா இயக்குநராக வரவேண்டும் என்கிற ஆசையில், பல ஆங்கிலப் புத்தகங்களை படித்துவிட்டுத்தான் இந்த கோர்ஸில் சேர்ந்தேன். ஒரு மாதம் கழிந்தும் எனக்கு புதிய செய்திகளோ புதிய விஷயங்களோ யாரும் கற்றுத்தரவில்லை. அங்கே இருந்த நடைமுறைகள், ஒரு ITI தரத்துக்கு இருந்ததே ஒழிய, கலைப் படைப்பாளியாய் சிந்திக்கவோ செயல்படவோ அடிகோலுவதாக இல்லை. எனக்கு பயம் வரத்தொடங்கியது. வாழ்க்கையில் ஒரு தவறான முடிவை எடுத்துவிட்டோமோ என்கிற கவலை என்னைத் தூங்கவிடாமல் செய்தது.

அப்போதுதான், மாநிலக்கல்லூரியில் MSc seat எனக்கு அனுமதித்துக் கடிதம் வந்தது. நான் மேலும் குழம்பிப் போனேன். கடந்த இரண்டு வருடங்களாகச் சினிமா இயக்குநராக பாவித்து நாம் கண்ட கனவுகளின் கதி என்ன? அதே சமயம் மூன்று வருடம் இந்த Instituteஇல் படித்து முடித்து சினிமாத் துறையில் இயக்குநராகக் கால்பதித்து வெற்றியடைய சாத்தியமுண்டா? நம்பிக்கை இல்லை என்று உணர்ந்தால் கௌரவம் பார்க்காமல் வாழ்க்கை தோல்வியடைந்தது என்று கருதாமல் MSc படிக்க வந்துவிடு என்று என் தந்தை அழைப்பது உரக்க ஒலிக்கிறது. கதை, காட்சி, திரைக்கதை என்று சர்வ நேரமும் சிந்தித்துக் கொண்டிருந்துவிட்டு திடீரென்று Atomic Physicsஐயும் Quantum Mechanicsம் படிப்பது சாத்தியம்தானா?

முடிவு எடுக்கமுடியாமல் நான் மட்டும்தான் தவித்துக் கொண்டிருந்தேன். ஆனால் Instituteஇல் இருக்கிற நண்பர்கள் முதற்கொண்டு முதல்வர் வரை "உடனே போய் MScயில் சேருங்கள்" என்று ஊக்கப்படுத்தத் தொடங்கிவிட்டனர். இறுதியில் என் இனிமையான சினிமா இயக்குநர் கனவுகளைப் பலவந்தமாக ஒதுக்கிவைத்துவிட்டு, இருமனதோடு மாநிலக்கல்லூரியில் MSc மாணவனாகச் சேர்ந்தேன்.

மாநிலக்கல்லூரியில் MSc மாணவனாகச் சேர்ந்தபின் பல பிரச்னைகளை எதிர்கொள்ள நேரிட்டது. சினிமா இயக்குநர் கனவு பறிபோனதைச் சமாளிக்க சில நடவடிக்கைகளை நான் எடுக்க வேண்டியிருந்தது. தமிழ், மலையாளம், இந்தி திரைப்படங்களைப் பார்க்க தொடங்கினேன். இலக்கியம், சினிமா முதலான விஷயங்களில் சர்ச்சை நடத்த, நான் தங்கியிருந்த

ஹாஸ்டலில் ஏராளமான நண்பர்கள் இருந்தார்கள். இவர்கள் எல்லாம் பட்டப்படிப்பு படிக்கும் ஜூனியர்கள்.

MSc Physics என்பது கடினமான படிப்பு என்றும் எந்நேரமும் படித்தால் மட்டுமே வெற்றி கொள்ளமுடியும் என்கிற கருத்து அப்போது இருந்து வந்தது. என்னைப்போன்று சினிமா, இலக்கியம் என்று அலைந்து திரிபவனை, ஹாஸ்டலில் இருந்த சில MSc படிக்கிறவர்கள், சக மாணவனாகவே என்னைக் கருதவே இல்லை.

இதற்கிடையில் எல்பின்ஸ்டன் தியேட்டரில் மலையாளத் திரைப்படங்களை ஒன்றுவிடாமல் பார்க்கிற வழக்கம் எனக்கு ஏற்பட்டது. அந்தச் சமயத்தில் மலையாளத்தில் வந்த பெரும்பாலான படங்கள், நாவல்களை அடிப்படையாகக் கொண்டு வெளிவந்தன. தமிழ் சினிமாவிலிருந்து முற்றிலும் வேறுபட்டவையாக மலையாளப் படங்கள் இருந்தன. தமிழ்ப் படங்களிலுள்ள ஒவ்வொரு 15 நிமிடத்துக்கும் வருகிற திருப்பம் அவைகளில் இல்லை. ஆர்ப்பாட்டங்கள் ஏதுமின்றி கதை சொல்லும் விதம், Nativity, இவை எல்லாம் மலையாள ரசிகர்களுக்கு பொறுமையைப் போதித்திருக்கிறது. அதனால்தான், அங்கே இயக்குநர் பார்முலா இல்லாமல் புதிய விஷயங்களைச் சொல்ல முடிகிறது.

சினிமா பற்றிய என் சிந்தனைக்கு பலவிதத்திலும் வளம் சேர்த்தவை மலையாளத் திரைப்படங்கள் என்று நான் நம்புகிறேன். அந்தக் காலகட்டத்தில் இரண்டு மலையாளக் திரைப்படங்கள் என்னை வெகுவாகக் கவர்ந்தன. நான் நண்பர்களைக் கூட்டிச்சென்று அவற்றைப் பார்க்க வைத்தேன்:

'குட்டி ஏடத்தி', 'நிர்மால்யம்' இரண்டுமே எம்.டி. வாசுதேவன் நாயரால் திரைக்கதை எழுதப்பெற்றவை. குட்டி ஏடத்தியின் இயக்குநர் பி.என்.மேனன். 'நிர்மால்யம்' எம்.டி. அவர்கள் இயக்கியது. 'குட்டி ஏடத்தி' என்னால் மறக்கமுடியாத ஒரு அனுபவம். குட்டி ஏடத்தி அழகற்ற, அதிர்ஷ்டமற்ற ஒரு பெண். அவளது சகோதரியுடன் ஒப்பிட்டுப்பேசி அவள் வாழ்க்கையில் மகிழ்ச்சி என்பதே இல்லாததாக்குகிறார்கள். தொழிலாளி ஒருவனுடன் ஏற்படுகிற காதலே அவளுக்குச் சந்தோஷமளிக்கிறது.

திருமதி. ஜௌகார்ஜானகியிடமிருந்து கல்லூரி மாணவனாக பரிசு பெற்றபோது

விலாசினி, சத்யன் இருவரின் இயல்பான நடிப்பு என்னைப் பரவசமூட்டியது. அதைப்போலவே 'நிர்மால்யம்' ஒரு உன்னத படைப்பு. வெளிச்சப்பாடாக வரும் பி.ஜே. ஆன்டனியின் உடல் மொழி அற்புதமானது. வெளிச்சப்பாடு, எல்லாம் இழந்துவிட்டு தேவியின் முன் ஆடுவதும், ரத்தத்தால் காறி உமிழ்ந்து தற்கொலை செய்து கொள்வதும் காண்பவரை அதிர்ச்சியின் உச்சத்துக்கே கொண்டு சென்றுவிடும்.

MSc முதலாண்டின் இறுதியில் பொதுத்தேர்வு எழுதவேண்டி இருந்தது. 22 பேர் உள்ள எங்கள் வகுப்பில் என்னைச் சினிமாக்காரனாகவே பலர் பார்த்தார்கள். தேர்வுக்குத் தீவிரமாக தயார் செய்கிற அவர்கள், என்னை அவர்களோடு சேர்த்துக் கொள்ளவில்லை. "நான் MSc படிக்க வரவில்லை – ஏதோ சென்னையில் இருந்துகொண்டு சினிமா இலக்கியம் என்று அரட்டை அடிக்க வந்தவனாகவே" என்னைப் பார்த்தார்கள். அவர்கள் மட்டுமல்ல. எங்கள் பேராசிரியர் ஒருநாள் என்னைக் கூப்பிட்டார். "ஏம்பா, நீ சீரியஸா படிக்கிறதில்லன்னு கேள்விப்பட்டேன். சினிமா இன்ட்ரஸ்ட் இருந்தா MScக்கு ஏன் வரணும்? ஒரு சீட்டை வேஸ்ட் செய்யலாமா?" என்றார். "சார், நான் நன்றாகப் படிக்கக்கூடியவன்தான்" என்று எவ்வளவு சொல்லியும் அவர் சமாதானம் அடையவில்லை.

முதலாமாண்டு தேர்வுகள் நடந்து முடிந்தன. தேர்வின் முடிவுகளும் வெளிவந்தன. எங்கள் வகுப்பில் தேர்வு எழுதிய 22 பேரில் 9 பேர்தான் பாஸ் செய்திருந்தனர். அதில் நானும் ஒருவன்.

இதற்குப் பின்னர்தான் எங்கள் வகுப்பில் எனக்கு மரியாதை கூடியது. சிலர் என்னை ஆச்சர்யமாகவே பார்த்தார்கள். இரண்டாமாண்டும் தேர்வில் வெற்றிபெற்றேன்.

சினிமா ஆசை என்னிடமிருந்து முற்றிலும் போய்விட்டதாக சொல்ல முடியாது. MSc முடித்துவிட்டதால் வேலை கிடைக்கும்வரை சினிமாவில் முயற்சி செய்தால் என்ன என்று தோன்றியது. இதற்கிடையில் சற்றும் எதிர்பாராமல் என் தந்தையார் காலமாகிவிட்டார். வீட்டின் பொருளாதார நலன்களுக்காக, நான் உடனே வேலைக்குச் செல்லவேண்டிய அவசியம் ஏற்பட்டுவிட்டது. மும்பை உளவுத்துறையில் அதிகாரியாக நியமித்து எனக்கு ஆர்டர் வந்தது. நான் மும்பைக்குப் பயணமானேன். மும்பைக்குச் சென்று பணியில் சேர்ந்தேன். நல்ல சம்பளம். ஓய்வு நேரம் நிறைய. உளவுத்துறையிலுள்ள போட்டோ டிவிஷன் தலைவனாக என்னை நியமித்திருந்தார்கள். பலவகை கேமராக்களை கையாளுகிற வசதியும் இருந்தது.

முதல்முறையாக தமிழ்நாட்டைவிட்டு வெளிமாநிலத்தில் சென்று வாழும்போது, பல சிந்தனைகள் புதியதாக வரும். ஒரு மூன்றாம் மனிதனாக தன்னிடம் இருக்கும் Valuesகளை, மறுபரிசீலனை செய்து பார்க்கிற வசதியும் ஏற்படுகிறது. சினிமா, இலக்கியம் பற்றி மறுபரிசீலனை செய்ய மும்பை எனக்கு வசதியாக இருந்தது. தமிழ்ச்சங்கமும் அதன் மூலம் எனக்குக்கிடைத்த நண்பர்களும் எனக்கு உதவியாக இருந்தனர். கவிஞர் கலைக்கூத்தன், நாஞ்சில் நாடன், இந்திரன், அசதுல்லா, தியாகராஜன், வீரராகவன் முதலானோர் இலக்கியம் சமூகம் பற்றி விவாதிக்க எனக்குக் கிடைத்தனர். சினிமாவைப் பொறுத்தவரை மும்பையின் இந்தி சினிமா யாதொரு ஈடுபாட்டையும் எனக்கு அளிக்கவில்லை. ஆனால் மராட்டிய தியேட்டர் என்னை மிகவும் ஈர்த்தது. நான் அதுவரை பார்க்காத நாடக வடிவங்களை அது கொண்டிருந்தது. “சாந்தாதா, கோர்ட் சாலு ஆகே” “காஷிராம் கோத்வால்” “உத்வஸ்த்த தர்மஷாலா” போன்ற நாடகங்கள் உள்ளடக்கத்திலும், presentaionஇலும் எனக்கு பிரமிப்பை ஏற்படுத்தின. மராட்டிய நாடகங்களை பார்ப்பது

சுகமான அனுபவமாக எனக்கு இருந்தது. அதேபோல் எங்களது தலைமையிடமான டெல்லிக்குச் செல்லும்போது வெங்கட் சாமிநாதனுடன் அல்காசியின் நாடகங்களை NSDயில் பார்க்கிற வாய்ப்பைப் பெற்றேன். இவை எல்லாம் என்னைத் தமிழில் நாடகங்களை எழுதத்தூண்டின. 'வயிறு', 'மரபு', 'பாடலிபுத்திரம்' என மூன்று நாடகங்களை எழுதினேன்.

'மரபு' நாடகத்தை நானே இயக்கி அரங்கேற்றினேன். அது மிகுந்த வரவேற்பைப் பெற்றது. நாடகத்தை இயக்கியதின் மூலம் பல விஷயங்களை நான் கற்றுக்கொண்டேன். நடிகர்களுக்கு நடிப்பைச் சொல்லித்தருவது, நாம் விரும்புகிற dramatic momentsகளை மேடையில் உருவாக்குவது, நடிக்கிறவர்கள் மீதும், அவர்களது Movement மீதும், Directorial control செய்வது போன்ற நுணுக்கங்களைக் கைவரப்பெற்றேன்.

இந்த அனுபவம்தான் யாரிடமும் உதவி இயக்குநராகப் பணிபுரியாமலேயே, எனது முதல் படத்தை நானே இயக்குகிற தைரியத்தை எனக்குக் கொடுத்தது என்று சொல்லலாம்.

மும்பையில் இருக்கிற காலத்தில் நம்மை முடிந்தவரை வளர்த்துக்கொள்ளவேண்டும், புதியனவற்றை அறிந்துகொள்ள வேண்டும் என்கிற எண்ணம் எனக்கிருந்தது. Film Society ஒன்றில் உறுப்பினராகச் சேர்ந்து உலகத்திரைப்படங்களைப் பார்க்கத் தொடங்கினேன்.

அகீரா குரோசேவா, பெர்க்மேன், Francois Truffaut, Zolten Fabri முதலானோர் படங்களை ஒன்றுவிடாமல் பார்த்தேன். இவையல்லாமல், அந்தச் சமயத்தில் இந்தியாவில் அறிவுசார்ந்தவர் மத்தியில் பிரபலமாக இருந்த Parallel Cinemaவையும் தவறாமல் பார்க்கத் தொடங்கினேன். 'ஆஷாத் கா ஏக்தின்', '27 Down', 'உஸ்கி ரோட்டி' முதலான படங்களைப் பார்த்தேன்.

Mainstream தமிழ், இந்தி, ஆங்கிலப் படங்களையும் பார்த்து வந்தேன். சினிமா மட்டுமல்ல. சாஸ்திரிய சங்கீதம், வேதம், பண்டைய இந்திய வரலாறு முதலானவைகளைப் பற்றி அறிந்து கொண்டேன்.

'பாரதி' திரைப்படத்தில், பாரதி சொல்வதுபோல ஒரு வசனம் எழுதியிருந்தேன்: "நான், நான் ஆனது காசியில்தான்" என்று.

நான் நிச்சயமாக சொல்ல முடியும். நான், நான் ஆனது மும்பையில்தான்.

வெளிநாட்டுக்குச் செல்கிற வாய்ப்பு வந்தபோது, என் வீட்டார் அதை அனுமதிக்காமல், என் தந்தையாரின் ஆசையை நிறைவேற்ற ஐஏஎஸ் எழுதச் சொன்னார்கள். எழுதினேன்.

முதல் முயற்சியில் எனக்கு வருமானவரித்துறை (IRS) கிடைத்தது. நாக்பூரில் பயிற்சி எடுத்த பிறகு, என்னை சென்னையில் பணியமர்த்தினார்கள். வருமான வரித்துறை என்னைக் கவரவில்லை. மீண்டும் சினிமா ஆசை துளிர்க்கத் தொடங்கியது. மும்பை வாழ்க்கைக்குப்பின் சினிமாவைப் பற்றிய என் Conceptஇல் மிகப்பெரிய மாற்றம் ஏற்பட்டிருந்தது. இன்று நான் தமிழில் ஒரு திரைப்படம் எடுத்தால், அது எப்படிப்பட்ட திரைப்படமாக இருக்கவேண்டும்?

சிறுவயதிலிருந்து தவறாமல் பார்த்து வந்த வர்த்தக தமிழ் சினிமாவைப்போல் வெற்றி பெறுகிற சினிமாவாக இருக்க வேண்டுமா? அல்லது, மலையாளப் படங்களைப்போல ஏதாவது ஒரு இலக்கியப் படைப்பை அடிப்படையாகக் கொண்டிருக்க வேண்டுமா? அல்லது, Parallel cinemaவைப்போல் கருத்துக்கு மட்டும் முக்கியத்துவம் கொடுத்து – சுவாரஸ்யத்தைப்பற்றிக் கவலைப்படாமல் – கலைப்படமாக எடுக்க வேண்டுமா? இந்திய திரைப்பட சூழ்நிலையைப்பற்றிக் கவலைப்படாமல் உலக கிளாசிக் படங்களின் தாக்கத்தில் ஒரு படத்தை எடுக்க வேண்டுமா?

பலநாட்கள் யோசித்தேன். இறுதியில் ஒரு முடிவெடுத்தேன். நான் எடுக்கப் போகும் படத்தில் கீழ்க்கண்ட அம்சங்கள் நிச்சயமாக இருக்க வேண்டும் என்று தீர்மானித்தேன்:

1. சுவாரசியமான கதை: சினிமா என்றாலே, அது ஒரு சுவாரசியமான கதை சொல்லல்தானே! அந்த சுவாரசியம் இல்லை என்றால் சினிமா இவ்வளவு பெரிய மாஸ் மீடியாவாக ஆகியிருக்குமா?

2. Communication: சினிமா communicate செய்ய வேண்டும். எல்லா விஷயங்களையும் வெளிப்படுத்த வேண்டும் என்று இதற்கு அர்த்தமல்ல. கலைத்தன்மை மிக்க, Subtle

ஆன விஷயங்கள் ஒரு படத்தில் இருக்கலாம். ஆனால் படத்தின் அடிப்படையான விஷயம் Communicate ஆகும்படி இருக்க வேண்டும். Parallel cinemaவைப்போல், ஏதோ உன்னதமான விஷயம் சொல்லப்போகிறோம், இது ஒரு கலைப்படைப்பு என்கிற போர்வையில், பார்வையாளர்களுக்கு, எதையும் புரிய வைக்க முயற்சி செய்யாமல் அவர்களின் பொறுமையை சோதிக்கிற மாதிரி படத்தை சுவாரசியம் ஏதுமின்றி இழுவையாக நீட்டிக்கொண்டு போகக்கூடாது. எந்த கலைப்படைப்பு ஆனாலும், அடிப்படை விஷயங்கள் communicate ஆகவில்லை என்றால் அதை எப்படி ரசிப்பது?

3. சினிமாவுக்காக cook up செய்யப்பட்ட கதையாக இருக்கக்கூடாது.

4. தரமான படமாக இருக்க வேண்டும்.

இந்த நான்கு அம்சங்களையும் உள்ளடக்கி எது உள்ளது என்று ஆராய்ந்தபோது என் நினைவில் வந்தது 'மோகமுள்' நாவல்தான். தமிழின் தலைசிறந்த நாவல்களில் ஒன்று. சுவாரசியம் மிக்கது. அற்புதமான பாத்திரப் படைப்புகள். பல வருடங்களாக மக்கள் நினைவில் இருப்பது. இப்படி மோகமுள்ளுக்கு பல சிறப்புகள்.

மோகமுள்ளைத் திரைப்படமாக்கத் திரைத்துறையிலேயே பலர் முயன்றார்கள் என்பது, எனக்கொரு பிரச்னையாகத் தெரியவில்லை. நான் திரைக்கதை எழுதும் நோக்கத்தில் மோகமுள்ளை திரும்பத்திரும்பப் படிக்க தொடங்கினேன்.

அப்போது தி. ஜானகிராமன் அவர்கள், சென்னை கணையாழி ஆபீசில் தினசரி வருவதாக கேள்விப்பட்டு அவரைக் காணச் சென்றேன். அவரிடம் 'மோகமுள்'ளைத் திரைப்படமாக்குவதில் எனக்குள்ள ஈடுபாட்டைச் சொன்னேன். அவர் சொன்னார்: "இதுவரை பலர் முயன்றார்கள். ஆனால் ஒன்றும் நடக்கவில்லை. உங்கள் முயற்சியாவது வெற்றி பெறட்டும்" என்று சொன்னார். அவர் குரலில் விரக்தி வெளிப்பட்டது.

"மோகமுள்ளில் சில சந்தேகங்கள் இருக்கின்றன. உங்களிடம் கேட்கலாமா?" என்றேன். அதற்கு அவர், "ஒரு படைப்பாளி நாவலை எழுதி முடித்தவுடன் அவனும் வாசகனைப் போலவே

ஆகி விடுகிறான். படைப்பாளியாக என்னால் விளக்கங்கள் தர இயலாது." மீண்டும் அவரது வாழ்த்துக்களோடு நான் அன்று விடை பெற்றேன்.

இதற்கிடையில், நான் இரண்டாவது முறை எழுதியதில் IAS எனக்குக் கிடைத்தது. மசூரிக்குச் சென்றேன். கேரளா கேடர் எனக்கு கிடைத்தது.

கேரளாவில் ஐஏஎஸ் அதிகாரியாகப் பணிபுரிந்து கொண்டிருந்தபோது, மலையாள மனோரமா பத்திரிகையில் 'கேரளாவில் வாழ்கிற தமிழ் இலக்கியவாதிகள்' என்கிற தலைப்பில் என்னைக் குறித்த கட்டுரை ஒன்று வெளியானது. அந்தக் கட்டுரையில் என் நாடக முயற்சிகளைப்பற்றியும், சினிமா ஈடுபாடுகளைப்பற்றியும் விரிவாக குறிப்பிட்டிருந்தார்கள். அந்தப் பத்திரிகை வெளியான அன்றே எனக்கொரு போன் வந்தது.

மறுமுனையில் பேசியவர், கேரளா பிலிம் டெவலப்மென்ட் கார்பரேஷன் சேர்மன் திருவாளர் பி. கோவிந்தப்பிள்ளை அவர்கள். ஆட்சியிலிருக்கும் கம்யூனிஸ்ட் கட்சியின் மிக முக்கிய தலைவர் அவர்.

அவர் சொன்னார்: "பிலிம் டெவலப்மென்ட் கார்ப்பரேஷனுக்கு Managing Directorஆக நியமிப்பதற்கு உங்களை மாதிரி சினிமா பற்றித் தெரிந்தவரைத்தான் தேடிக்கொண்டிருக்கிறோம். MD பொறுப்பை ஏற்றுக்கொள்ளத் தயாரா?" என்று கேட்டார். அன்றே எனக்கு அந்தப் பொறுப்பு தரப்பட்டுவிட்டது.

MDஆக பொறுப்பேற்றவுடன், அனைத்து வசதிகளையும் பெற்ற எங்கள் சித்ராஞ்சலி ஸ்டுயோவிற்கு, சென்னையிலிருந்து தயாரிப்பாளர்களையும், இயக்குநர்களையும் வரவழைத்து எங்கள் Schemeகளை அவர்களுக்கு அறிமுகப்படுத்தினோம். சென்னையிலிருந்து சில படங்கள் எங்களுக்குக் கிடைத்தன. நீண்ட காலத்துக்குப்பிறகு சென்னை சினிமா உலகத்தோடு ஏற்பட்ட தொடர்பு, 'பல காலமாக என்னுள் இருக்கும் மோகமுள்ளைத் திரைப்படமாக்கும் ஆசை'யை மீண்டும் துளிர் விடச்செய்தது. அப்போது தி.ஜா மறைந்துவிட்டிருந்தார். டெல்லி சென்று அவரது மகனை விசாரித்தபோது, சென்னையைச் சேர்ந்த ஜானகிராமன் என்பவர் மோகமுள்ளை படமாக்கும் உரிமையை வாங்கியிருக்கிறார் என்கிற தகவல் கிடைத்தது.

மிகுந்த தேடலுக்குப்பின்னர் அந்த ஜானகிராமன் கிடைத்தார். அவர் வித்தியாசமான படங்களைத் தயாரிக்கும் தயாரிப்பாளராக இருந்தார். தமிழில் வெளிவந்த கலைப்படமான 'தாகம்' அவர் தயாரித்ததுதான். அவரிடம், மோகமுள் திரைப்பட உரிமையைத் தரமுடியுமா என்று கேட்டபோது அவர் சொன்னார்: "அது over my dead body மட்டும்தான் நடக்கும். மோகமுள்ளை நான்தான் தயாரிப்பேன். நீங்கள் இயக்கத் தயாரானால் நாம் இணைந்து செயல்படுவோம்" என்றார்.

மோகமுள் திரைப்படத்தை இயக்க எனக்கிருந்த ஈடுபாட்டைப்போல் அவருக்கும் மோகமுள் தயாரிப்பில் ஈடுபாடு இருந்தது. எனவே இருவரும் இணைந்தோம். 'மோகமுள்' உருவாக்கம் தொடங்கியது.

'மோகமுள்'

'மோகமுள்' திரைப்படத்துக்கு தயாரிப்பாளர் கிடைத்து விட்டாலும், பல பிரச்னைகளை நான் எதிர்கொள்ள வேண்டியிருந்தது. ஐஏஎஸ் அதிகாரியாகப் பணிபுரியும் எனக்குப் படம் எடுக்க முதலில் அரசாங்கம் அனுமதியையும் விடுப்பையும் தரவேண்டும். கேரளாவில் இது சம்பந்தமாக பிரபலமான கேஸ் ஒன்றிருந்தது.

மலையாற்றூர் ராமகிருஷ்ணன் என்று ஒரு ஐஏஎஸ் அதிகாரி இருந்தார். அவர் மலையாளத்தில் பிரபலமான எழுத்தாளராகவும் கருதப்பட்டார். சினிமா ஒன்றினை எடுக்க அரசாங்கத்திடம் அனுமதி கேட்டார். அனுமதி மறுக்கப்பட்டது. அவர் ஐஏஎஸ் பதவியையே ராஜினாமா செய்துவிட்டு வெளியேறிவிட்டார். இது 1960களில் நடந்த ஒரு சம்பவம். ஆனால், இன்று அரசாங்கத்தின் அணுகுமுறை எப்படியிருக்கும் என்பது தெரியாது என்று பலர் கூறினார்கள்.

நான் முறைப்படி ஒரு கடிதத்தை அரசாங்கத்திடம் சமர்ப்பித்தேன். அந்தக் கடிதத்தில் 'தமிழில் பிரசித்தி பெற்ற நாவலான 'மோகமுள்'ளை இயக்கித் திரைப்படமாக்க எனக்கு ஒரு வாய்ப்பு கிடைத்துள்ளது. இது ஒரு கலைப்படம். வர்த்தக நோக்கில் எடுக்கப்படுகிற திரைப்படமல்ல. எனக்கு

இதற்கான அனுமதியையும், விடுப்பையும் தருமாறு பணிவோடு கேட்டுக்கொள்கிறேன்.'

கேரளாவில் ஒரு வழக்கம். அங்கே நடிகர்களைவிட இயக்குநர் களுக்கு அதிக மரியாதை தருவார்கள். தமிழ்நாட்டிலிருந்து செல்வோருக்கு இது ஆச்சர்யமாக இருக்கும். இயக்குநர் பரதன் இறந்தபோது, அவர் பிறந்த வடக்காஞ்சேரி கல்வி மாவட்டத்துக்கு ஒரு நாள் விடுமுறை அறிவித்தார்கள். கேரளாவின் சூப்பர் ஸ்டாராராக விளங்கிய பிரேம் நசீர் மறைந்தபோது, சபாநாயகர் கேரள சட்டசபையில் அவருக்கு இரங்கல் தெரிவிக்கும்போது "ஏராளமான வர்த்தக சினிமாவில் நடித்து புகழ்பெற்ற..." என்றுதான் ஆரம்பித்தார். ஒரு திரைப்படத்தை இயக்குவது என்பது சாதாரண விஷயமல்ல; அதற்கு அறிவும் திறமையும் அதிகமாக வேண்டும் என்கிற கருத்து அங்கே அரசியல்வாதிகள், அதிகாரிகள், பத்திரிகையாளர்கள், பொதுமக்கள் அனைவரிடமும் இருப்பதைக்கண்டு நான் ஆச்சர்யமடைந்திருக்கிறேன். எனவே கேரளாவில் நான் ஒரு திரைப்படத்தை இயக்கப்போகிறேன் என்று சொன்னபோது, அதை ஒரு Intellectual Exercise ஆகவே பெரும்பாலோர் பார்த்தனர்.

நான் அப்போது கேரளா பிலிம் டெவலப்மென்ட் கார்ப்பரேஷனின் MDஆக இருந்ததால், எனக்கு அனுமதி வாங்கித் தருகிற பொறுப்பை, எனது சேர்மனான பி.கோவிந்தபிள்ளை அவர்கள் ஏற்றுக்கொண்டார். இலக்கியத்தில் ஈடுபாடு கொண்ட எங்கள் அமைச்சர் திரு.ராமகிருஷ்ணனைச் சம்மதிக்க வைப்பதில் அவருக்கு ஒரு பிரச்னையும் ஏற்படவில்லை. கடைசியில் சினிமா எடுக்க என்னை அனுமதிக்கிற விஷயம், காபினெட் வரை சென்று பாஸாக்கப்பட்டது. கேரளாவில் மட்டுமே இப்படியெல்லாம் சாத்தியம் என்று பின்னர்தான் எனக்குப் புரிந்தது.

என்னைப் பின்பற்றி, தமிழ்நாட்டில் திரைப்படம் எடுக்க ஓரிரு ஐஏஎஸ் அதிகாரிகள் அரசின் அனுமதியைப் பெற முயன்றபோது அரசு அவர்கள் கோரிக்கையை நிராகரித்துவிட்டது. நான் அரசுப்பணியில் இருந்துகொண்டே பல திரைப்படங்களை இயக்க முடிந்ததற்குக் கேரள அரசாங்கம்தான் முழுமுதல் காரணம் என்பேன். இதற்காக நான் என்றும் கேரள அரசுக்கு நன்றியுடையவன் ஆவேன்.

அனுமதியும், விடுப்பும் கிடைத்தவுடன் சென்னை வந்து சினிமா வேலைகளைக் கவனிக்க ஆரம்பித்தேன். நான் திருவனந்தபுரத்திலிருந்து வரும்போதே மோகமுள் திரைக்கதையை எழுதி முடித்து, 'Bounded Script' உடன்தான் சென்னைக்கு வந்தேன். என் தயாரிப்பாளருக்கு மிகுந்த ஆச்சர்யம். தமிழ் சினிமாவில் இயக்குநர் ஒருவர் தாம் இயக்கப்போகும் படத்தின் கதையையும், காட்சிகளையும் பல நாட்கள், பல பேருடன் விவாதித்து அதற்குப்பிறகுதான், அவர் திரைக்கதை வசனங்களை எழுதுவது வழக்கம். நான் சென்னைக்கு வந்ததும் அப்படியொரு விவாதத்தை நடத்த, சினிமா பிரபலங்கள் சிலரை ஏற்பாடு செய்து வைத்திருந்தார், என் தயாரிப்பாளர். நான் சொன்னேன் 'Script' எழுதி முடித்தாகிவிட்டது. இனி விவாதங்களினால் யாதொரு பயனுமில்லை. Scriptஐ எப்படி நாம் திரையில் கொண்டுவருவது என்பதை மட்டும் சிந்தித்தால் போதுமானது."

என் script மேல் எனக்கிருந்த அதீத நம்பிக்கையை கண்டு என் தயாரிப்பாளர் ஆச்சர்யப்பட்டுக்கொண்டே இருந்தார்.

'மோகமுள்'ளின் ஆதார சுருதியாக விளங்குவது யமுனா கதாபாத்திரம். அதற்குப் பொருத்தமான நடிகையைத் தேர்வு செய்வதில்தான், மோகமுள்ளின் வெற்றி இருக்கிறது என்று நான் நம்பினேன். என் தயாரிப்பாளரைப் பற்றி ஒன்றைச் சொல்லியாகவேண்டும். என் எண்ணங்களுக்கு மிகவும் மரியாதை அளித்தது மட்டுமல்ல, நடிக நடிகையர் தேர்வுகளில் எனக்கு முழு சுதந்திரத்தையும் எனக்கு அளித்திருந்தார்.

தமிழ் சினிமாவின் முன்னணியிலிருக்கும் சில நடிகைகளை யமுனா பாத்திரத்துக்கு பரிசீலனை செய்தோம். சிலரை நேரில் பார்த்துக் கதையையும் சொன்னோம்.

ஒரு நடிகை 'பத்து வயது வித்தியாசத்தில் காதல் செய்தால் ஆடியன்ஸ் ஏற்றுக்கொள்வார்களா?' என்று கேட்டார். எனக்கென்னவோ யமுனாவின் அத்தனை குணங்களையும் (அழகு, அறிவு, கர்வம், out of box சிந்தனை) வெளிப்படுத்தக் கூடியவர்களாக, என்னால் அவர்களைக் கருத முடியவில்லை.

மும்பை மராட்டிய தியேட்டரிலோ, சினிமாவிலோ நமக்கான கதாநாயகியைத் தேடினால் என்ன என்று எனக்குத்

தோன்றியது. இதற்கு வேறொரு காரணமும் இருந்தது. கதைப்படி, யமுனா மராட்டியப் பெண்.

மராட்டியப் பெண் கிடைத்தால் கதைக்கு மேலும் வலுவூட்டும் என்று நான் நம்பினேன். இந்த எண்ணம் வந்த அடுத்த நாள் நாங்கள் மும்பையிலிருந்தோம். மராட்டிய தியேட்டரிலும், சினிமாவிலும் முன்னணியிலிருந்த அர்ச்சனா ஜோக்லேக்கரை மோகமுள்ளின் யமுனா கதாபாத்திரத்துக்கு தேர்வு செய்தேன். அவரது பூனைக்கண்கள் மராட்டியத்துக்குச் சொந்தமானது.

கதாநாயகன் பாபுவுக்கான audition நடத்தினேன். சுமார் 40க்கும் மேலான இளைஞர்களை screen செய்தேன். நான் எதிர்பார்த்த Hero element குறைவாகவும், underplay செய்வதற்கு ஏதுவாகவும் இருக்கிற இளைஞன் எனக்குக் கிடைக்கவில்லை. இறுதியில், பாபு கதாபாத்திரத்துக்கு மும்பையில் வாழ்ந்து கொண்டிருந்த, நாடகப்பரிச்சயமுள்ள ஒரு தமிழ் இளைஞன் அபிஷேக்கைத் தேர்வுசெய்தேன்.

ரங்கண்ணா கதாபாத்திரத்துக்கு மலையாள நடிகர் நெடுமுடி வேணுவைக் காட்டிலும் பொருத்தமானவர் வேறொருவர் இருப்பார் என்று எனக்குத் தோன்றவில்லை. அவர் எனக்கு நல்ல பழக்கம். மலையாளத் திரைப்படங்களில் இடைவிடாது நடித்துக்கொண்டிருக்கும் அவர், தமிழுக்கு வர விருப்பப்படுவாரா? கதையைச் சொல்லி அவர் சம்மதம் வாங்கக்கூட எனக்கு நேரம் கிடைக்கவில்லை. இறுதியாக அவர் விமானத்தில் சென்னை சென்றபோது அவருடன் நானும் பயணித்துக் கதையைச் சொன்னேன். ரங்கண்ணா பாத்திரத்தில் நடிக்க மகிழ்ச்சியோடு ஒப்புக்கொண்டார்.

மற்ற கதாபாத்திரங்களுக்கு நடிக நடிகையரை தேர்ந்தெடுப்பது சுலபமாக இருந்தது. வெண்ணிற ஆடை மூர்த்தி, சங்கீதா, ஐஎஸ்ஆர், டெல்லி கணேஷ், கமலா காமேஷ், நாயர் ராமன், விவேக் முதலானவர்களை முக்கிய கதாபாத்திரங்களுக்குத் தேர்வு செய்தேன்.

அடுத்து டெக்னீஷியன்களைத் தீர்மானிக்க வேண்டியிருந்தது. உதவி இயக்குநராக யாரிடமும் பணியுரியாமல் நேரடியாக முதல் படத்தை இயக்கப்போகிற எனக்கு, தரமான திரைப்படங்களில் பணியாற்றிய டெக்னீஷியன்களின் ஆலோசனையும் பங்கெடுப்பும் அவசியமாக இருந்தது.

முதலில் நான் அணுகியது எடிட்டர் திரு.லெனின் அவர்களைத்தான். தமிழில் புதிய முயற்சிகளை ஊக்குவிப்பவர் அவர். ஐஏஎஸ்ஸில் இருந்து கொண்டு சினிமா எடுக்க வந்ததைப்பற்றி, அவர் தன் தந்தை பீம்சிங் கூறியதை நினைவு கூர்ந்தார். "சினிமா ஆசை என்பது சிரங்கைப் போன்றது. எங்கு சென்றாலும் நமைத்துக்கொண்டே இருக்கும்" என்று! திரு.லெனின் அவர்கள் 'மோகமுள்' படத்தில் பணிபுரியச் சம்மதித்தது என் பாக்கியம் என்றுதான் சொல்லவேண்டும். அவர் படத்தொகுப்பாளர் மட்டுமல்ல. சினிமாவின் அனைத்து துறைகளிலும் ஆளுமைமிக்கவர். அவருடன் எனக்கு வாழ்நாள் முழுவதற்குமான பந்தம் ஏற்பட்டுவிட்டது. அவரிடமிருந்து சினிமாவின் நுட்பங்கள் பலவற்றை கற்றுக்கொண்டேன்.

கேரளாவில் 'கே.பாலச்சந்தர் திரைப்பட விழா' நடந்தபோது

மோகமுள் படத்தின் ஒளிப்பதிவை சன்னி ஜோஸப் செய்ய வேண்டும் என்று விரும்பினேன். 'பிறவி' போன்ற சிறந்த படங்களின் ஒளிப்பதிவாளராகப் புகழ்பெற்றவர் அவர். மலையாளத்தில் மொழிபெயர்க்கப்பட்ட மோகமுள் நாவலை அவரிடம் கொடுத்தேன். இரவு பகலாக அதை வாசித்துவிட்டு உற்சாகத்தோடு தயாரானார், அவர்.

தஞ்சாவூர் மாவட்டத்தில், 1950களில் இருந்த நிலப்பிரபுத்துவ காலத்தில், கும்பகோணத்தில் மோகமுள் கதை நிகழ்கிறது. அக்கிரகாரம், காவிரியாறு, வில் வண்டிகள், லேண்ட்லார்டுகள், இரண்டாம் தாரங்கள் நிறைந்த உலகம். நாங்கள் மோகமுள் படப்பிடிப்பிற்காக கும்பகோணம் சென்றபோது காவிரியில் தண்ணீர் இல்லை. அக்கிரகாரம் இல்லை. 50களின் அடையாளங்கள் ஒன்றுமே இல்லை.

மோகமுள் போன்ற Period படங்கள் எடுக்க வேண்டுமென்றால், ஹாலிவுட்டில் பழைய காலத்தை நம் கண்முன் கொண்டுவந்து நிறுத்தும் விதத்தில், கும்பகோணத்தையே ஒரு பெரிய செட்டாகப் போட்டுவிடுவார்கள். எந்த இடத்திலும் நாம் காட்சிகளை அமைத்து படம்பிடிக்க முடியும். ஆனால், அதற்கு மிகுந்த பொருட்செலவு செய்யவேண்டும். மோகமுள் போல மிகச்சிறிய பட்ஜெட்டில் படம் எடுக்கும் நம்மால், அப்படிப்பட்ட செட் நிர்மாணங்களைச் சற்றும் நினைத்துப் பார்க்கவே முடியாது.

இதுபோன்ற சவாலைச் சந்திக்க ஒரே ஒரு ஆர்ட் டைரக்டர்தான் அப்போது இந்தியாவில் இருந்தார். அவர் தான் திரு.பி.கிருஷ்ணமூர்த்தி. எடுக்கப்போகும் காட்சிகளை Frameகளாக பிரித்து, அந்த பிரேம்களுக்குள் Periodஐ கொண்டுவருவதில் மகா புத்திசாலி அவர். ஜீ.வி. அய்யரின் 'ஹம்சகீதே', பரதனின் 'வைசாலி', ஹரிஹரனின் 'ஒரு வடக்கன் வீரகதா' போன்ற திரைப்படங்களில் கதை நடக்கும் Period அற்புதமாக திரையில் வரத்தக்கவண்ணம், குறைந்த செலவில் ஆர்ட் டைரக்ஷன் செய்தவர் அவர். தமிழ் சினிமாவில் நல்ல படைப்புகள் வரவேண்டும் என்பதில் மிகுந்த ஆர்வமுடையவர் அவர். எங்களுக்கு எல்லாவகையிலும் உதவ முன்வந்தார்.

'மோகமுள்' சங்கீதத்தைப் பின்னணியாகக் கொண்டது. இளையராஜாதான் இசையமைக்க வேண்டும் என்று நான் உறுதியாக இருந்தேன். இளையராஜாவோ அப்போது உச்சத்தில் இருந்தார். தமிழில் வெளியாகும் படங்களில் சுமார் 80 சதவீதப் படங்கள், அவர் இசையில்தான் வெளிவந்து கொண்டிருந்தன. அவரது சகோதரர் பாஸ்கர் மூலம், இளையராஜாவிடம் என் கோரிக்கையை வைத்தேன். ஐஏஎஸ் ஆபீசர் என்பதை அறிந்த அவர், நான் பதவியின் பின்புலத்தில் சினிமா எடுக்க வந்திருக்கிறேன் என்று நினைத்துவிட்டார் போலிருக்கிறது. என்னை discourage செய்யும்விதத்தில் பேச ஆரம்பித்துவிட்டார்.

ஞான ராஜசேகரன் | 147

"மோகமுள் சினிமா எடுக்கப்போவதாக வந்திருக்கும் ஐந்தாவது ஆள் நீங்கள். என்ன திரைக்கதை எழுதியிருக்கிறீர்கள் என்று சுருக்கமாகச் சொல்லுங்கள் என்றார்.

நான் அவ்வாறே சொன்னேன். இளையராஜா என்னிடம் சொன்னார்: "இந்தப் படத்துக்கு தேவை கிளாஸிக்கல் மியூசிக். அதற்குப் பொருத்தமான ஒருவரை நான் உங்களுக்கு சிபாரிசு செய்கிறேன். தட்சணா மூர்த்தி சாமி. நான் பிசியாக இருக்கிறேன். நீங்க போய் அவரைப்பாருங்க" என்றார்.

அவரருகில் கவிஞர் வாலி அமர்ந்திருந்தார். நான் உடனே பதில் சொன்னேன்: "சார், என் படத்துக்கு நீங்கதான் இசை அமைக்கணும் என்கிற ஆசையோடு வந்திருக்கிறேன். நீங்க இசையமைக்க விருப்பம் இல்லை என்றால் இல்லைன்னு நேரடியா சொல்லிடுங்க. வேற ஒருத்தர்கிட்ட போகணும்னு மட்டும் தயவுசெய்து சொல்லாதீங்க". என் பேச்சைக் கேட்டு ராஜா சிறிது அதிர்ச்சியடைந்ததுபோல் தெரிந்தது. அதற்குள் கங்கை அமரன் அங்கே வந்து குறுக்கிட்டு, "எல்லாம் பண்ணலாம். நீங்க ஷூட்டிங் போயிட்டு வாங்க" என்று ஆறுதலாகப் பேசி என்னை அனுப்பிவைத்தார்.

படப்பிடிப்புக்கான எல்லா ஏற்பாடுகளும் நடந்தன. கும்பகோணத்தில் முதல்கட்டமாக 20 நாட்கள் – யமுனா சம்பந்த மான காட்சிகள் முழுவதையும் முடித்துவிடத் திட்டமிட்டோம். எல்லா ஏற்பாடுகளையும் நானே முன் நின்று செய்தேன். திருவனந்தபுரத்திலிருந்து அவுட்டோர் யூனிட் வரவழைத்தேன். எனக்காக, மோகமுள்ளுக்கு ஒலி வடிவமைப்பு செய்ய தேசிய விருதுகள் பல பெற்ற தேவதாஸ் அவர்கள் வந்திருந்தார்.

கும்பகோணம் ராயர் பேலஸில் படப்பிடிப்பு தொடங்கியது. முதல் நாள். உதவி இயக்குநராக பணிபுரியாததால் Practicalஆக பல விஷயங்கள் எனக்குத் தெரியாமல் இருந்தது. மோகமுள் திரைக்கதை அமைப்பிலும், என்ன காட்சி எப்படி எடுக்கப்பட வேண்டும் என்பதிலும், நடிக நடிகையர் எப்படிப்பட்ட உணர்ச்சிகளைக் காட்ட வேண்டும் என்பதில் எல்லாம் நான் அசைக்கமுடியாத நம்பிக்கை கொண்டிருந்தேன். Practical விஷயங்களைக் கையாளமுடியும் என்கிற நம்பிக்கையும் இருந்தது.

முதல் நாள் முதல் Shot, ஒரு புதிய இயக்குநருக்கு – யாராக இருந்தாலும் – சற்று பதற்றத்தை ஏற்படுத்துவது

இயல்பு. படப்பிடிப்பு என்பது சுமார் 50 பேர் நிறைந்த இடத்தில், இயக்குநரின் ஒற்றை ஆணையுடன் நடைபெறுவதால், இயக்குநரின் ஒவ்வொரு அசைவையும் எல்லோரும் உற்றுப் பார்ப்பதைத் தவிர்க்க முடியாது. ஐஏஎஸ் அதிகாரியாகப் பணிபுரிந்த அனுபவம் ஓரளவிற்குக் கைகொடுக்கும் என்றாலும், சினிமா சூழ்நிலை முற்றிலும் மாறுபட்டதாகும். ஐஏஎஸ் அதிகாரிக்கு கீழே வரையறுக்கப்பட்ட Hierarchy உள்ளதால் நாம் சொல்வதற்கு எதிர் அபிப்பிராயம் எழ சாத்தியங்கள் குறைவு. ஆனால், சினிமா இயக்குநராகச் செயல்படும்போது ஒளிப்பதிவாளர், கலை இயக்குநர், நடிக நடிகையர் எல்லோரையும் ஒருங்கிணைத்துச் சென்றால்தான் நாம் நினைத்ததை சினிமாவில் கொண்டு வர முடியும்.

இதை உணர்ந்துதான், நான் கலெக்டராக ஆனபோது ஒரு விழாவில் சொன்னேன்:

“கலெக்டர் வேலையைவிட கஷ்டமானது சினிமாவில் இயக்குநராக இருப்பது என்று!”

முதல் Shot எடுக்கும்போதே எனக்கு ஒரு பிரச்னை ஏற்பட்டது. Shot எடுக்கும்முன்பு Start Camera, Action என்று இயக்குநர் சொல்வது வழக்கம். Sound Recording ஆட்டோமேட்டிக்காக தொடங்கிவிடும் என்று நான் கருதியிருந்தேன். எனவே நான் Start Camera என்று ஆணையிட்டபோது, யூனிட்டில் இருக்கும் யாரோ சிரித்துவிட்டார்கள்.

Sound என்று முதலில் சொல்லிவிட்டு பின்னர் Start Camera சொல்வதுதான் Industryஇல் நடைமுறையாக இருந்தது. எனக்கு அது தெரியாது. இது கூடத் தெரியாமல் Director ஆகிவிட்டாரே என்று மறைமுகமாக ஏளனம் செய்வது போல இருந்தது அந்த சிரிப்பு. ஆனால், உடனே என்னைத் திருத்திக்கொண்டு Shoot செய்ய ஆரம்பித்தேன்.

யமுனாவைப் பெண் பார்க்க வரும் போஸ்ட்மாஸ்டராக நடிக்க வெண்ணிற ஆடை மூர்த்தி வந்திருந்தார். Mainstream சினிமாவில் இரட்டை அர்த்தத்தில் பேசுபவர். தனக்கென்று ஒரு மேனரிசத்தையும் வைத்திருந்தார், அவர். போஸ்ட்மாஸ்டர் கதாபாத்திரத்தில் நடிக்கும்போது அவரது வழக்கமான மேனரிசங்களோடு பேச ஆரம்பித்தார். நான் சித்தரிக்க நினைத்த

போஸ்ட்மாஸ்டருக்கு அத்தகைய மேனரிசம் சரிப்பட்டு வராது. நான் படப்பிடிப்பு செய்வதை நிறுத்திவிட்டு அவரிடம் அருகே சென்று சொன்னேன். "சார் தயவுசெய்து உங்களது வழக்கமான மேனரிசம் இல்லாமல், இந்தக் கதாபாத்திரமாக naturalஆக நடித்தால் நன்றாக இருக்கும்" என்று.

அவருக்குக் கோபம் வந்துவிட்டது.

"நான் வெண்ணிற ஆடை மூர்த்தி. நான் செய்கிற சேஷ்டைகளால்தான் மக்களிடையே பிரபலமாக இருக்கிறேன். சேஷ்டைகளில்லாமல் நடிக்கச்சொன்னால் யார் வேண்டு மானாலும் இந்த ரோலில் நடிக்கலாமே! நீங்கள் வேற யாரையாவது போட்டுக்கொள்ளுங்கள்" என்றார்.

"சார், உங்களிடம் அற்புதமான நடிப்புத்திறமை இருப்பது எனக்குத் தெரியும். நாங்கள் யதார்த்தமான சினிமா எடுத்துக்கொண்டிருக்கிறோம். போஸ்ட்மாஸ்டர் கதாபாத்திரத்தை, உங்கள் குணச்சித்திர நடிப்பால் நன்றாக மிளிரச் செய்வீர்கள் என்றுதான் உங்களைத் தேர்வு செய்தோம்" என்றேன்.

அவர் புரிந்துகொண்டார். அவரை Fix செய்தபோது மோகமுள்ளைப்பற்றியோ, நமது வித்தியாசமான முயற்சியைப் பற்றியோ யாரும் அவருக்குச் சொல்லாததுதான் காரணம். இவை புரிந்தவுடன், நான் விரும்பிய விதத்தில் நடித்துக் கொடுத்தார்.

அர்ச்சனா ஜோக்லேக்கருக்கு நான் யமுனா கதாபாத்திரத்தை விளக்கிச்சொன்னேன். அவர் நன்றாக உள்வாங்கிக் கொண்டார். ஒரு தேர்ந்த தியேட்டர் ஆர்டிஸ்ட்டாக இருந்ததால், தமிழில் ஒரு வார்த்தைகூட தெரியாமல் இருந்தாலும், பேசுகிற வசனங்களை தனது சொந்த மொழியில் எழுதி, மனப்பாடம் செய்து, சரியான உச்சரிப்பில் பேசினார்.

ரங்கண்ணா கதாபாத்திரத்தில் நடிப்பதற்காக நெடுமுடி வேணு வந்தார். அவருக்கு ரங்கண்ணா எப்படிப்பட்ட ஆளுமை என்பதையும், அடுத்த நாள் எடுக்கப்போகும் காட்சிகளைப் பற்றியும் விவரித்தேன். அவர் எல்லாவற்றையும் வெகு சிரத்தையோடு கேட்டுக்கொண்டார்.

அன்றைக்கு இரவு நான் உறங்கிக்கொண்டிருந்தேன். ஒருமணி இருக்கும். யாரோ என் அறையின் கதவைத் தட்டினார்கள்.

பதறிப்போய் நான் கதவைத் திறந்தேன். அங்கே நெடுமுடி வேணு நின்றுகொண்டிருந்தார். "சாரி, ரங்கண்ணா பற்றி எல்லா விஷயத்தையும் சொன்னீர்கள். ஒன்றை மட்டும் சொல்லவில்லை. அதைக் கேட்டுத்தெரிந்துகொள்ளத்தான் வந்தேன். ரங்கண்ணா சங்கீதத்தில் மிகப்பெரிய மேதை என்று சொன்னீர்கள். அதே சமயம் வாழ்க்கையில் வெற்றிபெறாதவர் என்றும் சொன்னீர்கள். ஆனால், அவர் சமூகத்தை எப்படிப் பார்த்தார் என்று சொல்லவில்லையே! சந்தோஷத்துடனா? வெறுப்புடனா?"

அவருடைய கேள்வி என்னை ஆச்சர்யப்படவைத்தது. எப்பேர்ப்பட்ட நடிகர் அவர்!

ரங்கண்ணா ஒரு Pessimistஆ? Optimistஆ? என்று கேட்கிறார். நடிகர் ஒருவர், ரங்கண்ணா கதாபாத்திரத்தைச் செய்வதற்கு இதை அறிந்து கொள்ள வேண்டும். அப்போதுதான் ரங்கண்ணாவின் attitude towards othersஐ வெளிக்காட்டமுடியும்.

நான் சொன்னேன். ரங்கண்ணா ஒரு optimist என்று. மகாபுருஷர்கள் எல்லோரும் அப்படித்தான் இருந்திருக்கிறார்கள். சொந்த வாழ்க்கையில் துயரங்களைச் சந்தித்தாலும், அவற்றை வெளிக்காட்டாமல் சந்தோஷமாகவே வாழ்க்கையைப் பார்ப்பார்கள். மகாகவி பாரதியைப்போல என்றெல்லாம் விளக்கினேன்.

நெடுமுடி வேணு, சுமார் 7 நாட்கள் எங்கள் படப்பிடிப்பில் கலந்துகொண்டார். நடிப்பின் நுணுக்கங்கள் பலவற்றை நான் அவரிடமிருந்து கற்றுக்கொண்டேன்.

ஐந்தாறு நாட்கள் படப்பிடிப்பு நன்றாகச் சென்று கொண்டிருந்தது. அதற்குப்பிறகு ஒருநாள் என்னிடம் தயாரிப்பாளர் அதிர்ச்சித் தகவல் ஒன்றைச் சொன்னார். இருபது நாள் படப்பிடிப்புக்குத் தேவையான பணத்தை என்னால் புரட்ட முடியவில்லை. இருக்கிற பணம் இரண்டு நாளுக்குமேல் தாங்காது என்றும் சொன்னார். அதுவரை படத்தின் Creative விஷயங்களில் மட்டும் கவனம் செலுத்திவந்த நான், பொருளாதாரப் பிரச்னையை எப்படி எதிர்கொள்வது என்று குழம்பிப்போனேன். தயாரிப்பாளர் பொருளாதாரப் பிரச்னைகளை பார்த்துக்கொள்வார் என்ற நம்பிக்கையில், இவ்வளவு தூரம் வந்தது தவறோ என்றெல்லாம் சிந்தனை

வரத்தொடங்கியது. நான் ஒன்றை முடிவு செய்தேன். முதலில், எப்படியாவது திட்டமிட்டபடி 20 நாள் படப்பிடிப்பை முடித்துவிட்டுச் செல்லவேண்டும். நண்பர் பாஸ்கர் உதவியளிக்க முன்வந்தார். இதற்கிடையில் நடிகர் ஐஎஸ்ஆர் படப்பிடிப்பு நடக்கும்போதே மாரடைப்பால் உயிரிழந்தார்.

ஒருவாறாக, மிகுந்த சிரமத்துடன் 19 நாள் படப்பிடிப்பை முடித்துவிட்டு சென்னை திரும்பினோம். ஒரே ஆறுதல், யமுனா, ரங்கண்ணா சம்பந்தப்பட்ட பெரும்பாலான காட்சிகள் பூர்த்தியாக்கியது மட்டும்தான்.

சென்னைக்கு வந்ததும், நான் மிகுந்த மன உளைச்சலுக்கு உள்ளானேன். தமிழில் எண்ணிலடங்கா நல்ல முயற்சிகள் முதல்கட்ட படப்பிடிப்போடு, பொருளாதாரப் பிரச்னைகளால் நின்று போயிருக்கின்றன. அதுபோன்று, என் மோகமுள் கனவும் சிதைந்து போய்விடுமா? மிகுந்த கோலாகலத்தோடு முதன்முதலாக ஐஏஎஸ்காரனைச் சினிமா எடுக்க வழியனுப்பிவைத்த கேரள நண்பர்களின்முன் நான் எந்த முகத்தோடு நிற்பேன்? இப்படியெல்லாம் சிந்திக்கத் தொடங்கினேன், நான்.

என் நண்பர்கள் வட்டத்தில், மோகமுள் நின்று போனதை ஏதோ இயல்பாக நடந்த ஒன்றாகவே பலரும் பார்த்தனர். சினிமா துறையிலிருந்த சிலர், 'இது போன்று கமர்ஷியல் சாத்தியமில்லாத படங்கள் எடுப்பது கஷ்டம் என்று முன்னரே சொன்னேனே கேட்டாயா' என்றார்கள். விஷயம் தெரிந்த சிலர் 'பாலசந்தர், மகேந்திரன், அனந்து போன்ற ஜாம்பவான்களாலேயே மோகமுள்ளை எடுக்கமுடியாமல் போனது ஏன் என்று இப்பவாவது புரிந்ததா?' என்று ஏளனப்புன்னகை செய்தார்கள்.

வருந்திப் பிரயோஜனமில்லை. மேற்கொண்டு படம் எடுக்க முயற்சி செய்ய வேண்டும் என்று தீர்மானித்தேன். தயாரிப்பாளர் "என்னால் பணம் திரட்ட முடியவில்லை" என்று கையை விரித்துவிட்டார். எஞ்சிய படப்பிடிப்பை முடிக்க சுமார் 4 லட்சம் ரூபாயாவது வேண்டும். இதற்கு யாராவது முன் வருவார்களா என்று தேடத்தொடங்கினோம். சினிமா சம்பந்தப்பட்டவர்கள், கமர்ஷியல் வேல்யூ உள்ள நடிக நடிகையர் இருக்கிறார்களா என்று கேட்டுவிட்டு அமைதியாகிவிட்டார்கள். சிலர் அறிவுரை வழங்கி நேரத்தை வீணடித்தார்கள்.

சினிமா சம்பந்தமில்லாத – நமக்கு நெருக்கமானவர்களிடம் உதவி கேட்டால் என்ன என்று தோன்றியது. பலத்த யோசனைக்குப் பிறகு, எனது ஆத்ம நண்பனும், என்னுடைய நலம் விரும்பியுமான தொழிலதிபரை இது சம்பந்தமாக சந்திக்கச் சென்றேன்.

மோகமுள் படத்தை எடுப்பதற்காக அரசாங்கத்திடமிருந்து ஸ்பெஷல் பர்மிஷன் வாங்கிவந்த விஷயத்தையும், பொருளாதாரப் பிரச்னைகளால் படப்பிடிப்பு நின்றுபோனதையும், சினிமா இயக்குநராவது என் வாழ்க்கை லட்சியம் என்பதையும், உரிமையோடு சொல்லி 4 லட்சம் ரூபாயைக் கடனாகத் தந்து, படத்தை முடிக்க உதவமுடியுமா என்று கேட்டேன். கல்லூரி நாட்களிலிருந்து என்னை முழுதாக அறிந்த அவர், "அதற்கென்ன நிச்சயம் உதவுகிறேன்" என்று சொல்லி, இன்று மாலை 5 மணிக்கே நான் அந்த பணத்தை வாங்கிச் செல்லலாம் என்றும் சொல்லிவிட்டார். பிரச்னை இவ்வளவு சுலபமாகத் தீர்ந்துவிடுமென்று நான் நினைக்கவே இல்லை. தயாரிப்பாளரை அழைத்துக்கொண்டு மாலை 5 மணிக்கு, அவர் ஆபீசுக்குச் சென்றேன். என்னை தனியாகப் பார்க்கவேண்டும் என்று சொன்னதினால், நான் அவர் அறைக்குள் தனியாகச் சென்றமர்ந்தேன். காலையில் நான் பார்த்தபோது இருந்ததைவிட தற்போது அவர் முகத்தில் ஒரு இறுக்கம் தென்பட்டது.

அவர் சொன்னார்: "சேகர், நீ போனவுடன் எனக்குத் தெரிந்த சில சினிமாக்காரர்களிடம் பேசிப் பார்த்தேன். அவர்கள் சொன்னார்கள் 'மோகமுள் போன்ற படங்கள் வெளியாகும்போது போஸ்டர் பப்ளிசிட்டி காசைக்கூட கலெக்ட் செய்யாது' என்று சொன்னார்கள். நான் யோசித்தேன். என் நண்பன் முதல் முறையாக சினிமா எடுக்கிறான். அவன் ஜெயிக்கவேண்டும். அதனால் எனக்கு ஒரு யோசனை தோன்றியது. இதுவரை இந்தப்படத்துக்கு எவ்வளவு செலவாகியிருக்கும்?"

நான் சொன்னேன்: "சுமார் ஆறு லட்சம் ஆகியிருக்கும்."

"அந்த ஆறு லட்சத்தை நான் உன் தயாரிப்பாளருக்கு கொடுத்துவிட்டு, மோகமுள் படத்தை நான் வாங்கி, அதை dump செய்துவிடுகிறேன். நீ fresh ஆக ஒரு ஜெயிக்கிற கதையைத் தேர்ந்தெடுத்து படம் எடு. அதற்காக நான் 50 லட்சம் தருகிறேன். அது திரும்பி வராவிட்டாலும் பரவாயில்லை."

நான்கு லட்ச ரூபாய் வாங்க வந்த இடத்தில், என் நண்பர் 56 லட்சம் இலவசமாக தரத் தயாராக இருக்கிறார். நான் செய்ய வேண்டியது மோகமுள்ளை முற்றிலும் மறந்துவிட வேண்டும்.

அவ்வளவுதான். எனக்குக் கண்மண் தெரியாத கோபம் வந்தது. என்மேல் அக்கறையுள்ள நண்பரிடம் பொரிந்து தள்ளினேன். "மோகமுள் ஜெயிக்கிற படமா தோற்கிற படமா என்பதைப்பற்றி எனக்குக் கவலையில்லை. அப்படத்தை எடுக்க வேண்டும் என்பதுதான் என் லட்சியக்கனவு. கமர்ஷியலாகப் படம் எடுப்பதற்கு பலபேர் இருக்கிறார்கள். மோகமுள் போன்ற படத்தை எடுப்பதற்குத்தான் நான் வந்திருக்கிறேன். நான் உன்னிடம் உதவி கேட்டது மோகமுள் படத்தை எடுப்பதற்குத்தானே ஒழிய வேறு படத்துக்காக இல்லை. மோகமுள் படத்துக்கு உதவி செய்ய மனம் இருந்தால் செய். இல்லையெனில் வேண்டாம்." என்று சொல்லிவிட்டு அங்கிருந்து கிளம்பப் பார்த்தேன்.

என்னை தடுத்து மீண்டும் அமர வைத்தார், என் நண்பர். அவர் சொன்னார்: "என்னை மன்னிக்க வேண்டும். நான் ஒரு industrialist. எங்களுக்கு வியாபார வெற்றி மட்டும்தான் தெரியும். கலைநேர்த்தியும் ஒரு ஜெயிக்கிற விஷயம் என்பது எங்களுக்குத் தெரியாது. உங்களுக்கு நன்மை செய்வதாக நினைத்து, நான் பேசியதைப் பொருட்படுத்த வேண்டாம்." என்று சொல்லி மோகமுள்ளுக்கான உதவியை அவர் செய்தார்.

நண்பரின் பொருளாதார உதவி கிடைத்தவுடன், மேற்கொண்டு 'மோகமுள்' படப்பிடிப்பு நடத்துவதைப்பற்றி ஆலோசிக்கத் தொடங்கினோம். நண்பரிடம் வாங்கிய பணத்தைச் செலவழிக்கும் பொறுப்பை நானே வைத்துக்கொண்டேன். சிக்கனமாகச் செலவழிக்கவில்லை என்றாலோ அல்லது வேறுகாரியங்களுக்கு இந்த பணத்தைச் செலவழித்தாலோ திட்டமிட்டபடி கிடைத்த பணத்துக்குள் படப்பிடிப்பை முடிக்கமுடியாது. இதன் விளைவு? மோகமுள்ளின் திரைக்கதை இயக்கம் மட்டுமில்லாமல், அதன் தற்காலிகத் தயாரிப்பாளராகவும் நான் செயல்பட வேண்டியிருந்தது. இது தற்செயலாக கிடைத்த வாய்ப்பு என்றாலும், சினிமா ஒன்றினை எடுப்பதற்கு பொருளாதார நிர்வாகம் மிகப்பெரிய இடம் வகிக்கிறது என்பதை பின்னர்தான் நான் புரிந்துகொண்டேன்.

ஒரு இயக்குநர் வெற்றியடைவதற்கு அவரிடம் இருக்கும் படைப்புத்திறன் மட்டும் போதாது. என் அனுபவத்தில் 30 சதவீதம்தான் இந்த படைப்பாற்றல் உதவுகிறது. அடுத்ததாக தயாரிப்பாளர், நடிக நடிகையர், தொழில்நுட்ப வல்லுநர்கள் இவர்களுடனான உறவு – Inter & Personal Relationship. இது 40 சதவீதம் உதவுகிறது. மூன்றாவதாக, Economic Planning. எப்படிப் பொருளாதாரத்தை நாம் கையாளுகிறோம் என்பது. செலவைப்பற்றிய Realisticஆன அறிவு வேண்டும். இது 30 சதவீதம் உதவுகிறது. திரைத்துறையில் முன்னணியில் உள்ள இயக்குநர்கள் எல்லோரும், மேற்சொன்ன இரண்டாம், மூன்றாம் விஷயங்களில் சிறந்து விளங்குவதால்தான், திரைத்துறையில் அவர்களால் நீண்டகாலம் தாக்குப்பிடிக்க முடிகிறது என்று நான் நம்புகிறேன்.

Creativity நிறைய இருந்தும் பலர் திரைத்துறையில் சோபிக்கமுடியாமல் போனதற்குக் காரணமும் இதுதான்.

எனக்குக் கூட, எனது ஐஏஎஸ் பின்னணி, Personal Managementக்கும், பொருளாதார நிர்வாகத்துக்கும் மிகப்பெரிய பக்கபலமாக இருந்தது என்பதை நான் ஒப்புக்கொண்டே ஆக வேண்டும்.

சினிமாவின் பொருளாதார நிர்வாகமே வினோதமான ஒன்று. முன்னணி நடிகர்கள், நடிகைகள், இயக்குநர்கள் தொழில்நுட்ப கலைஞர்களைத் தவிர்த்தால், வேறு யாருக்கும் சம்பளம் நிர்ணயிக்கப்படாத Unorganised Industryதான் சினிமா. தயாரிப்பாளர் தன் மனம் போனபடி – அவர் விருப்பத்திற்கேற்ப – சினிமாவில் பணிபுரிபவர்களுக்குச் சம்பளத்தைக் கூட்டவோ குறைக்கவோ அல்லது ஒன்றும் கொடுக்காமலோ இருக்கமுடியும். யூனியன்கள் தோன்றி பேட்டா போன்றவற்றை நிச்சயித்திருந்தாலும், சினிமா உலகத்தின் பெரும்பாலான பகுதி இன்னும் Feudal ஆகவே இருந்து வருகிறது. ராஜாஜியின் வார்த்தைகளில் சொல்வதானால் "யோக்யமானவர்களையும் திருடத்தூண்டுகிற" சூழ்நிலைதான் பட உருவாக்கம் முழுக்க நடக்கிறது. இது எல்லா Departmentகளிலும் நடக்கிறது.

சினிமா என்பது கனவுத் தொழிற்சாலையாகவே கருதி, எந்தப் பொருளுக்கும், எந்த செயலுக்கும் மற்ற துறைகளில்

உள்ளது போல் Fixed விலை இருப்பதில்லை. நான் முதலில் இதைப் புரிந்து கொண்டது ஒரு சிறிய நிகழ்ச்சி மூலமாகத்தான்.

படப்பிடிப்பு வேகமாக நடந்துகொண்டிருந்தது. நடிகை சங்கீதா துளசி மாடத்தில் நீர் ஊற்றுவதுதான் காட்சி. திடீரென்று உதவி இயக்குநர் சங்கீதாவின் தலையில் பூ இல்லாததைச் சொன்னார். உடனே சங்கீதாவுக்கு அவர் தலையில் பூவை வைக்க சொன்னேன். பூ இல்லை என்றார்கள்.

"பூவை உடனே வாங்கிவாருங்கள்" என்றேன். பணத்தை நானே கையாளுவதால் ஒரு ஆளிடம் 100 ரூபாயைக்கொடுத்து, "வேகமாக போய் மல்லிப்பூ வாங்கி வா' என்று அனுப்பினேன். அவரும் வேகமாக ஓடிச்சென்று இரண்டு முழம் பூவை வாங்கிவந்தார். என்னிடம் மீதியைத் தந்தார். படப்பிடிப்பின் அவசரத்தில் அவர் தந்ததைப் பாக்கெட்டில் திணித்துக்கொண்டு ஷூட்டிங்கில் கவனம் செலுத்தினேன்.

அன்று படப்பிடிப்பு முடிந்ததும் பூ வாங்கி வந்தவர் கொடுத்த பாக்கியை எடுத்துப்பார்த்தேன். அதில் ரூபாய் நோட்டு ஒன்றுமில்லை. ஒரு பேப்பர் மட்டும் இருந்தது.

அதில் கீழ்க்கண்டவாறு எழுதியிருந்தது:

மல்லிப்பூ 2 முழம்	ரூ. 10
வாட்டர் பாட்டில்	ரூ. 10
ஆட்டோ செலவு	ரூ. 80
	100

சினிமா பொருளாதாரத்தை எனக்குக் கற்றுத் தந்தது இந்த 'பில்' தான்.

எவ்வளவு தொகையை நீங்கள் அட்வான்சாகக் கொடுத்தாலும் அதில், மீதி உங்களுக்குக் கிடைக்காது. கணக்குதான் கிடைக்கும். சிக்கனத்துக்கு பெயர்போன ஏவிஎம் நிறுவனத்தில், படப்பிடிப்பு நடக்கும்போது கம்பெனியின் ஆள் ஒருவர் 4, 5 பைகளுடன் அமர்ந்திருப்பாராம். ஒரு ரூபாய், இரண்டு ரூபாய், ஐந்து ரூபாய், பத்து ரூபாய், நூறு ரூபாய் என ஒவ்வொன்றுக்கும் ஒரு பை வைத்திருப்பாராம். செலவு வரும்போது அதற்கான தொகையைச் சரியாகக் கொடுத்து அனுப்புவார்களாம். பாக்கி

என்றொரு விஷயமே இருக்காதாம். இதனால் செலவினத்தில் பெரும்பகுதியைச் சேமித்துவிடமுடியும் என்பதை ஏவிஎம் நன்றாக அறிந்திருப்பதை நாம் உணரமுடியும்.

நான் முன்பே சொன்னபடி, இதற்கு முக்கிய காரணம் பணிபுரிகிற ஆட்களுக்குச் சரியான சம்பளம் கொடுக்கப்படாதது தான். அதனால் செலவுக்குக் கொடுக்கிற பணத்தில், மிச்சத்தை அவர்கள் கணக்கு எழுதி எடுத்துக்கொள்ள வேண்டிய நிலையில் இருக்கிறார்கள்.

கம்யூனிஸ்ட் சித்தாந்தத்தில் "மனித வாழ்க்கையில் கோடாலி செய்த சாதனை மகத்தானது" என்று சொல்வதுபோல் எனது சினிமா பொருளாதார நிர்வாகத்தில் அந்த 'மல்லிகைப்பூ பில்' செய்த சாதனை மகத்தானது என்றுதான் சொல்ல வேண்டும். சிக்கனமாகச் சினிமா செலவுகளைச் செய்ய நான் கற்றுக்கொண்டேன்.

மோகமுள்ளின் இரண்டாம் ஷெட்யூல் தொடங்குவதற்கு முன்னர் பல காரியங்கள் செய்ய வேண்டியிருந்தது. தங்கம்மா கதாபாத்திரத்திற்கு ஒரு நடிகையைத் தேர்வு செய்யவேண்டும். 19 வயதில் ஒரு இளம்பெண் வேண்டும் என்று மேனேஜரிடம் சொல்லி அனுப்பினேன். ஏராளமான பெண்கள் Auditionக்கு வந்தனர். ஒரு பெண்ணும் தங்கம்மாவின் சாயலைக் கொண்டிருக்கவில்லை. ஒவ்வொருவராக நான் நேர்காணல் நடத்திக்கொண்டிருந்தபோது திடீரென்று ஒரு 40 வயது மதிக்கத்தக்க ஒரு பெண்மணி வந்தார். மகளோடு வந்திருப்பார் என்று எண்ணி "நடிக்கக் கொண்டு வந்த பெண்ணை கூப்பிடுங்கள்" என்று சொன்னேன். அந்தப்பெண்மணி சற்றும் அசராமல் சொன்னார்: "நான்தான் அது" என்று சொன்னாரே பார்க்கலாம்! நான் அமைதியாகச் சொன்னேன்: "இந்த ரோலுக்கு வேண்டியது 19 வயது Innocent Girl" என்றேன். அவர் என்னைப்பார்த்து சொன்னார்: "நான் வயசான மாதிரிதான் இருப்பேன். ஆனா, நான் மேக்கப் போட்டுட்டு உங்க முன்னால வந்து நின்னா, எனக்கு 18 வயசு கூட ஆகலையான்னு நீங்க கேட்பீங்க. அந்த இன்னொஸன்ஸ் கின்னொஸன்ஸ் எல்லாம் என் முகத்தில் தானா வந்திடும், சார்"

அந்த பெண்மணியின் தன்னம்பிக்கையைக் கண்டு நான் அதிர்ந்து போனேன். சினிமாவில் எந்த பொய்யையும்

மெய்யாக்கிவிடலாம் என்கிற நம்பிக்கை பலபேருக்கு இருக்கிறது. ஆனால், காமிரா பொய் சொல்லாது என்பதை இவர்கள் அறிவதில்லை.

ஆர்ட் டைரக்டர் கிருஷ்ணமூர்த்தி, அவர் பணிபுரிந்த தெலுங்கு படத்தில் ஒரு இளம்பெண் இருந்ததாகவும், அந்த பெண் தங்கம்மா வேடத்துக்குப் பொருத்தமாக இருப்பார் என்றும் சொன்னார். ஆர்ட் டைரக்டர் சொன்னபடியே அவர் பொருத்தமாக இருந்தார். தங்கம்மா பாத்திரத்துக்கு வாணியைத் தேர்ந்தெடுத்தது அப்படித்தான்.

கதைப்படி, கதாநாயகன் கும்பகோணத்தின் அக்கிரகாரப் பகுதியில் வீடு ஒன்றின் மாடிப்பகுதியில் குடியிருக்கிறான். அதன் பக்கத்து வீட்டில்தான் தங்கம்மா, வயதான கணவனோடு குடியிருக்கிறாள். தங்கம்மா - பாபு சம்பந்தப்பட்ட காட்சிகளை எடுக்க மேற்சொன்ன Location வேண்டும். கும்பகோணத்துக்கு மீண்டும் போய் படப்பிடிப்பு நடத்த, நமது பொருளாதாரம் இடம்கொடுக்காது. என்ன செய்வது என்று குழம்பியிருந்த நிலையில், கிருஷ்ணமூர்த்தி அவர்களே இதற்கு ஒருவழி கண்டுபிடித்துத் தந்தார். சென்னை ஆலந்தூர் பகுதியிலேயே கும்பகோணத்தின் அக்கிரகாரப்பகுதியைக் காட்டமுடியும் என்று எங்களைக் கூட்டிச்சென்றார். நகரத்தின் எல்லா வளர்ச்சிகளையும் தன்னகத்தே கொண்ட ஆலந்தூரில், கும்பகோணம் போன்று ஒரு இடம் இருக்கும் என்ற நம்பிக்கை எனக்கு அறவே இல்லை. ஆனால், ஒரு பழைய வீட்டின் முன்னால் போய் எங்களை நிறுத்தி, என்னை உள்ளே போய் பார்க்கச் சொன்னார். என்ன ஆச்சர்யம்! மோகமுள் படிக்கும் போது என் எண்ணத்தில் பாபு - தங்கம்மா வீடுகள் எப்படியிருந்ததோ அப்படியே அவை அமைந்திருந்தன. படம் பிடிக்கும்போது நகரத்தின் வளர்ச்சிகள் தெரியாத வண்ணம் Shots எடுக்கவேண்டும் அவ்வளவுதான்.

இளையராஜா அவர்களுடனான என்னுடைய முதல் சந்திப்பு சற்றுத் தாறுமாறாக ஆகிப்போனாலும், அதற்குப்பிறகு மோகமுள்ளுக்காக அவரைச் சந்தித்தபோது இனிமையான சூழலே அங்கே நிலவியது. பாடலுக்கான Situationகளை ஒவ்வொன்றாக நான் சொல்ல மூன்று பாடல்கள் இசை வடிவம் பெற்றன. பாபு காவிரியாற்றில் தனிமையில் பாடுவதற்கு ஒரு பாடல்:

“கமலம் பாதக்கமலம்...”

தங்கம்மா பாபுவின் பிரிவைத் தாங்கமுடியாமல் பாடும் பாட்டு:

“சொல்லாயோ வாய் திறந்து...”

பாபு கங்காதரம்பிள்ளையின் வீட்டில் குருவை நினைத்துப் பாடும் பாடல்:

“நெஞ்சே குருநாதரின் சேவடி நினைந்து...”

காலை 7 மணிக்கு இளையாஜா ஆர்மோனியத்தோடு அமர்ந்திருக்க, அவர்முன் சென்று அமர்ந்து நான் Situationஐ விவரிக்க, அப்படி விவரிக்கும்போதே இளையராஜாவிடமிருந்து மெட்டுகள் பிறந்தன. எந்த மெட்டு வேண்டும் என்று நம்மைப் பார்த்துக் கேட்டார்.

திரையலகில் நம் கண் முன்னால் ஆர்மோனியத்தை வாசித்து, நாம் சொல்கிற கதைக்கு, உடனுக்குடன் மெட்டுகளைத் தருகிற ஒரே கலைஞர் இளையராஜா மட்டும்தான். ஒரு புத்தம்புதிய படைப்பை நம் கண்முன்னால் நேரடியாகப் படைத்துக்காட்டுவது என்பது சாதாரண விஷயமல்ல. அந்த அனுபவமே மகத்தானது. இளையராஜா ஒரு ஜீனியஸ் என்று நம்மை உணரச்செய்யும் தருணங்கள் அவைதான். அவரது சிறப்பு இதுமட்டுமல்ல. மெட்டுக்கு இசைக்குறிப்புகள் எழுதி, பாடல் வரிகளுடன், இசைக்கலைஞர்கள் பலரை ஒன்றிணைத்து, ஒரு நாளைக்குள் Recordingஐ முடித்து முழுமையான பாடலைத் தருகிற திறன், இந்தியாவிலேயே இளையராஜா ஒருவருக்குத்தான் இருக்கிறது. ஒரு ஜீனியஸ், Profesional ஆகவும் இருந்து, திரைத்துறையின் வேகத்துக்கு ஈடு கொடுத்ததால்தான், அவரால் அதிக எண்ணிக்கையில் பாடல்களைத் தர முடிந்தது.

மோகமுள்ளின் நான்காவது பாடல், பாபு கச்சேரியில் பாடும் தியாகராஜர் கீர்த்தனை: “சங்கீத ஞானமு பக்திவினா...” ஜேசுதாஸ் பாடி Record செய்யப்பட்டது. மேற்சொன்ன மூன்று பாடல்களையும் கவிஞர் வாலி எழுதினார்.

இரண்டாம் ஷெட்யூலுக்கு சன்னி ஜோஸப் வேறு ஒரு படத்தின் படப்பிடிப்பில் இருந்ததால் வர இயலாத நிலை. அவருக்காக காத்திருக்கவும் எங்களால் முடியாது.

வேறு ஒரு ஒளிப்பதிவாளரை உபயோகித்தால், இதுவரை எடுக்கப்பட்ட படத்தின் ஒளியமைப்பும் ஸ்டைலும் மாறிவிடுமே என்கிற கவலை எனக்கிருந்தது. யோசித்துப் பார்த்தேன்!

மோகமுள் இரண்டு பிரதான உறவுகளைப்பற்றி பேசுகிறது:

1. பாபு – யமுனா இருவருக்கும் இடையிலான Platonic Relationship

2. பாபு – தங்கம்மா இருவருக்கும் இடையிலான Physical Relationship

முதல் ஷெட்யூல் முழுவதும் யமுனா – பாபு சம்பந்தப்பட்ட காட்சிகளே எடுக்கப்பட்டன. எனவே, தங்கம்மா – பாபு சம்பந்தப்பட்ட காட்சிகளை மட்டும், வேறொரு கேமராமேனை வைத்து எடுத்தால், அது கதைசொல்லலுக்கு வேறொரு அழகையும் அழுத்தத்தையும் கொடுக்கும் என்று முடிவு செய்தேன்.

வங்காளப் படங்களில் அதிகமாகப் பணிபுரிந்த சசிகுமார் அவர்களைக்கொண்டு தங்கம்மா – பாபு சம்பந்தப்பட்ட காட்சிகளை எடுப்பது என்று முடிவெடுத்தேன். அவரது Lighting Style வித்தியாசமாக இருந்ததோடு தங்கம்மா – பாபு உறவை நன்றாக வெளிப்படுத்தவும் செய்தது.

பாடல்களைப் படம்பிடித்துத் தர ஒளிப்பதிவாளர் தங்கர்பச்சான் முன்வந்தார். நான்கு பாடல்களையும் எடுத்து முடித்தோம். ஒளிப்பதிவு டைட்டிலில் இணை ஒளிப்பதிவாளராக தனது பெயரும் வரவேண்டுமென்று தங்கர் பச்சான் கோரிக்கை விடுத்தார். சன்னி ஜோஸப் அவர் கோரிக்கையை பெரிய மனதோடு ஏற்றுக்கொண்டார்.

சன்னி ஜோஸப்பின் வெளிப் படப்பிடிப்பு முடிந்ததும் அவரை வரவழைத்து யமுனா– பாபு சம்பந்தமான கிளைமாக்ஸ் காட்சிகளை எடுத்து முடித்தோம். இதற்கெல்லாம் இரண்டரை மாதங்கள் ஆகிவிட்டன. திருச்சூரில் புதிய கலெக்டரை இதற்குள் நியமித்திருப்பார்கள் என்று எண்ணி தொடர்பு கொண்டபோது, கடந்த இரண்டரை மாதமாக என் வருகைக்காகக் காத்திருப்பதாகவும், மாவட்டம் முழுவதும் ‘கலெக்டர் படம் எடுக்க போயிருக்கிறார்’ என்கிற செய்தி பரவியிருப்பதாகவும் அறிந்தேன். வேகவேகமாக டப்பிங் வேலைகளை முடித்துவிட்டு

மூன்று மாதங்கள் கழித்து திருச்சூர் சென்று கலெக்டர் பொறுப்பை மீண்டும் ஏற்றுக்கொண்டேன். அதற்குப்பிறகு ஒரு வருடம், நான் கலெக்டராக தொடர்ந்து பணிபுரிந்தேன். மூன்று மாதங்கள் எனக்காக கலெக்டர் பதவியைக் காத்திருக்க வைத்தது, என் கலெக்டர் பணிக்கு அரசாங்கம் தந்த மிகப்பெரிய அங்கீகாரமாக நான் கருதினேன்.

மோகமுள்ளின் Post Production எனப்படும் படப்பிடிப்புக்கு பிந்தைய பணிகள் எல்லாவற்றையும் முடித்துவிட்டு, படத்தை உரையாடலுடன் இளையராஜாவுக்குப் போட்டுக்காட்டினோம். ஒன்றும் பேசாமல் படம் முடியும் வரை அமைதியாகப் பார்த்த அவர், முடிந்ததும் என்னை அவருடைய வீட்டிற்கு வரச்சொல்லிவிட்டு கிளம்பிப் போய்விட்டார்.

திருச்சூரில் திரு. இளையராஜாவுக்குப் பாராட்டு விழா நடந்தபோது

அவர் வீட்டிற்குச் சென்றேன். அவரது மனைவிக்கு மிகவும் பிடித்த நாவல் 'மோகமுள்' என்பதைச் சொன்னார். படம் நன்றாக வந்திருப்பதாகப் பாராட்டினார். பாடல்களை நான் போடும்போது படம் இப்படி வரும் என்று நான் எதிர்பார்க்கவில்லை. பின்னணி இசையை செழுமையாகச் செய்ய வேண்டும் என்றார்.

இதற்குப் பிறகுதான் இளையராஜா என்னை ஒரு படைப்பாளியாக அங்கீகரிக்கத் தொடங்கினார். நானும் அந்த இசை மேதையுடன் மிகவும் நெருக்கமானேன்.

அவர் சொன்னதைப்போலவே பின்னணி இசையை வெகு சிறப்பாக அமைத்துத்தந்தார். ஒவ்வொரு ரீலையும் பின்னணி இசை சேர்த்தவுடன், அதை பார்க்க அவரது குழுவில் உள்ள இசைக்கலைஞர்கள் பலரும் போட்டிப்போட்டிக்கொண்டு வந்து பார்த்துப் பாராட்டியதை இன்றும் என்னால் மறக்க இயலாது.

படப்பிடிப்பு முடிந்ததும் Dubbing, Post Production, பின்னணி இசை முதலான தேவைகளுக்கு மேலும் பணம் தேவைப்பட்டது. கோயமுத்தூர் நண்பர் ஒருவர் உதவ முன்வந்தார். இவ்வாறு பலரது உதவியையும் ஆதரவையும் பெற்று மோகமுள்ளின் 'முதல் காப்பி' தயாராகிவிட்டது. மோகமுள்ளை தியேட்டர்களில் ரிலீஸ் செய்வதற்கான முயற்சிகளில் ஈடுபட்டோம். அவை தயாரிப்புக் கஷ்டங்களைவிட கடினமாக இருந்தது.

நாவலை அடிப்படையாக வைத்து எடுக்கப்பட்ட படமானதால், நான் மதிக்கிற எழுத்தாளர்களுக்கு அதைப் போட்டுக்காட்டவேண்டும் என்று விரும்பினேன். அசோகமித்திரன், சுஜாதா, இந்திரா பார்த்தசாரதி, கஸ்தூரி ரங்கன், வாஸந்தி முதலான பல எழுத்தாளர்கள் வந்திருந்தனர். அசோகமித்திரன், "நாவலின் அடிநாதத்தைப் புரிந்துகொண்டு உயிர்ப்போடு படமாக்கியிருக்கிறீர்கள்" என்றார்.

சுஜாதா, குமுதத்தில் சிறு விமர்சனமாகப் பாராட்டி எழுதினார். இந்திரா பார்த்தசாரதி "படத்தின் ஒவ்வொரு ஃபிரேமும் சிந்தித்து படமாக்கப்பட்டிருக்கிறது" என்று பாராட்டி கணையாழியில் எழுதியிருந்தார். கஸ்தூரி ரங்கன், முள்மேல் நடப்பதுபோல சாதுரியமாக செய்திருக்கிறீர்கள் என்று பாராட்டினார். வாஸந்தி 'இந்தியா டுடே' யில் "தமிழ் வெள்ளித்திரையில் ஒரு நட்சத்திர இயக்குநர் உதயமாகியிருக்கிறார், ஆரவாரமில்லாமல், கலைநயத்துடன் தி.ஜானகிராமனின் எழுத்தைப்போலவே" என்று எழுதியிருந்தது எனக்கு உற்சாகத்தையும் தன்னம்பிக்கையையும் அளித்தது.

நண்பர் சிட்டி மூலம் தி.ஜா. அவர்களின் குடும்பம் மோகமுள்ளைப் பார்த்தது. "பயந்து கொண்டே வந்தோம்.

மிகச்சிறப்பாக வந்திருக்கிறது. தி.ஜா., இருந்திருந்தால் மிகவும் மகிழ்ச்சி அடைந்திருப்பார்" என்றபோது, நான் மனநிறைவடைந்தேன்.

மோகமுள் போன்ற தி.ஜா.வின் கைவண்ணத்தில் ஜொலிக்கின்ற நாவலை, மிகச்சிறப்பாகத் திரைப்படமாக்கிவிட்டேன் என்கிற எண்ணம் எல்லாம் எனக்கு இல்லை.

மோகமுள்ளின் ஆன்மாவை சிதைக்காமல் திரைப்படமாக்கி யிருக்கிறேன் என்பதில் எனக்கு முழு நம்பிக்கை உண்டு. மேலும், இந்த திரைப்படத்தை எடுக்கப் போதுமான பொருளாதார சூழ்நிலையும் எங்களுக்கில்லை. மூன்று ஆண்டுகள் காத்திருந்து படத்தை முடிக்கவேண்டிய நிலை. இப்படி பல்வேறு பிரச்னைகளுக்கு இடையிலும்தான் 'மோகமுள்' உருவாகவேண்டியிருந்தது.

இலக்கிய ரசிகர்களில் சிலர், நாவலில் இருந்த விஷயங்கள் சில வரவில்லை என்று சொன்னார்கள். ஒருவருக்கு கும்பகோணம் காந்தி பார்க்கை காட்டவில்லையே என்கிற கோபம். இன்னொருவருக்கு சென்ட்ரல் ஸ்டேஷனில் ஏன் படத்தை முடிக்கவில்லை என்கிற வருத்தம். நாவலும் சினிமாவும் வெவ்வேறு கலைவடிவங்கள் என்பதை உணராமலும், ஒரு நாவல் சினிமாவாகும்போது மாற்றங்கள் ஏற்படுவது இயல்பு என்பதை அறியாமலும், இப்படியெல்லாம் கருத்து சொல்கிறார்களே என்று அவர்களை நினைத்து அனுதாபப்பட்டேன். மோகமுள்ளை மக்களிடம் கொண்டு சென்ற போதுதான் ஒரு மாபெரும் உண்மை எனக்கு விளங்கியது.

'அறிவு ஜீவிகள்' என்று நாம் கருதுகிறவர்களைவிட நாம் 'பாமரர்கள்' என்று கருதுகிறவர்கள் மிக மிக மேன்மை யானவர்கள். அறிவுஜீவிகளிடம் நாம் பொதுவாகக் காணும் மேதாவித்தனமும், தமக்கு எல்லாம் தெரியும் என்கிற மனோபாவமும், பொறாமையும், நமது அறிவைப் பறைசாற்ற இந்தப் படத்தில் குற்றங்களைக் கண்டுபிடித்தே ஆகவேண்டிய நிர்ப்பந்தங்களும் பாமரர்களுக்கு இருப்பதில்லை. படம் பிடித்துப்போனால் மிகவும் பாராட்டுவார்கள். பிடிக்காவிட்டால் ஒன்றும் சொல்லாமல் போய்விடுவார்கள். மிகைநாடி மிக்க கொள்ளும் அவர்கள் உன்னதமானவர்கள்.

வியாபாரம் ஆவதற்காகவும், நண்பர்கள் பார்ப்பதற்குமாகவும் என்று மோகமுள் 30க்கும் மேலாக Preview காட்டப்பட்டது. பாராட்டுகள் கிடைத்ததே ஒழிய, படத்தை வாங்கி திரையில் ரிலீஸ் செய்ய யாரும் முன்வரவில்லை. சில முன்னணி விநியோகஸ்தர்கள் குடும்பத்தோடு வந்து பார்த்துவிட்டு, "தேசிய விருதுக்கு விண்ணப்பித்துவிட்டீர்கள் அல்லவா?" என்று கனிவோடு விசாரித்துவிட்டுச் சென்றார்கள். அவர்களைப் பொறுத்தவரை, மோகமுள் போன்ற படங்களை மக்கள் ரசிக்கமாட்டார்கள் என்பதில் உறுதியாக இருந்தார்கள்.

இதற்கிடையில், மூன்று வருடங்கள் நான் கலெக்டராகப் பணியாற்றி முடித்தவுடன், மத்திய அரசு என்னை சென்னை சென்சார் அதிகாரியாக நியமித்தது. மோகமுள்ளுக்கு தேசிய விருதும் கிடைத்தது. கேரளாவில் விருது பெற்ற படங்களுக்கு ஒரு மவுசு உண்டு. அவை ரிலீஸாகும். தமிழகத்தில், விருது பெற்ற படம் என்றாலே 'சுவாரஸ்யம் இல்லாமலிருக்கும். படம் நத்தை போல நகரும்' என்கிற தவறான கருத்து அப்போது இருந்து வந்தது.

எனவே, மோகமுள்ளுக்கு தங்கப்பதக்கம் கிடைத்தும் தியேட்டரில் வெளியிட யாரும் முன்வரவில்லை.

நல்லி சில்க்ஸ் அதிபர் குப்புசாமி செட்டியார் அவர்கள் ஒரு நல்ல சினிமா ரசிகர். அதுமட்டுமில்லாமல் அவர் சென்சார் போர்டு மெம்பராகவும் இருந்தார். மோகமுள் தணிக்கை செய்யப்பட்டபோது, அதைப்பார்த்த நான்கு உறுப்பினர்களில் அவரும் ஒருவர். அவருக்கு ஏனோ மோகமுள் மிகவும் பிடித்துப்போனது. தணிக்கை செய்ய வரும்போதெல்லாம் 'மோகமுள்' பற்றி விசாரிப்பார். மோகமுள் தேசிய விருது பெற்றவுடன், ஒருநாள் மோகமுள் ரிலீஸ் ஆவதில் என்ன பிரச்னை என்று என்னைக்கேட்டார். நான் சொன்னேன்: "மோகமுள் ரிலீஸ் செய்யவேண்டுமென்றால் LABஇல் ஆன செலவுகளுக்கு பணம்கட்டி செட்டில் செய்தால் மட்டுமே, ரிலீஸ் செய்யமுடியும்."

செட்டியார்: 'எவ்வளவு கட்ட வேண்டும்?'

நான் Labஇல் விசாரித்துச் சொன்னேன், சுமார் 4 லட்சம் வரும் என்று. உடனே தன் உதவியாளரிடம் செக் புத்தகத்தை

எடுத்து வரச்சொன்னார். வந்ததும், அதில் 4 லட்சத்துக்கான செக் ஒன்றை எழுதி என்னிடம் தந்துவிட்டு செட்டியார் சொன்னார்:

"மோகமுள் ஒரு சிறந்த படம். அதைத் தாமதம் செய்யாமல் உடனே ரிலீஸ் செய்யுங்கள்"

'மோகமுள்' படப்பிடிப்பின்போது

நான் திகைத்துப்போய்விட்டேன். செட்டியார் போன்ற நல்லெண்ணம் கொண்டோர் உலகத்தில் இருக்கத்தான் செய்கிறார்கள்! இப்படியிருப்பவர்களால்தான் "உண்டாலம்ம இவ்வுலகம்" என்று புறநானூறு சொல்வது உண்மை என்பதை நான் உணர்ந்தேன்.

செட்டியாரின் விருப்பப்படியே மோகமுள் ரிலீஸ் ஆனது. தேவி பாலா தியேட்டரில் நூறு நாட்கள் ஹவுஸ்புல் காட்சிகளாக, வெற்றிகரமாக ஓடியது. வித்தியாசமான படங்களைத் தந்தாலும் தமிழ் மக்கள் ஆதரவளிப்பார்கள் என்பதற்கு மோகமுள் ஒரு சாட்சியாக விளங்கியது. பார்த்தவர்கள் அனைவரும் ரசித்தாலும், விநியோகஸ்தர்கள் முன்வராததால், மோகமுள்ளை மக்கள் எல்லோரிடமும் கொண்டு செல்ல முடியாமல் போனது. ஆனால் அந்தக் குறையை தொலைக்காட்சி ஊடகங்கள் நிவர்த்திசெய்துவிட்டன. கடந்த 25 ஆண்டுகள், ஆயிரத்துக்கும்

மேற்பட்ட தடவை, மோகமுள்ளை ஒளிபரப்பி மக்களிடம் கொண்டுசென்று, அதை தமிழில் வெளிவந்த ஒரு Cult திரைப்படமாக ஆக்கிவிட்டார்கள்.

ஐஏஎஸ் அதிகாரி சினிமா எடுக்க முடியுமா?

நான் எங்கே போனாலும் இந்தக் கேள்வியை எதிர் கொள்வது எனக்கு வழக்கமாக இருக்கிறது. ஐ.ஏ.எஸ். ஆபீஸராக இருந்து கொண்டு எப்படி உங்களால் சினிமாவை இயக்க முடிந்தது? என்னைச் சந்திக்கிற எல்லோரும் இதே கேள்வியைத்தான் கேட்கிறார்கள்.

ஐ.ஏ.எஸ். ஆபீஸர் என்றால் அவருக்குச் சினிமா போன்ற கிரியேட்டிவ் வொர்க் செய்ய முடியாது என்று நினைக்கிறார்களா? அல்லது இந்தியாவில் இன்றைக்கு இருக்கிற 4000 ஐ.ஏ.எஸ் ஆபீஸர்களில், பணியில் இருந்துகொண்டே நான் ஒருவன்தான் முழுநீளத் திரைப்படத்தை இயக்கி இருக்கிறேன். அதை நினைத்து ஆச்சரியமாகக் கேட்கிறார்களா?

மக்களிடம் ஐ.ஏ.எஸ் ஆபீஸர்களைப்பற்றி இருக்கிற பிம்பம்தான் இப்படிக் கேட்கத் தோன்றுகிறது என்று நான் நினைக்கிறேன். நீங்கள் சினிமாவில் கூட பார்த்திருப்பீர்கள், ஏராளமான படங்கள் ஐ.பி.எஸ். ஆபீஸர்களைக் கதாநாயகனாக வைத்து வெளிவந்திருக்கின்றன. ஏனென்றால் இந்திய சினிமாவில் கதாநாயகன் செய்கிற அனைத்து வேலைகளையும், ஐ.பி.எஸ். ஆபீஸரை சினிமாவில் செய்யச் சொல்ல முடியும். கதாநாயகியைக் காதலிக்கலாம். அவருடன் சேர்ந்து டூயட் பாடலாம். வில்லனுடைய மறைவிடத்திற்கு நிராயுதபாணியாகச் சென்று, அவனை உதை உதை என்று உதைக்கலாம். அரசியல்வாதிகளை எதிர்த்துப் பேசலாம். இப்படி சினிமா கதாநாயகனாக ஐ.பி.எஸ். ஆபீஸரைச் சுலபமாக மாற்றிவிட முடியும்.

ஆனால், ஐ.ஏ.எஸ். ஆபீஸரை நம் சினிமாவில் அப்படிச் செய்ய வைக்க முடியாது. பெரும்பாலான சினிமாக்களில் ஐ.ஏ.எஸ். ஆபீஸரைக் காட்டும் போதெல்லாம், அவர் சபாரி உடையில்தான் வருவார். அவர் கையில் File தவறாமல் இருக்கும். வாயைத் திறந்தால் சட்ட விதிகளை மட்டும்தான்

பேசுவார். அமைச்சர்களிடம் அடக்கமாக அறிவுரை கூறுவார். ஒரு கோபக்கார இளைஞன் இமேஜை அவருக்கு வரவழைப்பது மிக மிகக் கடினம். அதனால்தான் மக்கள் நினைக்கிறார்கள் ஐ.ஏ.எஸ். ஆபீஸர் என்றால் சீரியஸான பேர்வழி என்று. File பார்ப்பார். ரூல்ஸ் பேசுவார். அதிகாரவர்க்கத்தின் ஏஜெண்டாக இருப்பார். மனிதாபிமானம் மிகவும் குறைவாக இருப்பவர். எனவே ஒரு ஐ.ஏ.எஸ். ஆபீஸருக்கு மெல்லிய உணர்வுள்ள கலைஞர்களின் மனப்பக்குவம் எல்லாம் இருக்க முடியாது. அவர் எப்படி கலைப் படைப்பாளியாக, ஒரு திரைப்படத்தை இயக்க முடியும்? இப்படி ஒரு பார்வை எல்லோருக்கும் இருப்பதனாலோ என்னவோ, என் முதல் படம் 'மோகமுள்' தேர்வுக்குழுவுக்குச் சென்றபோது, அங்கேயும் இந்த பிரச்னை தலை தூக்கியது. தேர்வுக் குழுவின் தலைவராக இருந்தவர் திருவாளர் விஜய் ஆனந்த். அவர் பிரபல நடிகர் தேவ் ஆனந்தின் சகோதரர். அவருக்கு 'மோகமுள்' படம் மிகவும் பிடித்துப்போய்விட்டது. ஆனால் எனது பயோடேட்டாவைப் பார்த்த அவருக்கு ஒரு பலத்த சந்தேகம். ஒரு ஐ.ஏ.எஸ். ஆபீஸர் இப்படியெல்லாம் சினிமா எடுக்க சாத்தியமா? வேறு யாராவது பினாமி ஒருவரை எழுதி, இயக்கச் செய்து, தன் அதிகார பலத்தினால் இந்த ஆபீஸர் தன் பெயரில் சப்மிட் செய்திருக்கிறாரா? இப்படி எல்லாம் சந்தேகங்கள் எழுப்பி இருக்கிறார் அவர்.

நல்ல வேளை! அப்போது என்னை நன்றாகத் தெரிந்த சிலர் அந்த தேர்வுக் கமிட்டியில் உறுப்பினர்களாக இருந்தார்கள். எழுத்தாளர் சிவசங்கரி, மலையாளத் திரைப்பட இயக்குநர் கே.பி.குமாரன் மற்றும் கேரள பத்திரிகையாளர் ஒருவர். மூவரும் நான் ஐ.ஏ.எஸ். ஆபீஸராக இருந்தாலும் திரைப்படம் எடுக்கக்கூடிய தகுதியும் திறமையும் உடையவர்தான் என்று உறுதி அளித்தார்கள். விஜய் ஆனந்த் சமாதானம் அடைந்தார்.

அறிமுக இயக்குநரின் சிறந்த திரைப்படத்துக்கான இந்திரா காந்தி தேசிய விருது, ஜனாதிபதியால் எனக்கு வழங்கப்பட்டது. இன்று ஐ.ஏ.எஸ். ஆபீஸர்களை வெகு சீரியஸானவர்களாகப் பார்த்தாலும், இவர்களின் முன்னெடுக்க இருந்த ஐ.சி.எஸ். ஆபீஸர்கள் (ஐசிஎஸ் தான் சுதந்திரத்துக்குப்பின் ஐஏஎஸ் ஆனது.) அரசாங்க அதிகாரிகளாக மட்டும் இருக்கவில்லை. அகழ்வாராய்ச்சி, வரலாறு, இலக்கியம், போட்டோகிராபி,

ஓவியம், இசை என்று பல துறைகளிலும் தங்கள் திறமைகளை வெளிக் காட்டுபவர்களாக அவர்கள் இருந்தார்கள்.

'மோகமுள்'ளுக்காக ஜனாதிபதியிடமிருந்து தங்கப்பதக்கம் பெற்றபோது

என்னை பற்றி நன்றாகத் தெரிந்தவர்கள், நான் ஐ.ஏ.எஸ். அதிகாரியாக ஆனதைத்தான் வியப்பாக பார்ப்பார்களே தவிர, நான் ஒரு திரைப்பட இயக்குநராக ஆனதை அல்ல. ஏனென்றால் எனது கல்லூரிக் காலத்திலிருந்தே நான் இயக்குநராக வேண்டும் என்கிற ஒரே லட்சியத்தோடு செயல்பட்டவன் என்பதை அவர்கள் நன்கு அறிந்திருப்பார்கள்.

'முகம்'

சென்சாரில் பணிபுரிந்து கொண்டிருந்த போது, தமிழில் வருடத்துக்கு 300 க்கும் மேலான படங்கள் வெளிவந்து கொண்டிருந்தன. தினசரி ஒரு திரைப்படத்தையாவது தணிக்கைக்காக நாங்கள் பார்த்துக் கொண்டிருந்தோம். எனக்கு ஓய்வு கிடைத்த போதெல்லாம் 'பாரதி'யின் திரைக்கதையை நான் எழுதிக்கொண்டிருந்தேன். அப்போது திடீரென்று ஓர் எண்ணம் என் மனதில் தோன்றியது. தமிழ் சமூகத்தின் தனிமனித வழிபாட்டை அடிப்படையாக வைத்து, ஒரு கதை

யோசித்தால் என்ன என்று யோசித்தேன். முகம் என்பதைக் குறியீடாக்கி, ஒரு கதையை நான் Develop செய்தேன். கதையை யதார்த்தமாகச் சொல்லாமல், கொஞ்சம் Abstract Elementsகளையும் சேர்த்துக்கொண்டு, French Thetreஐப்போல் கதையை உருவாக்கினேன். விகார முகம் கொண்ட ஒருவன் தற்செயலாகப் பொய்முகத்தை ஒட்டிக்கொள்ள நேர்வதும், அந்த பொய்முகம் மக்களிடையே மிகவும் பிரபலமாகி, ஏராளமான ரசிகர்கள் அந்த பொய் முகத்தைத் தெய்வமாகக் கருதுகின்றனர். இறுதியில் அந்தப் பொய்முகம், முகத்திலிருந்து வெளியே வந்துவிட, விகார முகம் கொண்ட கதாநாயகனுக்கு ஒரு மன நெருக்கடி வந்துவிடுகிறது. பழைய விகார முகத்தோடு வாழ்க்கையை அப்படியே தொடர்ந்தால், ஏமாற்றமும் விரக்தியும் மட்டும்தான் வாழ்க்கையில் மிஞ்சும்.

ஆனால், பொய் முகமோ ஜெயித்த முகம். ஏராளமான வசதி வாய்ப்பையும் தம்மைத் தெய்வமாகக் கருதும் தொண்டர்களையும் தந்திருக்கிறது. தோற்றுப்போன பழைய முகத்தை அழித்துக்கொண்டு, பொய்முகத்தை புதிய முகமாக அவன் ஏற்றுக்கொள்வதோடு கதை முடிகிறது.

இந்தக்கதையைச் சொன்ன உடனே எல்லோருக்கும் பிடித்தது. குறைந்த செலவில், வேகமாகப் பத்துப் பதினைந்து நாட்களில் இதை எடுத்துவிடலாம் என்று நான் கருதினேன். ஆளுமைகளைப் பங்குபெறச்செய்து, படம் முடித்து வெளியான பிறகு, லாபமாகக் கிடைப்பதில் எல்லோருக்கும் பிரித்துத்தரலாம் என்று ஒரு திட்டமிட்டேன். அந்தத் திட்டம் தவறென்று இப்போது எனக்கு நன்றாகப்புரிகிறது.

ஒரு படத்தை உருவாக்குவதற்கு – அது எத்தனைச் சிக்கனமான படம் என்றாலும் – எல்லோருக்கும் சிக்கனமானச் சம்பளம்பேசி, ஒரு பட்ஜெட் உருவாக்கியிருக்க வேண்டும். ஆனால், நான் அப்படிச் செய்யாமல், என் பரிச்சயத்தின் அடிப்படையில் கலைஞர்களையும், தொழில்நுட்பக் கலைஞர்களையும் இலவசமாகப் பங்கெடுக்கச் சொன்னது ஒரு தவறான உதாரணம் ஆகும்.

சினிமாத் துறையில் என் அனுபவமின்மைதான் இதற்குக் காரணம் என்று சொல்லவேண்டும். இதனால் எங்களுக்கிடையில் தவறான புரிதலும், மனவருத்தங்களும் ஏற்பட்டன.

12 நாட்களுக்குள் 'முகம்' படம் எடுக்கப்பட்டது ஒரு சாதனைதான். நடிகர் நாசர் மிகச்சிறந்த நடிப்பை வெளிப்படுத்தியிருந்தார். இளையராஜாவின் பின்னணி இசை பாடலே இல்லாத இந்தப்படத்தின் மகுடமாக அமைந்திருந்தது.

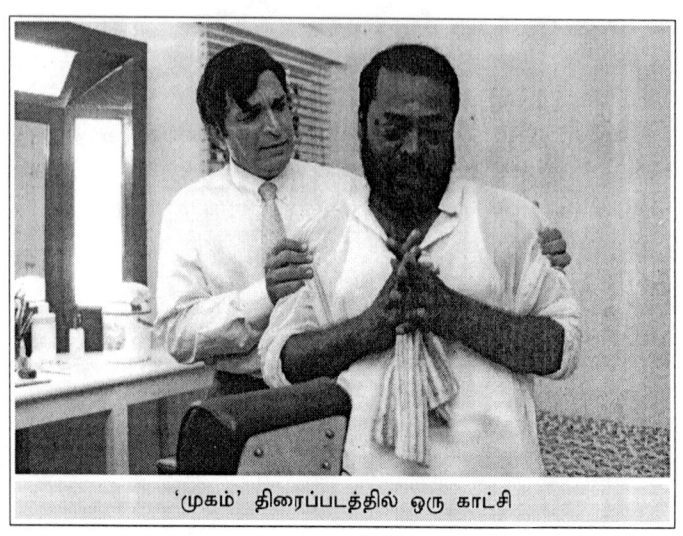

'முகம்' திரைப்படத்தில் ஒரு காட்சி

என் நவீன நாடகப் பின்னணியின் தாக்கம் 'முகம்' படத்தில் அதிகமாக இருந்தது என்றே நான் கருதுகிறேன். யதார்த்தமாக கதை நகரும் என்று எதிர்பார்த்தவர்களுக்கு சற்று ஏமாற்றத்தையும் அது அளித்தது.

எம்.ஜி.ஆரைத் தாக்கி நான் படம் எடுத்திருப்பதாகவும் சிலர் தவறாகப் புரிந்து கொண்டார்கள். இளையராஜா பின்னணி இசைசேர்ப்பின்போது சொன்னார்:

"அற்புதமான கதைக்கரு. சம்பவங்களை அதிகமாக்கி திரைக்கதை அமைத்திருந்தால் சிறப்பாக இருந்திருக்கும்" என்று.

ஆனால், சிலருக்கு 'முகம்' திரைப்படம் மிகவும் பிடித்துப்போனது. அதில் முதன்மையானவர் எழுத்தாளர் கந்தர்வன். தொலைக்காட்சியில் 'முகம்' வெளியானபோது படம் முடிந்தவுடன் என்னைத் தொடர்பு கொண்ட அவர், வெகுவாகப் பாராட்டிவிட்டு, முகத்தின் கிளைமாக்ஸ் காட்சியைக்

காணும்போது ஆர்வமிகுதியால் "அப்படியே நாற்காலியிலிருந்து சரிந்துவிட்டேன்" என்றார், அவர்.

தமிழ்நாட்டைக்காட்டிலும் 'முகம்' கேரளாவில் மிகவும் ரசிக்கப்பட்டது. நான் எடுத்த படங்களிலேயே சிறந்த படம் இதுதான் என்று சொல்பவர்களும் அங்கே இருக்கிறார்கள்.

எப்படியானாலும் என் திரைப்பட வாழ்க்கையில் ஏராளமான பாடங்களை 'முகம்' எனக்குக் கற்றுத்தந்தது என்பதுதான் உண்மை.

'பாரதி'

மோகமுள்ளை முடித்துவிட்டு திருச்சூரில் கலெக்டராகத் தொடர்ந்து பணிபுரிந்தபோது, இளைஞர்களுக்கான சினிமா ஒர்க்ஷாப் ஒன்றினைத் தொடங்கிவைக்க என்னை அழைத்திருந்தார்கள். நான் மோகமுள் அனுபவத்தை அவர்களோடு பகிர்ந்து கொண்டேன்.

என் உரை முடிந்ததும், கலந்துரையாடல் நடந்தது. அதில் பங்கெடுத்த ஒரு மலையாள இளைஞன் கேட்டான்: "சார், மோகமுள்ளுக்குப் பிறகு அடுத்ததாக எடுக்கப்படும் உங்கள் படத்தின் பிரமேயம் (Theme) என்ன?" என்று கேட்டான்.

நான் "அதை இன்னும் நான் தீர்மானிக்கவில்லை." என்றேன். அவன் உடனே சொன்னான்.

"சார். உங்க தமிழ்ல பாரதியார்னு ஒரு பெரிய கவிஞர் இருக்காரே. அவர் வாழ்க்கையை ஏன் நீங்க படமா எடுக்ககூடாது?"

அவன் சாதாரணமாகத்தான் இதைச் சொன்னான். ஆனால், என் மனதில் ஆயிரமாயிரம் மின்னல்கள். பாரதியின் கவிதைகளை எல்லோரையும்போல நானும் படித்திருக்கிறேன். வியப்பில் ஆழ்ந்திருக்கிறேன். ஆனால், பாரதி ஒரு சினிமா Materialஆ? அன்று முழுக்க அதைப்பற்றியே சிந்தித்துக்கொண்டிருந்தேன். அன்று முதல் பாரதி பற்றிய புத்தகங்களைத் திரட்ட ஆரம்பித்தேன்.

ஆர்.ஏ.பத்மனாபன் அவர்களின் 'சித்திர பாரதி', ராஜம் கிருஷ்ணனின் 'பாஞ்சாலி சபதம் பாடிய பாரதி', சுத்தானந்த பாரதியாரின் 'கவிக்குயில் பாரதியார்', வ.ராவின் 'மகாகவி

பாரதியார்' போன்ற புத்தகங்கள் பாரதியின் தனிமனித வாழ்க்கையைப் பேசின. மனிதர்களின் மேல் தீரா அன்பும், சமூக அநீதிகளுக்கு எதிரே தீராக் கோபமும், கவிஞர்களுக்கே உரிய செருக்கும், வித்தியாசமான செயல்பாடுகளும் பாரதியைத் தனித்தன்மை மிக்க கதாபாத்திரமாக எனக்குக் காட்டின.

பாரதியின் பாடல்கள் முழுவதையும் மறுவாசிப்பு செய்தபோது, மேலும் பல பரிமாணங்கள் கிடைத்தன. ஆனால் திரைக்கதை எழுதுவதற்கான 'பொறி' கிடைக்கவில்லை. எனவே மேற்சொன்ன புத்தகங்களைத் திரும்பத்திரும்ப படித்துக்கொண்டிருந்தேன். நீண்ட நாட்களுக்குப் பின்னர், பாரதியின் சவ ஊர்வலத்தில் வெறும் பதினான்கு பேர்தான் கலந்துகொண்டார்கள் என்கிற செய்தியைப் படித்தபோது அதிர்ச்சியடைந்தேன். தமிழுலகம் போற்றிப்புகழும் மகாகவி இறந்தபோது 14 பேர்களைத்தான் நம்மால் அனுப்ப முடிந்ததா? பல இரவுகள் தூங்க முடியாமல் தவித்தேன். நான் தேடிய பொறி எனக்குக் கிடைத்துவிட்டது. ஏன் பாரதிக்கு 14 பேர்தான் கிடைத்தார்கள் என்ற கேள்விக்குப் பதில் கண்டுபிடிக்கும் விதத்தில், பாரதியின் திரைக்கதை அமையவேண்டும் என்று முடிவெடுத்தேன். பின்னர் மளமளவென்று காட்சிகள் வர ஆரம்பித்துவிட்டன. நான் தெய்வம் வந்தவன் மாதிரி, ஒருவித வெறியுடன் திரைக்கதையை எழுதிமுடித்தேன். பாரதியின் வாழ்க்கைச் சம்பவங்களை எழுதும்போது, பல இடங்களில் நான் அழுதேன். ஆச்சர்யமடைந்தேன். இப்படியொரு மனிதன் நம்மிடையே பிறந்து, அலைந்து, வாழ்ந்து மறைந்தானா என்று!

'பாரதி' திரைக்கதை தயாரானவுடன் பலபேரிடம் சுருக்கமாகச் சொல்லி மகிழ்ந்தேன். இளையராஜாவிடம் சொன்னபோது – குறிப்பாக தன் சொந்த மகள் திருமணத்துக்கு மனைவியும் அவரது தமையனும் வந்தழைக்கும் காட்சியை விவரித்தபோது – அவர் கண்களில் நீர்துளிர்த்தது. பாரதி கதையை அவரிடம் சொன்ன சில வாரங்களுக்குப்பிறகு சிங்கப்பூர் சென்று திரும்பியிருந்தார்.

அவர் சொன்னார்: "விமானத்தில் வந்த போது வானத்து மேகங்களைப் பார்த்துக்கொண்டே வந்தேன். திடீரென்று நீங்கள் சொன்ன பாரதியின் மகள் திருமணக்காட்சி நினைவுக்கு வந்தது. கலங்கிவிட்டேன்" என்று சொன்னார்.

'பாரதி' திரைப்படத்தைப்பற்றிய நம்பிக்கை நாளுக்கு நாள் எனக்கு அதிகரித்துக்கொண்டே இருந்தது.

கதையைக் கேட்ட தயாரிப்பாளர் ஒருவர் படத்தைத் தயாரிக்க முன்வந்தார். "பாரதியாக நடிக்க யாரை மனதில் வைத்திருக்கிறீர்கள்?" என்று கேட்டார். "நான் இதைப்பற்றி கமல்ஹாசன் அவர்களிடம் பேசியிருக்கிறேன். கதை தயாரானவுடன் கேட்கிறேன்" என்று சொல்லியிருக்கிறார் என்றேன்.

கமல் நடிப்பதாக இருந்தால் ஏற்படுகிற அதிக பொருட் செலவையும் ஏற்கத் தயார் என்றார், அவர். கமல்ஹாசனிடம் தொடர்பு கொண்டபோது, கதை சொல்ல வாருங்கள் என்று என்னை உடனே அழைத்தார். நான் அவரிடம் பாரதி திரைக்கதையை விரிவாகச் சொன்னேன். பல காட்சிகளுக்கு அவர் கண்களில் நீர் துளிர்த்ததை நான் கண்டேன். தமிழ் நாட்டின் தலைசிறந்த நடிகர் ஒருவர், என் கதையைக்கேட்டு உணர்ச்சி வசப்பட்டது, எனக்கு உள்ளூர பெருமையாக இருந்தது. கதையைக்கேட்டு முடித்தவுடன் கமல் சொன்னார்: "நாம் இதை செய்யலாம்" என்றார். தயாரிப்பாளரைப்பற்றி பேச்சு வந்தபோது, நான் பேசிவிட்டு வந்தவரைச் சொன்னேன். கமல், முன்னணித் தயாரிப்பாளர் ஒருவர் கிடைத்தாலே நாம் நன்றாகச் செய்ய முடியும் என்றார். "என்னை தெலுங்கில் பெரிய கம்பெனி ஒன்று பேச அழைத்திருக்கிறது. நான் அவர்களிடம் பாரதி பற்றி சொல்லட்டுமா?" என்றார். நான் "உங்கள் விருப்பம் போலச் செய்யுங்கள்" என்றேன்.

ஹைதராபாத்திலிருந்து என்னை அழைத்து "அவர்களுக்குப் பாரதியில் ஆர்வம் இல்லை என்கிறார்கள்" என்றார்.

"தமிழ்நாட்டுக் கவிஞரின் கதையை அவர்கள் ஏன் எடுக்க வேண்டும்?" என்று சொன்னேன், நான். அவர் நான் சொல்வது சரி என்றார்.

அதற்குப்பிறகு, கமலிடமிருந்து ஒரு செய்தியுமில்லை. அவர் பாரதி படத்தின் தயாரிப்பாளராக, முன்னணி கமர்ஷியல் தயாரிப்பாளர் இருக்கவேண்டும் என்று விரும்பினார். அது நடக்கிற காரியமா என்ன? கமலுடன் நான் பேசிப்பார்த்ததில் அவருக்குள், தான் ஒரு நட்சத்திரமா அல்லது நடிகரா என்பதில் ஊசலாட்டம் இருப்பது தெரிந்தது. எனவே பாரதியைச் செய்ய தயக்கம் இருப்பதாகவே நான் கருதினேன்.

பாரதியின் வாழ்க்கையைப்பற்றிய ஒரு நல்ல கதை என்னிடம் இருப்பதாக, திரைப்படத்துறையில் செய்தி பரவியது. பாரதி கதையைக் கேட்பதற்காக கவிஞர் அறிவுமதி, தயாரிப்பாளர் தாணுவை என்னிடம் அழைத்துவந்தார். கதையைக்கேட்ட தாணு அவர்கள் உணர்ச்சிவசப்பட்டு "எனக்கு லாபநஷ்டத்தைப்பற்றிக் கவலையில்லை. நான் பாரதி படத்தை நிச்சயம் எடுக்கிறேன். நீங்கள் பூர்வாங்க வேலையைத் தொடங்குங்கள்" என்று சொல்லிவிட்டார்.

நான் தீவிரமாக 'பாரதி' படத்துக்கான கதாநாயகனைப்பற்றி சிந்திக்கத் தொடங்கினேன். வேறு யார் பொருத்தமாக இருப்பார்கள் என்று ஆலோசித்தபோது, ஒருவரும் பொருத்தமாகத் தோன்றவில்லை. ஒருநாள் பாலுமகேந்திரா அவர்களைச் சந்தித்தபோது பாரதி பற்றி அவர் விசாரித்தார். கமல் பற்றி நடந்ததைச் சொன்னேன். அவர் சொன்னார்: "கமல் எல்லாம் ஒர்க் ஆகும்னு தோணலை. நீங்க நானா பட்டேகரை முயற்சித்துப் பாருங்கள்" என்றார்.

நானா பட்டேகரின் கண்களில் எப்போதும் ஒரு தீ இருப்பது எனக்குத் தெரியும். தாணு சார் மும்பை பயணத்தை உடனே ஏற்பாடு செய்தார். நானா பட்டேகரை நான் சந்தித்துக் கதையைச் சொன்னேன். அவருக்கு விருப்பம்தான். ஆனால், அவருடைய உயரம் எனக்கு அசாதாரணமாகத் தோன்றியதால், பாரதிக்குப் பொருந்தாது என முடிவு செய்தேன்.

இந்த நேரத்தில் கமலிடமிருந்து "மேற்கொண்டு ஏதாவது முன்னேற்றம் உண்டா?" என்று வினவினார்கள். விஷயத்தைத் தாணு சாரிடம் சொன்னபோது, கமல் செய்தால் பெரிய அளவில் பாரதியை மக்களிடம் கொண்டுபோகமுடியும் என்று கருதினார். "நீங்கள் சென்று கமலிடம் பேசிப்பாருங்கள். நான் வந்தால், என் முன்னால் வியாபாரம் முதலான விஷயங்களை பேச உங்களுக்கு தயக்கம் ஏற்படலாம்" என்று சொல்லி கமலைக் காண தாணு சாரை அனுப்பிவைத்தேன். தாணு சாரும் உற்சாகமாகத்தான் போனார். ஆனால் அவர் திரும்பிவரும் போது அவரது முகம் வாடியிருந்தது. அவர் சொன்னார்: "கமல் சொன்னார்: பாரதியில் நடிக்க அவருக்கு விருப்பம் என்று. ஆனால், பாரதி சம்பந்தமாக யாதொரு ரிஸ்க்கையும் அவரால்

எடுக்க முடியாதாம். அவரது இன்றைய சம்பளத்தையும், Overseas Rightsஐயும் தரச் சம்மதமானால் அவர் நடிக்கிறேன் என்கிறார்."

"சுருக்கமாகச் சொன்னால் தமிழ்நாடு Theatrical Rightsஐ மட்டும் நம்பி, நாம் முதலீடு செய்யவேண்டும். எந்தத் தயாரிப்பாளரும் இதற்கு முன் வரமாட்டார். ஆனால் நீங்கள் சரி என்று சொல்லுங்கள். நான் பாரதிக்காக இதைச்செய்ய தயாராயிருக்கிறேன்!" உணர்ச்சியோடு பேசினார் அவர்.

முற்றிலும் தயாரிப்பாளருக்கு அனுகூலமில்லாத திட்டத்தை கமல் தந்தது எனக்கு வேதனையை அளித்தது. அதேசமயம், தாணு அவர்களை மிகப்பெரிய பொருளாதார கஷ்டத்தில் தள்ளிவிட நான் விரும்பவில்லை.

நான் சொன்னேன். "பாரதி ஒரு ஞானப்பக்கிரி. பக்கிரியாக நடிக்க ஒருவர் நான்கு கோடி கேட்டால், அப்படி ஓர் ஏற்பாடு நமக்குத் தேவையில்லை" என்று உறுதியாக சொன்னேன்: "பாரதிக்குப் பொருத்தமான ஒருவரை நிச்சயம் என்னால் கண்டுபிடித்துவிட முடியும். நீங்கள் கவலைப்பட வேண்டாம்"

இந்த சமயத்தில் ஒருநாள் சன் தொலைக்காட்சியில் 'முகம்' – திரைப்படம் தியேட்டரில் ரிலீஸாகி ஒரு மாதத்திற்குள் – ஒளிபரப்பானது. படம் முடிந்தவுடன் எனக்கொரு போன்கால். Pentamedia அதிபர் சந்திரசேகர் பேசினார்: 'முகம்' படம் பார்த்தேன். நன்றாக இருந்தது. இப்படி எங்களுக்கு ஒரு படம் செய்து தாருங்கள் என்றார். எனக்கு ஆச்சரியமும் மகிழ்ச்சியும் ஏற்பட்டன. 'முகம்' படத்திற்கு நாம் எதிர்பார்த்த அளவுக்கு வரவேற்பு கிடைக்கவில்லையே என்று சோர்ந்துகிடந்த எனக்கு, இந்த வாய்ப்பு புத்துணர்ச்சியைத் தந்தது.

பாரதியாரின் வாழ்க்கையை அடிப்படையாக வைத்து நான் திரைக்கதை எழுதியிருப்பதையும், அதை உடனே திரைப்படமாக எடுக்கலாம் என்பதையும் அவர்களிடம் சொன்னேன். முதலில் அவர்கள் தயங்கினார்கள். அவர்களுடைய தயக்கத்தைப் போக்கியதில், என் நலம் விரும்பியான திருமதி சௌமித்ரா நரேந்திரன் அவர்களுக்கு முக்கிய பங்கிருந்தது.

எழுத்தாளர் சுஜாதா அந்த நிறுவனத்துக்கு அட்வைஸராக இருந்தது, எனக்கு மிகவும் உதவியாக இருந்தது. அவர் எனது திரைக்கதையைப் படித்துவிட்டு, "அற்புதமான ஸ்கிரிப்ட்" என்று

அங்கீகரித்தார். எனவே, அவர்கள் பாரதி திரைப்படத்தைத் தயாரிக்க முன்வந்தார்கள்.

பாரதி படத்தைத் தயாரிப்பதில் அதிக ஆர்வம் காட்டிய தாணு அவர்களின் சம்மதத்தைப் பெறுவது அவசியம் என்று கருதி அவருடன் தொடர்பு கொண்டேன். "பாரதி மக்களிடம் கொண்டு செல்லப்படவேண்டிய படம். யார் எடுத்தாலும் மகிழ்ச்சிதான். அவர்களே எடுக்கட்டும். எனக்கு ஒரு பிரச்னையும் இல்லை." என்று பெருந்தன்மையோடு சொன்னார், அவர்.

Media Dreams என்கிற பேனரில் முதலில் எடுக்கப்படும் படமாக 'பாரதி' அறிவிக்கப்பட்டது. ஒரு குறிப்பிட்ட பட்ஜெட்டில், குறிப்பிட்ட காலத்துக்குள் First Copy Basisஇல் படத்தை முடித்து தர வேண்டிய பொறுப்பு இயக்குநருக்கே வழங்கப்பட்டது.

நான் முதலில் 'பாரதி'க்கு கதாநாயகனைத் தேட ஆரம்பித்தேன். வழக்கம்போல மும்பை மராத்தி தியேட்டரில் தேடினால் என்ன என்று தோன்றியது. என் நண்பரும் மும்பை தியேட்டரில் இருப்பவருமாகிய சரஸ்வதி சுவாமிநாதனைத் தொடர்பு கொண்டேன். அவர், பிரபல நடிகர் ஸ்ரீராம் லாகுவின் மேக்கப்மேன் மூலம் மராத்தி தியேட்டர்– சினிமாவில் பிரபலமாக இருக்கும் ஐந்து நடிகர்களின் புகைப்படங்களையும், அவர்கள் நடித்த சினிமாக்களின் விவரங்களையும் சேகரித்து அனுப்பியிருந்தார். அந்த ஐந்து பேரில், சாயாஜி ஷிண்டேவின் முகஜாடை பாரதிக்குப் பொருத்தமாக இருந்தது. அவர் நடித்த 'ஷூல்' என்கிற இந்திப்படம் வெற்றிகரமாக ஓடிக்கொண்டிருக்கிற விவரமும் தரப்பட்டிருந்தது. அந்தப் படத்தை சென்னைக்கு தருவித்து, என் நண்பர்களுடன் பார்த்தேன். நான் நண்பர்களுக்கு ஒன்றையும் சொல்லாமல் படம் பார்க்க அழைத்திருந்தேன். படத்தில் ஷாயாஜி ஷிண்டே பீஹாரின் மோசமான அரசியல்வாதி ஒருவராக நடித்திருந்தார். படம் முழுக்க தன் வளர்ச்சிக்காகப் பல கொலைகளைச் செய்யும் வில்லன் கதாபாத்திரம்தான் அவருக்கு. ஆனால், அவர் வெளிப்படுத்திய நடிப்பின் Rangeஐக்கண்டு நான் அசந்து போனேன். வில்லன் பாத்திரமானாலும், ஒன்றுமே அறியாதவனைப்போல் பேசுவது, கண்களில் Fireஐ காட்டுவது, நகைச்சுவை உணர்வை வெளிப்படுத்துவது என்று படம் முழுக்க அவர் வெளிப்படுத்தாத உணர்ச்சிகளே இல்லை

என்று சொல்லிவிடலாம். பாரதி போன்ற கதாபாத்திரத்துக்குப் பொருத்தமானவர் இவர்தான் என்கிற எண்ணம் என்னுள் ஏற்பட்டது.

படம் முடிந்தவுடன் என் நண்பர்களிடம் விஷயத்தைச் சொன்னேன்: "பாரதியாக நடிப்பதற்குப் பொருத்தமான நடிகரைத் தேடத்தான் இந்தப் படத்தை திரையிட்டேன்" என்று. அவர்கள் உடனே ஷூல் படத்தின் கதாநாயகனான மனோஜ் வாஜ்பாயைத்தான், நான் பாரதி வேடத்துக்குப் பரிசீலனை செய்வதாக எண்ணி, அவர்கள் கருத்து சொல்ல ஆரம்பித்து விட்டார்கள். ஒருவர் சொன்னார்: "நன்றாக நடிக்கிறார். ஆனால் பாரதிக்குப் பொருந்துவாரா? என்பது சந்தேகம்தான்" என்றார். இன்னொருவர், "பாரதியின் முகஜாடை கொஞ்சமும் அவருக்கில்லையே." எங்கே நான் மனோஜ் வாஜ்பாயியைத் தேர்ந்தெடுத்து விடுவேனோ என்கிற கவலை மூன்றாமவருக்கு.

நான் அமைதியாகச் சொன்னேன்: "அந்தப் படத்தில் வில்லனாக நடித்த ஷாயாஜி ஷிண்டே நடிப்பைப் பார்க்கத்தான் இந்தப்படத்தைக் கொண்டுவந்தேன்" என்றேன்.

"என்னது, இந்த வில்லனையா பாரதி வேடத்துக்கு பரிசீலனை செய்யப்போகிறாய்?" அதிர்ச்சியுடன் அவர்கள் கேட்டார்கள்.

நான் சொன்னேன்: "வில்லன், கதாநாயகன் என்பதெல்லாம் என் பிரச்னை இல்லை. எப்படி வெவ்வேறு உணர்ச்சிகளை வெளிப்படுத்துகிறார்.

அவர் கண்களில் நெருப்பு இருக்கிறதா? பாரதி கதாபாத்திரத்துக்கு வேண்டிய Range of Acting அவரிடம் இருக்கிறதா? சாந்தமாக இருக்கவும், கோபத்தைக் காட்டவும், சந்தோஷத்தால் துள்ளிக் குதிக்கவும், வருத்தத்தால் சோர்ந்து போகவும் அவரால் முடியுமா? இவைதான் எனக்கு வேண்டும். இவை அனைத்துக்குமான Potential ஷாயாஜியிடம் இருக்கிறது. இனி Audition செய்து பார்க்கவேண்டும். அவ்வளவுதான்".

ஷாயாஜியை மும்பையில் தேடிப்பிடிக்க சில நாட்கள் ஆனது. நான் ஒரு வீடியோ காமிராமேனை என்னுடன் அழைத்துச் சென்றிருந்தேன். கூடவே பாரதி வேடத்துக்கு தேவையான மீசை, தலைப்பாகையும் கொண்டு போயிருந்தேன்.

ஆங்கிலத்தில், பாரதி கதையை முழுக்கவும் சொன்னேன். பின்னர் பாரதி கதாபாத்திரம் எத்தகையது என்று சொன்னேன். அவன் வாழும்போது, அவனை ஞானக்கிறுக்கனாக அருகிலிருந்தவர் பார்த்ததையும் சொன்னேன். பின்னர் பாரதி போன்று ஆடையையும் தலைப்பாகையையும் மீசையையும் ஷாயாஜிக்கு அணிவித்தேன்.

நான் அவரிடம் சொன்னேன்: "பாரதி தமிழர், அவர் தமிழ் பேசினார் என்பதையெல்லாம் மறந்து விடுங்கள். அவரைப்போன்ற ஒரு கவிஞர், உங்கள் மராட்டியில் இருப்பதாக எண்ணிக்கொண்டு, நான் இதுவரை சொன்ன கதையிலுள்ள கேரக்டரை, நீங்கள் ஒரு அரை மணி நேரம் மராட்டியில் பேசி நடித்துக் காட்டுங்கள். நான் அதை வீடியோவில் பதிவு செய்துகொள்கிறேன்" என்று நான் சொன்னதுதான் தாமதம்.

ஷாயாஜி ஷிண்டே, பாரதியாக மாறி மராட்டியில் வசனங் களை பேசத்தொடங்கி விட்டார். பாரதியின் ஞானச்செருக்கு, மனிதாபிமானம், தேசபக்தி, குழந்தையிடம் நேசம், அநீதியைக் கண்டால் ஏற்படுகிற கோபம், மகிழ்ச்சியின் கொண்டாட்டம், சமஸ்கிருத மந்திரம் உச்சரிப்பு என பலவிதமான உணர்ச்சிகளை, அதற்குரிய உடல்மொழியுடன், சுமார் 45 நிமிடங்கள் நடித்துக் காட்டினார், ஷாயாஜி. நான் பேச்சு மூச்சற்று ஸ்தம்பித்துப் போனேன். ஷாயாஜி ஷிண்டேவை பாரதி படத்தின் கதாநாயகனாக உறுதிப்படுத்திவிட்டுதான் சென்னை திரும்பினேன்.

அந்த 45 நிமிட வீடியோவைப் பார்த்த சுஜாதா அவர்களும், லெனின் அவர்களும் என்னைப்போலவே பிரமித்துப்போயினர். பாரதியாக நடிக்க நான் தேர்ந்தெடுத்த நடிகரை எல்லோரும் அங்கீகரித்தனர்.

பாரதி திரைக்கதையை முன்பே அறிந்திருந்த இளையராஜாவை அணுகியபோது, அவர் மகிழ்ச்சியுடன் சம்மதித்தார். அதுமட்டுமல்ல. படப்பிடிப்பு செய்ய ஏதுவாக 'மயில் போல பொண்ணு ஒன்னு', 'எதிலும் இருப்பான் அவன் யாரோ?' என இரண்டு பாடல்களையும் பதிவுசெய்து தந்து விட்டார்.

'பாரதி' படத்தில், பாரதியின் மனைவி செல்லம்மாவுக்கு முக்கியமான பங்கு இருந்தது. அதற்குப் பொருத்தமானவரைத் தேடிக் கொண்டிருந்தேன். என்னுடைய திரைக்கதை ஆக்கத்தில்,

எப்போதும் எனக்கு உறுதுணையாக இருக்கும் என் மனைவி சொன்னார். செல்லம்மா பாத்திரத்துக்குத் தேவயானி பொருத்தமாக இருப்பார் என்று.

தேவயானி அந்தச்சமயத்தில் முன்னணிக் கதாநாயகியாக இருந்தார். அவர் சம்பந்தப்பட்டவர்களை அணுகியபோது, அவர்கள் கேட்ட சம்பளம் எங்கள் பட்ஜெட்டிற்கு ஏற்றதாக வரவில்லை. நாங்கள் கொடுப்பதாகச் சொன்ன தொகையை விட, எட்டு மடங்கு அதிகமாக இருந்தது, அவர்கள் கேட்ட தொகை. மும்பையைச் சேர்ந்தவர்களாக அவர்கள் இருந்ததால், பாரதி யார்? என்பதையும், இந்தப் படத்தின் முக்கியத்துவத்தையும் அவர்கள் அறிந்திருக்க நியாயமில்லை. அந்தச் சமயத்தில், தற்செயலாக என்னைச் சந்திக்க வந்த முன்னணித் தயாரிப்பாளர்களான R.B சௌத்ரி அவர்களும், முரளீதரன் அவர்களும் தேவயானி தரப்பினருக்கு பாரதி படத்தின் முக்கியத்துவத்தைப்பற்றி சொல்ல, செல்லம்மா பாத்திரத்தில் நடிக்க தன் விருப்பத்தைத் தெரிவித்தார் தேவயானி.

சாயாஜி ஷிண்டேயைப் பாரதி பாத்திரத்துக்கு தயார்படுத்தும் நோக்கத்தில், அவரை ஒரு வாரத்துக்குச் சென்னையில் வந்து தங்குமாறு அழைத்தேன். முதலில், பாரதி மேக்கப்புடன் அவரை நடிக்கச்செய்து Test Shoot எடுத்தோம். திரையில் பார்த்தபோது, எங்கள் குழுவிற்கு பூரண திருப்தி ஏற்பட்டது. நான் சாயாஜியிடம் பாரதி கதாபாத்திரத்தின் பரிமாணங்கள் முழுவதையும் விளக்கினேன். ஒவ்வொரு காட்சியையும் அவருக்கு படித்துக்காட்டினேன். பாரதியின் நடை, உடை, பாவனை எப்படி தனித்துவமாக இருக்கவேண்டும் என்பதையெல்லாம் விரிவாகப் பேசினோம். ஷிண்டே படத்தின் உரையாடல் அனைத்தையும் தேவநாகிரி எழுத்தில் எழுதித்தரக் கோரினார். எவ்வாறு உச்சரிக்க வேண்டும் என்று இந்தி தெரிந்த நண்பர்கள் மூலம் கற்றுக்கொண்டார்.

அவர் என்னிடம் சொன்னார்: "சார், இந்தப்படத்தில் பாரதி பேசவேண்டிய எல்லா உரையாடல்களையும் மனப்பாடம் செய்து கொண்டுதான், நான் படப்பிடிப்பிடிப்புக்கு வருவேன். ஒவ்வொரு உரையாடலின் அர்த்தத்தையும் தெரிந்து கொள்வேன். ஒரு நடிகனுக்குக் குரல் என்பது, அவன் நடிப்பில் ஒரு பாகம். எவ்வளவு சிறந்த நடிப்பானாலும் நடிப்பு 60 சதவீதம்தான்,

குரல் 40 சதவீதம்! ஒரு தியேட்டர் நடிகனான நான், எந்த காரணத்தை முன்னிட்டும் Promptingஐ ஏற்கவே மாட்டேன்."

பாரதி படத்துக்கு எல்லா விதத்திலும் சாயாஜியைத் தயாராக்கி "படப்பிடிப்பு நடக்கும்போது நேராக Locationக்கே வந்துவிடுங்கள்" என்று சொல்லி மும்பைக்கு அனுப்பிவைத்தேன்.

ஒரு வாரம் ஆகியிருக்கும். எனக்கு மும்பையிலிருந்து ஒரு போன். எதிர் முனையில் ஷிண்டேயின் மனைவி. ஷிண்டே ஹாஸ்பிடலில் அட்மிட் ஆகியிருக்கிறார். அங்கிருந்து பேசுவதாகச் சொன்னார். நான் பதறிப்போனேன்.

மனைவி: "அவருக்கு ஜுரம். எப்பவும் புரியாத பாஷையில் எதையோ பேசிக்கொண்டிருக்கிறார். நீங்களே அவரிடம் பேசுங்கள்" என்று சொல்லி போனை அவரிடம் கொடுத்தார்.

ஷாயாஜி போனில் வந்தார்:

"சேகர்ஜி, பாரதியை உடனே படம் எடுக்கத் துவங்கிவிடுங்கள். என்னுள் பாரதியை வைத்துக்கொண்டு ஜீவிப்பது மிகுந்த கஷ்டமாக இருக்கிறது." இப்படியொரு கலைஞன் பாரதி படத்துக்கு கிடைத்ததை நினைத்து நான் பெருமிதம் கொண்டேன்.

எல்லா கதாபாத்திரங்களுக்கும் நடிகர்களைத் தேர்வு செய்து முடித்தோம். எட்டயபுரத்து ராஜாவாக நடிக்க, ஒரு முன்னணி தொழிலதிபர் விரும்புவதாக கிருஷ்ணமூர்த்தி சொன்னார். "ராஜா என்றாலும் அவரை ஒரு முட்டாள் என்பதைப்போலத்தான் கதையில் சித்தரிப்பு இருக்கும், பரவாயில்லையா" என்றேன். அதில் ஒரு பிரச்னையும் இல்லை என்றார், அவர். பொதுவாக அவர் சொன்னால் சரியாக இருக்கும் என்று நான் சம்மதித்தேன்.

பாரதி படத்தின் படப்பிடிப்புக்கான முதல் ஷெட்யூல் திட்டமிடப்பட்டது. அம்பாசமுத்திரம், காரைக்குடி பகுதிகளில் படப்பிடிப்பு நடத்துவதாகத் திட்டம். முதலில், சிறுவன் பாரதி சம்பந்தப்பட்ட காட்சிகளை எடுத்தோம். சூட்டிக்கையான சிறுவன் ஒருவன் நடிகனாக கிடைத்திருந்ததால் மளமளவென்று படப்பிடிப்பு நடந்தது. 'மயில் போல' பாடல்காட்சியையும் எடுத்து முடித்தோம்.

அடுத்து ராஜா சம்பந்தப்பட்ட காட்சிகள் எடுப்பதற்காக அடுத்த லொகேஷன் சென்றோம். அங்கே இரண்டு நாட்களுக்கு

முன்பாகவே வந்து, ராஜாவாக நடிக்கும் தொழிலதிபர் ஒரு ஹோட்டலில் தங்கியிருக்கிற விவரம் கிடைத்தது. சம்பிரதாயத்துக்காக அவரை பார்த்துவிட்டு வருவோம் என்று அவர் தங்கியிருக்கும் ஹோட்டலுக்குச் சென்றேன்.

அந்த சிறிய ஹோட்டலில் சுமார் 150க்கும் மேலான ஆண்கள், பெண்கள், குழந்தைகள் திரண்டிருந்தனர். தொழிலதிபர் அந்தப் பக்கத்தைச் சேர்ந்தவர் என்பதால் அவரைப் பார்க்க வந்திருப்பதாகச் சொன்னார்கள். நான் அந்த மக்கள் கூட்டத்துக்குள் சென்று, தொழிலதிபர் தங்கியிருக்கும் அறைக்குச் சென்றேன். அங்கேயும் அறைமுழுக்க ஆட்கள். என்னைக் கண்டதும், அவர் மகிழ்ச்சியுடன் வரவேற்று எல்லோருக்கும் என்னை அறிமுகப்படுத்தி வைத்தார். பேச்சு வாக்கில் "உங்களைப் பார்க்க வந்திருக்கிறார்கள் போல" என்று நான் சொல்ல, "என் நடிப்பைப் பார்க்க வந்திருக்கிறார்கள். என் போர்ஷன் முடியும்வரை இருந்து பார்த்துவிட்டுத்தான் போவார்கள்" என்று பெருமை பொங்க அவர் சொன்னார். எனக்கோ கதி கலங்கியது. முட்டாள் ராஜாவாக அவரை நாங்கள் காட்டப்போவது இவர்களுக்குத் தெரிந்தால், இவர்கள் எங்களைச் சும்மா விடுவார்களா?

குழம்பியவாறு அங்கிருந்து சென்றேன். அடுத்தநாள், ராஜா யானையில் பவனி வருவதாகக் காட்சியை அமைத்திருந்தோம். யானையை கொண்டுவர வேண்டிய ஆள், யானையில்லாமல் வந்து சேர்ந்தான். யானைக்கு உடல்நலம் சரியில்லை என்று ஏதோ சமாதானம் சொன்னான் அவன். எனக்கு ஒரு யோசனை தோன்றியது. யானை வராததையே சாக்காக வைத்து, ராஜா காட்சிகள் எடுப்பதை மாற்றி வைத்தால் என்ன என்று தோன்றியது. தொழிலதிபர், தாம் நடிப்பதைப் பெருமையாக தம் உறவினர் முன்பு காட்டும்போது, அவரை நாம் கோமாளி ராஜாவாகச் சித்தரிப்பது அவர்களுக்குப் புரிந்துபோனால், அங்கே சட்டம் ஒழுங்கு பிரச்னை நடந்தாலும் ஆச்சர்யப்படுவதற்கில்லை.

யானை கிடைக்காததை ஒரு காரணமாக்கி, இப்போதைக்கு ராஜா காட்சிகளை எடுக்கமுடியாத நிலைக்கு ஆளாகிவிட்டோம் என்று கூறி, அவரை சென்னைக்கு வழியனுப்பிவைத்தோம். விடை பெறும்போது, அங்கு குழுமியிருந்த தன் சொந்தங்களுக்கு மத்தியில் அவர் வருத்தத்தோடு பேசிய பேச்சு அவர், அந்த

ராஜா ரோலுக்கு எவ்வளவு பொருத்தமானவர் என்பதை மீண்டும் உறுதிசெய்தது!

ஷாயாஜி, தேவயானி சம்பந்தப்பட்ட காட்சிகளைப் படம்பிடிக்கத் தொடங்கினோம். நான் முன்பே சொன்னபடி, ஷாயாஜி மும்பையிலிருந்து நேராக மதுரை வழியாக அம்பாசமுத்திரம் வந்து சேர்ந்தார். அம்பாசமுத்திரம் சிறிய ஊரானதால் ஒரே ஒரு ஹோட்டல்தான் இருந்தது.

அதில் டீலக்ஸ் அறையில் அவரைத் தங்க வைத்தோம். அறைக்குள் போன உடனேயே அங்கிருந்த டெலிபோன், டிவி ஆகியவற்றை அறையிலிருந்து எடுத்துவிடவேண்டும் என்று கோரிக்கை வைத்தாராம். ஏன் என்று கேட்டதற்கு "நான் பாரதியாக வாழ்வதற்கு அவை தொந்திரவு செய்யும்" என்று சொன்னாராம்.

ஷாயாஜியின் முதல் நாள் படப்பிடிப்பு. தேவயானியும் அவரும் சேர்ந்து நடிக்கவேண்டிய காட்சி. தேவயானியை ஷாயாஜிக்கு அறிமுகப்படுத்தி வைக்க, அவரிடம் அழைத்துச் சென்றேன். நாற்காலியில் எதிர்வசமாக முகம் திரும்பி அமர்ந்திருந்தார்.

"இவர்தான் தேவயானி. உங்கள் மும்பையில் பிறந்து வளர்ந்தவர்" என்று சொன்னேன். சொன்னதுதான் தாமதம். பாரதி ஸ்டைலில திரும்பி, சற்று கோபத்துடன் "என்ன சொன்னீங்க?" என்று கேட்டாரே பார்க்கலாம்! தேவயானி அரண்டு போய்விட்டார்.

எனக்கும் குழப்பம்தான். ஆனால், உடனே சாதாரண நிலைக்குத் திரும்பிய ஷாயாஜி பேச ஆரம்பித்தார்: "நாங்கள் ஒவ்வொரு நாடகம் ஆரம்பிப்பதற்கு, சுமார் ஒருமணி நேரத்துக்கு முன்பு, தனித்தனியாக அமர்ந்து நடிக்கப் போகும் கதாபாத்திரத்தை பற்றியே சிந்திப்போம். இது ஒரு யோகா மாதிரிதான். சற்று நேரத்தில் அந்த கதாபாத்திரமாக மாறிவிடுவோம். அதை, நான் சினிமா ஷூட்டிங் முன்பு செய்கிறேன். அவ்வளவுதான்" என்று விளக்கினார்.

தேவயானிக்கு எப்படிப்பட்ட நடிகருடன் நடிக்கப்போகிறோம் என்று முதல் நாளிலேயே புரிந்திருக்கும் என்று நம்புகிறேன்.

அதற்குப்பின்னர் தேவயானியும் போட்டி போட்டுக்கொண்டு தனது சிறந்த நடிப்பினை செல்லம்மா பாத்திரத்துக்கு வழங்கினார். எங்களுக்கு எல்லாவிதத்திலும் ஒத்துழைக்கவும் செய்தார்.

'மோகமுள்' படப்பிடிப்பின்போது தயாரிப்பாளர் திரு. T.N. ஜானகிராமன், திரு. P. கிருஷ்ணமூர்த்தி, திரு. தங்கர்பச்சான் அவர்களுடன்

ஷாயாஜி ஷிண்டே பாரதியாக நடித்த ஒவ்வொரு காட்சியிலும் நடை, பார்வை, உணர்ச்சியை வெளிப்படுத்துகிற விதம் இவற்றால் எங்களைக் கவர்ந்தார். ஒளிப்பதிவாளர் தங்கர் பச்சானும், ஆர்ட் டைரக்டர் கிருஷ்ணமூர்த்தி மட்டுமல்ல படப்பிடிப்புக்குழுவில் இருந்த அனைவருமே ஷாயாஜியின் நடிப்பைக்கண்டு வியந்தனர். ஆனால், அவருடன் நடிக்கவந்த நம்மூரின் பிற நடிகர்கள், ஷாயாஜியின் நடிப்பை ரசிக்காமல் அவர், முயற்சி எடுத்து பேசும் தமிழில் காணப்படும் அந்நியத்தன்மையை, என்னிடம் வந்து ஒரு பெரிய குறையாகச் சொல்லிக்கொண்டிருந்தார்கள்.

"என்ன சார், இவர் பாரதியா நடிக்க வந்துவிட்டு மார்வாடி மாதிரி தமிழ் பேசுகிறாரே, மக்கள் நம்மை சும்மா விடுவார்களா?" என்றெல்லாம் என்னைப் பயமுறுத்தினார்கள். ஒரு நடிகன் வசனம் மட்டும் சரியாக பேசினால் போதுமா? நடிகன் ஒரு கதாபாத்திரத்தை எப்படி சித்தரிக்கிறான் என்பதை இவர்கள்

பார்ப்பதில்லை. ஷாயாஜியின் உடல்மொழியைப் பார்க்காமல், அவர் கண்களில் காணப்படுகிற நெருப்பை உணராமல், அவரது தமிழ் உச்சரிப்பில் அந்நியம் தென்பட்டாலும், பேசுகிற வசனத்தில் உள்ள அர்த்தத்தைப் புரிந்துகொண்டு, உணர்ச்சியோடு ஏற்றியும் இறக்கியும் பேசி நடிக்கிற அந்த கலைஞனை, இவர்களால் பாராட்ட முடியவில்லையே என்று நான் வருந்தினேன்.

முதல்கட்ட படப்பிடிப்பைத் திருப்திகரமாக முடித்தோம். இரண்டாம் கட்டமாக காசிக்கு படம்பிடிக்கச் சென்றோம். 'வாட்டர்' என்கிற படம், காசியிலிருக்கும் விபச்சாரிகளைக்காட்டி காசியின் புனிதத்தைக் குறைத்துவிட்டதாக சில இந்து தலைவர்கள் நினைத்ததால், காசியில் படப்பிடிப்பு நடத்துவோரிடம் கடுமையாக நடந்துகொள்ளத் தொடங்கியிருந்தனர்.

நாங்கள் பாரதி வாழ்ந்த பகுதிக்கு படம்பிடிக்கச் சென்றபோது, எங்களிடமும் ஓர் இந்து தலைவர், பத்துபேர் சூழ எங்களிடம் வந்தார். காசியைக் கேவலமாக காட்ட நாங்கள் அனுமதிக்கமாட்டோம் என்றார் அவர். நான் அவரிடம், அங்கே சிலையாக நிற்கும் பாரதியாரின் வாழ்க்கை வரலாற்றை எடுக்க வந்திருக்கிறோம் என்றவுடன் தலைவர் சமாதானம் ஆகிவிட்டார். எங்களுக்குப் படத்தில் நடிப்பதற்கு ஆட்கள் தேவை என்று நான் சொன்னதுதான் தாமதம். தலைவர் உடனே, தன்னோடு வந்தவர்களுக்கு முன்னுரிமை அளிக்கவேண்டும் என்று மன்றாட ஆரம்பித்துவிட்டார்.

காசியில் படப்பிடிப்பு முடிந்து திரும்பியவுடன், படத்தில் வருகிற மீதிப் பாடல்கள் அனைத்தையும் பதிவு செய்துவிடவேண்டும் என்று, இளையராஜா அவர்களை அணுகினேன். "Compose செய்வதற்கு கேரளா போனால் என்ன" என்று கேட்டார். நான், "அஷ்டமுடிக்காயலில் படகு வீடு தற்போது பிரபலமாக இருக்கிறது. அங்கே புதிய Resortகளும் வந்திருக்கின்றன" என்றேன். அவர் மகிழ்ச்சியுடன் சம்மதித்தார்.

இளையராஜாவுடன் அஷ்டமுடிக்காயலின் படகு வீட்டில், நான் செலவழித்த நேரங்கள் மறக்கமுடியாதவை. படத்துக்குத் தேவையான பாரதியின் பாடல்களுக்கு, வேகமாக இசையமைத்து விட்டார். ஒருநாள் மாலை படகில் திரும்பிவரும்போது அவர் ஆர்மோனியத்தை இசைத்தபடி, "செந்தூரப்பூவே" போன்ற அவரது பழைய பிரசித்திபெற்ற பாடல்களைப் பாடிக்கொண்டே

வந்தார். இது எனக்கு மட்டுமே கிடைத்த பாக்கியம் என்று கருதுகிறேன்.

பாரதி கடையத்தில் வாழும்போது, அவர் பாடுவதற்கு ஒரு தத்துவப் பாட்டு வேண்டும் என்று இளையராஜா அவர்களிடம் கேட்டேன். பாரதி பாடல்கள் புத்தகத்தை எடுத்து புரட்டி, அவரே தேர்ந்தெடுத்து, மெட்டிட்டு பாடிய பாடல்தான், "நிற்பதுவே நடப்பதுவே" பாடல். அந்தப்பாடலை ஜேசுதாஸ் பாடினால் நன்றாக இருக்கும் என்று ராஜா கருதினார். ஆனால், ஜேசுதாஸ் உடனே கிடைக்காததால், ஒரு புதிய பாடகரைக்கொண்டு தாற்காலிகமாக Track பாடவைத்து Record செய்தார்.

அந்தப் புதிய பாடகரின் தமிழ் உச்சரிப்பும், வரிகளின் அர்த்தங்களை உணர்ந்து அவர் பாடிய விதமும் என்னை மிகவும் கவர்ந்தது. ஆனால், ராஜாவோ ஜேசுதாஸை வரவழைத்து, அந்தப்பாட்டை Record செய்வதில் குறியாக இருந்தார். இதற்கிடையில், புதிய பாடகர் ஹரீஷ் ராகவேந்திராவின் குரலைக் கேட்டவர் அனைவரும், அதை தயவுசெய்து மாற்றவேண்டாம் என்று என்னிடம் கோரிக்கை வைத்தனர். எனக்கும் அது மிகச்சரியாகப் பட்டது. ஆனால், இது ராஜாவின் Discretionக்கு உட்பட்டதாக நான் கருதியதால், அவரிடம் சென்று, ராகவேந்தர் உயிர்ப்புடன் பாடியிருப்பதால் தயவுசெய்து மாற்றவேண்டாம் என்று கேட்டுக்கொண்டேன். ராஜா எங்கள் கோரிக்கையை ஏற்றுக்கொண்டார்.

பாரதியின் பாண்டிச்சேரி வாழ்க்கையைப் படம்பிடிக்கச் சென்றோம். தமிழ் நாட்டில் கிடைக்காத வரவேற்பும் உதவியும் எங்களுக்கு அங்கே கிடைத்தன. மியூசியத்தின் பொறுப்பு வகித்த திரு.விஜயன் என்கிற மலையாள ஐஏஎஸ் அதிகாரி, "பாரதிக்காக என்ன வேண்டுமானாலும் செய்ய நாங்கள் தயார்" என்று சொல்லி, பாரதியார் காலத்தில் பிரபலமாக இருந்த, புஷ் புல் வண்டியை மியூசியத்திலிருந்து வெளியே எடுத்துச் சென்று, படப்பிடிப்புக்கு உபயோகித்துக்கொள்ள அனுமதித்தார். பல அமைப்புகளும் எங்களுக்கு அங்கே உதவ முன்வந்தார்கள். 'கேளடா மானிடவா' பாடல் காட்சி பிரஞ்சுக்காரர்கள் வாழும் தெருக்களில் படம்பிடித்தபோது, பிரஞ்சு குடும்பம் ஒன்று வீட்டிலிருந்து வெளியே வந்து பார்த்தால் நன்றாக இருக்கும் என்று கருதினேன். யாருக்கும் விருப்பமில்லை என்றார்கள்.

நான் ஒரு வீட்டினுள் சென்று, கவிஞர் பாரதியின் Biographyஐ படம் எடுப்பதாகச் சொன்னவுடன், அங்கிருந்த பிரஞ்சு தம்பதி "He was a Great Poet, We can do anything for him" என்று கூறி மகிழ்ச்சியுடன் பங்கெடுத்தனர்.

கடையம் வாழ்க்கையைப் படம்பிடிக்க, அங்கேயே செல்லத் திட்டமிட்டோம். அக்கிரகார வீடுகளுக்காக அலைந்தோம். கடைசியில், ஒரு கிராமத்தின் தெரு முழுவதும் அக்கிரகார வீடுகள் பழமையுடன் கிடைத்தன. ஆனால், அந்த அக்கிரகாரத்தை விட்டு முழுமையாகப் பிராமணர்கள் வெளியேறிவிட்டதால், அந்த வீடுகளை வாங்கிய முஸ்லிம்கள், குடும்பங்களாக அங்கே வாழ்ந்து கொண்டிருந்தனர். அங்கே படம்பிடிக்க அவர்கள் மகிழ்ச்சியோடு சம்மதம் தந்தார்கள். ஒருவீட்டின் முன்பு பந்தலிட்டு பாரதியின் மகள் திருமணத்தை நடத்த நாங்கள் திட்டமிட்டோம். அடுத்த நாள் காலை படப்பிடிப்பு தொடங்குவதற்கு முன்பு, சுமார் பத்து முஸ்லிம் இளைஞர்கள் அங்கே குழுவாக வந்து "இங்கே குத்து விளக்கு ஏற்றுவது முதலான இந்து சடங்குகள் செய்வதை அனுமதிக்கமாட்டோம்" என்று எதிர்ப்பு தெரிவித்தனர். நான் அவர்களிடம் பேசினேன்: "நான் எடுக்கிற படம் பாரதியாரைப் பற்றியது. மதநல்லிணக்கம் பேசுகிற படம் இது"

"யாரைப் பற்றியாவது இருக்கட்டும். எங்களுக்குக் கவலையில்லை. இந்து சடங்குகளைப் படப்பிடிப்புக்காகக்கூட நாங்கள் இங்கே நடத்த அனுமதிக்கமாட்டோம்" என்று அவர்கள் உறுதியாகச் சொன்னார்கள். அவர்கள், என்னை நேரடியாகப் பார்த்துப் பேசுவதைத் தவிர்த்தார்கள். ஏதோ மனதில் ஆழமான காயம் பட்டிருப்பதால்தான், இப்படி வெறுப்பு காட்டுகிறார்கள் என்று நான் நினைத்தேன். பாரதியின் பெயரைச் சொல்லியும் அவர்களுடைய அணுகுமுறை மாறாதது கண்டு நான் மனதளவில் காயமுற்றேன். எங்களுக்கு உதவி செய்ய தாசில்தார் வந்தார்.

"நீங்கள் இவர்களுக்காகப் படப்பிடிப்பை நிறுத்தாதீர்கள். நான் முஸ்லிம் பெரியவர்களைக் கொண்டு வருகிறேன். அவர்கள் நமக்கு உதவியாய் இருப்பார்கள்" என்றார், அவர்.

அதற்கு நான், "இந்த இளைஞர்கள் எல்லாம் படித்தவர்கள். பாரதியாரைத் தெரியாமலா இருப்பார்கள்? எல்லாம் தெரிந்து கொண்டே எதிர்க்கிறார்கள் என்றால், ஏதோ ஒரு துவேஷம்

இவர்கள் கண்ணை மறைக்கிறது. எங்களுக்கு இந்த இடம் வேண்டாம். வேறு இடத்தில் நடத்திக் கொள்கிறோம்" என்று சொல்லிவிட்டு நாங்கள் வேறு இடத்துக்குச் சென்றுவிட்டோம்.

பாரதி திரைக்கதையை சொல்லும்போது எல்லோரையும் கவர்ந்த காட்சி என்று முன்னரே குறிப்பிட்டிருக்கிறேன். சொந்த மகளின் திருமணம் நடக்கிற அன்று விடியற்காலை, குன்றின்மேல் படுத்திருக்கும் பாரதியை எழுப்பி, அவரது மனைவி அழைத்து வருகிற காட்சி. அதைச் சரியாகப் படம்பிடிக்க வேண்டுமே என்கிற கவலை எனக்கிருந்தது.

விடியற்காலை 4 மணிக்கு படப்பிடிப்பை நடத்தினோம். செல்லம்மாவும், அவரது தமையனும் பாரதியைத் தேடிச்செல்கிறார்கள். குன்றின் மேல் பாரதி படுத்திருக்கிறார். அவரை எழுப்பி மகள் திருமணத்துக்கு அழைக்கிறார்கள். துக்கம் தாங்க முடியாமல் பாரதி அழுகிற காட்சி. படம்பிடிக்கிற நாங்கள் அனைவரும் பாரதியோடு சேர்ந்து அழுதோம். காட்சி முடிந்தபிறகுகூட நாங்கள் சாதாரண நிலைக்கு வர நீண்டநேரம் பிடித்தது. கடைசி ஷெட்யூலாக, சென்னை காட்சிகளைப் படமாக்கினோம். பாரதி இறக்கும் காட்சிதான் படப்படிப்பு செய்த கடைசிக் காட்சியாக இருந்தது.

பாரதி படத்தின் படத்தொகுப்பு தொடங்கியது. லெனின் அவர்கள் எடிட்டிங் செய்யும்போது, அவருக்கு அருகில் இருப்பது ஒரு பேறு என்றுதான் சொல்லவேண்டும். Film is made On The Editing Table என்று சொல்வார்கள். நான் சினிமா பற்றி அதிகம் தெரிந்துகொண்டது, லெனின் அவர்களின் எடிட்டிங் மேஜையிலிருந்துதான். அவர் எடிட் செய்த படங்களிலேயே பாரதிதான் மிகச்சிறப்பாக எடிட் செய்யப்பட்ட படம் என்று நான் சொல்வேன். எனது படம் என்பதற்காக நான் சொல்லவில்லை. நான் நீண்ட நேரம் செலவழித்து, நமக்கு பெயரை வாங்கித்தரும் என்று எடுத்த இரண்டு காட்சிகளை லெனின் அவர்கள் "வேண்டாம்" என்று எடுத்து வைத்துவிட்டார். அதற்குக் காரணங்களும் சொன்னார். அந்த காட்சிகளின் மூலம், நான் சொல்ல வந்த கருத்து, ஏற்கெனவே வேறு காட்சிகளின் மூலம் வலியுறுத்தப்பட்டுவிட்டதாகச் சொன்னார். முதலில் என்னால் ஏற்றுக்கொள்ள முடியவில்லை. ஆனால், திரும்பத்திரும்ப சிந்தித்த போது, அவரது Editing Justice சரி

எனப்பட்டது. அந்த இரண்டில் ஒரு காட்சி: தாகூர் மதுரைக்கு வருவதாக அறிந்து பாரதி தன் நண்பர்களிடம் சொல்கிறார்:

"நான் தாகூரைச்சந்தித்து அவர்முன் என் கவிதையைப் பாடுவேன். அவர் அகமகிழ்ந்து, அவர் வாங்கின நோபல் பரிசை என்னிடம் தந்துவிடுவார்"

எடிட்டிங் முடிந்ததும் டப்பிங் வேலையை ஆரம்பித்தோம். ஷாயாஜி ஷிண்டே மிகுந்த முயற்சி எடுத்து, தமிழை உணர்ச்சிகரமாக, சரியான ஏற்ற இறக்கங்களோடு பேசியிருந்தாலும், தமிழின் மிகச்சிறந்த மகாகவி பேசுகிற மொழியாக, அதைப் படத்தில் உபயோகிக்க முடியாத நிலை. எனவே ஷாயாஜிக்கு பொருத்தமான குரலைத் தேடினோம். பலர் பேசிப் பார்த்தார்கள். பேசமுயன்று தோற்றார்கள் என்றுதான் சொல்லவேண்டும். ஷாயாஜியின் குரலில் இருந்த ஆழத்தையும், ஏற்றத்தையும், இறக்கத்தையும் டப்பிங் துறையில் professionalஆக இருக்கும் பலரால் கொண்டுவர முடியவில்லை. சுமார் நாற்பதிற்கும் மேலான குரல்களை பரீக்ஷித்து பார்த்த பிறகு, முன்னணி நடிகரான ராஜீவ் பேச முன்வந்தார். அவரால் மட்டும்தான் ஷாயாஜியின் குரலில் இருந்த உயிரைக் கொண்டுவர முடிந்தது.

டப்பிங் வேலைகள் முடிந்ததும், பாரதி படம் ரீ–ரிக்கார்டிங்குக்காக அனுப்பப்பட்டது. அந்தச் சமயத்தில், கேரளாவிலிருந்து மின்சாரத்துறையின் செயலாளராக வந்து சேரும்படி எனக்கு அழைப்பு வந்ததால், நான் உடனே செல்ல வேண்டியிருந்தது. இளையராஜா பின்னணி இசை சேர்க்கும் போது, என் சார்பாக அங்கே இருக்குமாறு, லெனின் அவர்களை நான் கேட்டுக்கொண்டேன். இதற்கு இன்னொரு காரணம், லெனின் சார் இளையராஜாவின் உற்ற நண்பர் மட்டுமல்ல, லெனின் அவர்களை ராஜா பெரிதும் மதிப்பவரும் கூட.

நான் திருவனந்தபுரம் தலைமைச் செயலகத்தில், என் அறையில் இருந்தபோது, லெனின் அவர்களிடமிருந்து போன் வந்தது. பின்னணி இசை சேர்ப்பு முடிந்துவிட்டதாகவும், மிகவும் சிறப்பாக வந்திருப்பதாகவும் அவர் சொன்னார். எனக்கு மகிழ்ச்சியாக இருந்தது. லெனின் சார் தொடர்ந்தார்: "ஒரு சின்ன பிரச்னை. ராஜா சாருக்கு படத்தில் இரண்டு இடங்களில் உரையாடல் நெருடுவதாகவும், அவற்றை மாற்றமுடியுமா என்று கேட்டார். நான் சொன்னேன், இதைத் தீர்மானிக்க வேண்டியது

இயக்குநர்தான். நான் இயக்குநரைக் கேட்டுவிட்டுப் பதில் சொல்வதாகச் சொல்லியிருக்கிறேன்" என்றார்.

எனக்கு ஒரே குழப்பம். லெனின் அவர்கள் அந்த இரண்டு இடங்களையும் குறிப்பிட்டுச் சொன்னபோது எனக்கு ஆச்சரியமும் கோபமும்தான் ஏற்பட்டது.

இளையராஜா நெருடுவதாக சொன்ன இரண்டு இடங்கள்:

1. வ.வே.சு அய்யரிடம் பாரதி பேசுகிறார்: "வெள்ளைக்காரனை எதிர்த்துப் போராட்டம் நிகழ்த்தியாகிவிட்டது. கறுப்பர் போராட்டம் எப்போது நடத்தப் போகிறீர்கள்?"
2. பாரதியின் இறுதிச்சடங்கில் ஆர்யா பேசுவது: "பாரதிகள் ஒவ்வொரு காலத்திலும் பிறந்துகொண்டுதான் இருக்கிறார்கள். சமூகமும் அவர்களை ஓட ஓட விரட்டிக்கொண்டுதான் இருக்கிறது"

நான் பலமுறை சிந்தித்து, ரசித்து எழுதிய வசனங்கள் இவை. இந்த வசனங்கள் ஏன் ராஜாவிடம் நெருடலை ஏற்படுத்தின என்று எனக்குப் புரியவே இல்லை. இசை சம்பந்தமாக அவர் ஒரு விஷயம் சொன்னால், அவர் மேதமைக்கு மரியாதை தந்து ஏற்றுக்கொள்ள வேண்டும் என்கிற எண்ணமுடையவன் நான்.

ஆனால் திரைக்கதையில் – நான் புத்தகங்கள் பலவற்றைப் படித்து, ஆராய்ச்சிகள் பல செய்து, எழுதிய திரைக்கதை வசனத்தில் மாற்றம் செய்யச் சொல்வது நியாயமாகப்படவில்லை. அதற்கு வலிமையான காரணங்களைச் சொன்னாலும், நாம் அவை பற்றி யோசிக்கலாம். "எனக்கு இந்த வசனங்களை பிடிக்கவில்லை என்று சொன்னால் அவற்றை எப்படி ஏற்கமுடியும்? எனவே 'இந்த உரையாடல்களை மாற்றுவதற்கான எந்த முகாந்திரமும் இல்லை' என்பதை பணிவோடு ராஜா சாரிடம் சொல்லிவிடுங்கள் என்று லெனின் அவர்களிடம் சொல்லிவிட்டேன்.

படத்தின் முதல் காப்பி தயாராகிவிட்டது. மீடியா டிரீம்ஸின் தயாரிப்பாளர்கள் மூவருக்கும் படத்தைப் போட்டுக்காட்டினேன். அதில் எழுத்தாளர் சுஜாதாவும் ஒருவர். படம் முடிந்ததும் சுஜாதா அவர்கள் தன்னைப் பின்னர் வந்து பார்க்கும்படி சொல்லிவிட்டு, அங்கிருந்து விருட்டென்று வெளியேறினார். மற்ற

இருவரும் பாரதி படம் மிக நன்றாக வந்திருப்பதாகவும், இதைத் தயாரித்ததில் மீடியா டிரீம்ஸ் மிகுந்த பெருமையடைவதாகவும் சொன்னார்கள்.

அடுத்த நாள் சுஜாதா அவர்களின் ஆபீஸ் சென்றேன். அவர் சீட்டில் இல்லை. ஆனால், எனக்காக கடிதம் ஒன்றை அவர் எழுதி வைத்திருப்பதாகச் சொல்லி, அந்தக் கடிதத்தை என்னிடம் கொடுத்தார்கள்.

கடிதம் நீண்டதாக டைப் செய்யப்பட்டிருந்தது. அதன் முக்கிய சாராம்சம் பின்வருமாறு: பாரதி படத்தில், பாரதியின் ஜாதி எதிர்ப்பு கொள்கையை, அளவுக்கு மீறி காட்சிப்படுத்தியிருப்பதாகவும், பாரதியின் சமூகப் புறக்கணிப்புக்குப் பிராமணர்கள்தான் காரணம் என்று நான் வற்புறுத்தியிருப்பதாகவும், உயர் ஜாதிக்காரர்களைச் சிறுமைப்படுத்தும் யாதொரு முயற்சிக்கும் மீடியா டிரீம்ஸ் துணை போகாது. மேற்கூறியவற்றின் அடிப்படையில் படத்தை மாற்றித்தரவேண்டும் என்கிற தொனியில் அவர் கடிதத்தை முடித்திருந்தார்.

பாராட்டு விழா ஒன்றில் திரு.ஏவிஎம் சரவணன்,
திரு. நல்லி செட்டியார், திரு. ஜீ.வி முதலானவர்களுடன்

கடிதத்தைப் படித்து நான் அதிர்ச்சியடைந்தேன். கோபம் கோபமாக வந்தது. ஆக்கூர் அனந்தாச்சாரி புத்தகத்தில் உள்ள

அளவுக்குக்கூட, அக்கிரகாரத்தில் பாரதி பட்ட கஷ்டங்களை நான் படத்தில் காட்டவில்லை. பாரதி திரைக்கதையை முழுவதும் படித்துப் பாராட்டிவிட்டு, படம் எடுக்க சிபாரிசு செய்தவரே சுஜாதா அவர்கள்தான். அதிலிருந்து ஒரு வரியைக்கூட மாற்றாமல் படத்தை எடுத்துத் தந்திருக்கிறேன்.

ஒரு திரைக்கதை, திரைப்படமாக வரும்போது எப்படி வரும் என்று தெரியாதவரா சுஜாதா அவர்கள்? அதுமட்டுமல்ல, பாரதி கடையம் பிராமணர்களிடம் பேசும்போது, இன்னும் கடுமையாக அவர்களைத் திட்டலாம் என்று என் திரைக்கதைப் புத்தகத்தில் பென்சிலால் ஒரு வார்த்தையை எழுதித்தந்தவர்தான் சுஜாதா அவர்கள். பாரதி என்கிற மாமனிதன், தாழ்த்தப்பட்டோரிடம் அன்பு காட்டுவதையும், ஜாதிக்கு எதிராக போராடுவதையும் காட்சிப்படுத்தியது பாராட்டப்பட வேண்டியதா அல்லது குற்றமாகக் கருத வேண்டியதா? பிராமணர்களை இழிவு படுத்துகிற நோக்கம் எனக்கில்லை. பாரதி வாழ்க்கையில் நடந்த உண்மைகளைப் பற்றித்தான் என் படம் பேசுகிறது.

ஒரு சமூகத்தை இழிவு படுத்தியிருக்கிறேன் என்றால், அதே சமுதாயத்தைச் சேர்ந்த மற்ற இரண்டு தயாரிப்பாளர்களும் அப்படி ஒரு நெருடலே இல்லாமல் படத்தைப் பார்த்துவிட்டு என்னை மிகவும் பாராட்டியது ஏன்?

யோசித்துப் பார்த்தபோது, இவை சுஜாதா அவர்களின் கருத்தாக இருக்க வாய்ப்பே இல்லை என்றே தோன்றியது. அவரைப் பின்னிலிருந்து வேறு யாரோ நிர்பந்தம் செய்து, இத்தகைய கடிதத்தை எழுத வைத்திருக்கிறார்கள். அதனால்தான் அந்த நல்ல மனிதர் என்னை நேரடியாகப் பார்க்க வெட்கமுற்று, கடிதத்தை மட்டும் டைப் செய்து வைத்துவிட்டுச் சென்றிருக்கிறார்!

பாரதி படத்தை சமூக பொறுப்புணர்ச்சியோடும், படைப்பாளியின் நேர்மையோடும் எடுத்துக் கொடுத்திருக்கும் போது, இப்படியொரு அபாண்டமான குற்றச்சாட்டு தயாரிப்பாளர் தரப்பிலிருந்து வந்தது, எனக்கு மிகுந்த கோபத்தை ஏற்படுத்தியது. நான் உடனே சென்று தயாரிப்பாளர்களிடம் தீர்க்கமாக அறிவித்தேன்: "பாரதி படத்தை ஆராய்ச்சி பல செய்தும், புத்தகங்களைப் படித்தும்தான் உருவாக்கியிருக்கிறேன். எல்லாவற்றுக்கும் நானே பொறுப்பு. அதில் உள்ள எதையும் நான்

ஞான ராஜசேகரன் | 191

மாற்ற சம்மதிக்க மாட்டேன். நீங்கள் தயாரிப்பாளரானாலும், நீங்கள் இந்தப்படத்துக்கு Finance மட்டுமே செய்திருக்கிறீர்கள். இதன் உருவாக்கத்தில் உங்களுக்கு வேறெந்த பங்கும் இல்லை. நான் எடுத்த படத்தில் கருத்துப் பூர்வமாகவோ அல்லது வேறு காரணங்களாலோ உங்களுக்கு உடன்பாடில்லை என்றால், 24 மணி நேரத்துக்குள் நீங்கள் எனக்குக் கொடுத்த பணத்தை திருப்பித் தந்துவிடுகிறேன். இந்தப்படத்தின் உரிமையை என்னிடமே தந்து விடுங்கள். நானே ரிலீஸ் செய்துகொள்கிறேன்" என்று சொன்னேன். அவர்கள் அதிர்ச்சியடைந்து அமைதியானார்கள். இப்போது நினைத்துப் பார்க்கும்போது, நான் அப்படிச் செய்திருந்தால், பாரதி ஒரு கமர்சியல் வெற்றிப்படமாக மாறியிருக்கும். வெளியே உள்ள சில சக்திகள் தலையிட்டு, பாரதி படம் கமர்சியலாக வெற்றி பெறாத சூழ்நிலையை உருவாக்கிவிட்டன.

பாரதி போன்ற படத்தை தமிழ்நாடு முழுக்க, நல்ல விளம்பரம் செய்து, 35 தியேட்டரிலாவது ரிலீஸ் செய்திருக்க வேண்டும். சரியான விளம்பரமின்றி அவசர அவசரமாக தமிழ்நாடு முழுக்க வெறும் 12 தியேட்டர்களில் மட்டுமே ரிலீஸ் செய்தார்கள்.

பாரதி தயாரிப்பாளர்களை நான் என்றைக்கும் குறை சொல்லமாட்டேன். வேறு பிற்போக்கு சக்திகள், இதன் பின்னணியில் இருந்ததாக எனக்கு நம்பகமான தகவல்கள்

'பாரதி' 100வது நாள் விழாவில்

கிடைத்திருந்தன. பாரதியை நான் விஷமத்தனமுடன் கேவலமாக சித்தரித்துவிட்டதாக, ஆழ்வார் பேட்டையில் மேடையிட்டுப் பேச, சிலர் ஆலோசனை செய்ததாக அமரர் ஞாநி சொன்னார். ஆனால், பாரதி ரிலீஸ் ஆன ஓரிரு தினங்களில் அதற்குக்கிடைத்த மக்கள் அங்கீகாரத்தைப் பார்த்ததும் எதிர் முயற்சிகளில் யாரும் இறங்கத் துணியவில்லை.

பாரதி படத்தை பார்த்த முன்னணி விநியோகஸ்தர்கள் சிலர், படத்தை வாங்கி பெரிய அளவில் ரிலீஸ் செய்ய விரும்பினர். தயாரிப்பு தரப்பு, நாங்கள் விநியோகத்தைப்பற்றி அறிந்துகொள்ள விரும்புவதால், வேறு யாருக்கும் தரத் தயாரில்லை என்று திருப்பி அனுப்பினார்கள். சினிமா பற்றித் தெரிந்தவர்களும், பாரதியை வெற்றிப்படமாக்க விரும்புவோர்களும் இப்படிப்பட்ட காரியங்களைச் செய்வார்களா? பாரதிக்குப் பரவலான வெற்றி கிடைக்கக்கூடாது என்று யாரோ சிலர் செய்த சூழ்ச்சி இது என்பதைத்தவிர வேறென்ன?

ஆனாலும், தமிழ்நாடு முழுவதும் 'பாரதி' ஒரு பேசு பொருளானது. பள்ளிக்குழந்தைகள் முதல் பெரியவர்கள்வரை பாரதி படத்தைப் பார்த்துப் பாராட்டினார்கள். பத்திரிகைகள் பாராட்டின. துக்ளக் பத்திரிகை மட்டும் கடுமையாக விமர்சனம் செய்தது. அதன் பின்னணியில் நான் மிகவும் மரியாதை வைத்திருந்த எழுத்தாளர் இருந்தார் என்றறிந்த போது வருத்தமாக இருந்தது. பாரதி படம் அவரைக் கவரவில்லை என்று சொல்லியிருந்தால் தவறேதுமில்லை. அவர் அதற்குக் காரணங்களாகக் குறிப்பிட்ட விஷயங்கள், அவர் பாரதியின் வாழ்க்கையைப் பற்றிய முக்கிய ஆவணங்களையும் புத்தகங்களையும் படிக்காத பேர்வழி என்று தெரிந்தது. அவருக்கும் ஏதாவது நிர்ப்பந்தங்கள் இருந்ததோ என்னவோ?

தமிழ்நாட்டின் பல இடங்களிலும் பாரதி படத்துக்குப் பாராட்டு விழாக்கள் நடந்தன. பாரதிக்கு உயிர் கொடுத்த கலைஞனாக ஷாயாஜி ஷிண்டே மதிக்கப்பட்டார். பாரதி படத்தின் ஒவ்வொரு காட்சியையும் மக்கள் ரசித்து அங்கீகாரம் வழங்கினர். நான் அதற்கு மிகுந்த நன்றிக்கடன் பட்டவன். சென்னையிலும், கோவையிலும் பாரதி நூறு நாள் ஓடியது. கோவை KG தியேட்டரில் நடந்த விழாவில் அதன் உரிமையாளர் சொன்னார்:

"எங்கள் தியேட்டரில் பல படங்கள் நூறு நாள், 25 வாரம் ஓடியிருக்கின்றன. ஆனால், பாரதி படத்துக்கு ஒரு தனிச் சிறப்பு இருக்கிறது. நாங்கள் ஒவ்வொரு ஷோ முடிந்ததும் தியேட்டரை கிளீன் செய்வோம். பலவிதமான குப்பைகள் இருக்கும். ஆனால் பாரதி படம் ஓடியபோது கிளீன் செய்ய அவசியமே இல்லாதிருந்தது. ஒருத்தரும் பீடித்துண்டு, சிப்ஸ் பேக்கட் எதையும் போடாமல் பாரதி படத்தை மரியாதையோடு பார்த்ததுதான் காரணம்" என்றார்.

'பெரியார்'

'பாரதி' திரைப்படம் தமிழகத்தில் மட்டுமல்ல. வெளிநாடுகளிலும் மிகுந்த பாராட்டுகளைப் பெற்றது. குறிப்பாகப் புலம்பெயர்ந்த இலங்கைத் தமிழர்களிடையில். தமிழ்நாடு முழுக்க பல இடங்களில் பாராட்டு விழாக்கள் நடந்தன. குறிப்பாகப் பாண்டிச்சேரி, திருப்பூர், திருநெல்வேலி முதலான இடங்களில் நடந்த விழாக்களில் வந்திருந்த மக்களிடமிருந்து கோரிக்கைகள் வந்தன: "அடுத்தது, பெரியாரை எடுங்க" என்று. சொல்லிவைத்தாற்போல் மூன்று இடங்களிலும் பெரியாரையே படமாக எடுக்கச் சொன்னது, என்னை சிந்திக்கவைத்தது.

பாரதி படத்தை ஏன் நான் எடுத்தேன் என்பதற்கான காரணம், பாரதி இன்றைக்கும் நமக்குத் தேவையாக இருப்பதால்தான் என்று எல்லா இடத்திலும் சொல்லிவந்தேன். மக்கள், பெரியாரும் இன்றைக்கு இன்றியமையாத தேவை என்பதால்தான், என்னைப் பெரியார் படம் எடுக்கச் சொல்கிறார்கள் என்று புரிந்துகொண்டேன்.

பெரியாரைப்பற்றி ஒரு திரைப்படம் சாத்தியமா என்று ஆராயத் தொடங்கினேன். பாரதியைப் போல அல்லாமல், பெரியாரின் வாழ்க்கை மிகத்துல்லியமாகப் பதிவு செய்யப்பட்டிருக்கிறது அவராலும், அவரது தொண்டர்களாலும். பெரியாரைப் படிக்கத் தொடங்கினேன்.

என் வாழ்க்கையில், பெரியாரை இரண்டுமுறை நேரில் சந்தித்திருக்கிறேன். நாங்கள் வாழ்ந்த ஊருக்கருகில், மங்கலம் என்கிற கிராமத்துக்கு, ஒரு சீர்திருத்த திருமணத்தை நடத்தி

வைக்க வந்தார் பெரியார். அந்தக் குடும்பம் மிகுந்த ஆச்சாரம் மிகுந்தது. ஆனால், மாப்பிள்ளை பெரியாரின் ஆத்மார்த்த தொண்டன். பெரியார் முன்னிலையில்தான் சீர்திருத்த திருமணம் என்பதில் அவர் உறுதியாக இருந்தார். வீட்டார், ஒரு சமாதானம் என்ற முறையில், யாருக்கும் தெரியாமல் ரகசியமாக விடியற்காலை 4 மணிக்கு கோயிலில் திருமணம் செய்துவிட்டு, ஒன்றும் நடக்காததுபோல, பத்து மணிக்குப் பெரியார் முன்னால் நின்று, சீர்திருத்த திருமணம் செய்து கொண்டனர்.

பெரியார் பேசும்போது சொன்னார்:

“எனக்கு நல்லா தெரியும். இவங்க ரகசியமா பிராமணன் மந்திரம் சொல்ல, எங்கயோ கல்யாணம் பண்ணியிருப்பாங்கன்னு. எனக்கு அதைப்பத்தியெல்லாம் கவலையில்லை. ஜனங்க முன்னால நடக்கும் இந்த சீர்திருத்த கல்யாணம்தான் உண்மையான கல்யாணம்” என்று சொன்னபோது எல்லோருக்கும் ஆச்சர்யம். இவர் மக்களை எவ்வளவு தெளிவாகப் புரிந்து வைத்திருக்கிறார் என்பது எனக்குத் தெரிந்தது.

நான் கல்லூரியில் படித்துக் கொண்டிருந்த காலத்தில் ஒருநாள், பெரியாரை நண்பர்களோடு போய் பார்த்தோம். நாங்கள் வயதில் மிகவும் சிறியவர்கள் என்று பார்க்காமல், மிகுந்த மரியாதையோடு எங்களை வரவேற்றார். நண்பர் ஒருவர் கேட்டார்: “மேல்நாட்டுக்காரர்களை நீங்க எப்பவும் பாராட்டறீங்க. ஆனா அவங்க சிலபேரு குடுமி வச்சுக்கிட்டு ஹரே ராமா ஹரே கிருஷ்ணான்னு டேன்ஸ் ஆடறாங்களே?”

பெரியாரிடமிருந்து உடனே பதில் வந்தது:

“வெள்ளைக்காருங்களிலே முட்டாளுங்களே இல்லன்னு நான் எப்பவும் சொல்லலையே!” பெரியாரிடம் இருந்த குறும்பும் நகைச்சுவையும் எங்களை மிகவும் கவர்ந்தது.

இந்த இரண்டு நிகழ்ச்சிகளையும் எண்ணிப் பார்த்தபோது, பெரியார் தனது கொள்கையை மட்டும் பேசுகிற SERIOUS ஆன கதாபாத்திரமல்ல. அவர் ஒரு சுவாரஸ்யமானவர் என்பதை உணரமுடிந்தது.

பெரியாரை படிக்கப் படிக்கப் பலவற்றையும் அறிந்து கொள்ள முடிந்தது. அவரைப்பற்றி எல்லோரும் அறிந்த கடவுள் எதிர்ப்பாளர், சமூக நீதியை தமிழ்நாட்டில் நிலைநாட்டியவர்

என்கிற தகவல்களைக்காட்டிலும், நாம் முற்றிலும் அறியாத அவரது பன்முக ஆற்றல், சொந்தமான சிந்தனைகள், ஆசாபாசமற்ற பகுத்தறிவு, நவீனத்துவம், நகைச்சுவை உணர்வு எல்லாம் என்னை மிகவும் ஈர்த்தன.

ஆச்சர்யங்கள் மிகுந்த வாழ்க்கைதான் பெரியாருடையது:

1. ஜாதியிலும், செல்வ செழிப்பிலும் மேல்தட்டில் இருந்த உல்லாசியான ராமசாமி கீழ்த்தட்டு மக்களின் போராளியானது...

2. வெறும் நான்காவது வரை மட்டுமே படித்த ராமசாமி, இங்கர்சால், ரஸ்ஸல் போன்ற நிறையப் படித்த மேதைகளுக்குச் சமமாகப் பகுத்தறிவு சிந்தனைகளை பேசியது...

3. பெண் விடுதலை பற்றி உலகில்வேறு யாரும் சிந்திக்காத விதத்தில் (உதாரணம்: கர்ப்பப்பைதான் பெண்களை அடிமையாக்குகிறது) காலத்தை மீறிச் சிந்தித்தது...

4. உணர்ச்சிமிக்க தமிழ்ச் சமுதாயத்தில் எப்படி, எந்த விஷயமானாலும் (தனது தாயார் இறந்த போது அவர் எழுதியது: பிற்போக்குவாதியான தன் தாயார் 93 வரை வாழ்ந்திருக்கவேண்டிய அவசியமில்லை/ தமிழ் காட்டுமிராண்டி பாஷை என்று சொன்னது) சென்டிமென்ட் எதுவுமின்றி பகுத்தறிவோடு விமர்சித்தது...

5. தெய்வ நம்பிக்கை மேலோங்கியிருக்கும் தமிழர்கள் மத்தியில் மதத்தை எதிர்த்து, நாத்திகம் பேசி மக்கள் தலைவராய் வலம் வந்தது...

இவை போதும் பெரியார் ஒரு சுவாரஸ்யமான சினிமாவாக மாறுவதற்கு!

பெரியார் திரைக்கதையை எழுதி முடித்தவுடன், அதில் வரலாற்றுப் பிழைகள் இருக்கின்றனவா என்றறிய பெரியாரிஸ்டு களை அணுகினேன். அமரர் ஆனைமுத்து அவர்களை நாடியபோது அவர் சொன்னார்: “நாங்கள் எதிர் கேம்பில் இருந்தாலும், பெரியாரை Officialஆக Represent செய்கிறவர் திரு. வீரமணி அவர்கள்தான். நீங்கள் அவரிடம் உங்கள் திரைக்கதையைச் சொல்லுங்கள்” என்றார்.

திராவிடர் கழகத் தலைவர் வீரமணி அவர்களுக்கு என் திரைக்கதையை விரிவாக – சுமார் ஐந்து மணிநேரம் – சொன்னேன். முடிந்தவுடன் அவர் சொன்னார்: "பெரியாரை நீங்கள் மிகச்சரியாகப் புரிந்து கொண்டிருக்கிறீர்கள். அற்புதமாக வந்திருக்கிறது" என்று பாராட்டினார்.

மிகுந்த நம்பிக்கையுடன் பெரியாரைச் சினிமாவாக ஆக்கும் முயற்சியில் ஈடுபட்டேன். திராவிடக் கொள்கைகளில் ஈடுபாடு கொண்ட – பல திரைப்படங்களுக்கு FINANCE செய்திருக்கிற ஒரு அரசியல்வாதியிடம் சென்றோம்.

"பெரியாரா? சினிமாவா?" பயந்து பதைபதைத்துப் போனார், அவர். சென்சாரில் விடுவார்களா என்று தப்பிக்கப் பார்த்தார். 'நான் சென்சார் அதிகாரியாக இருந்தவன். அதன் விதிகளுக்கு உட்பட்டுத்தான் எழுதியிருக்கிறேன்' என்று நான் சொன்ன பிறகும் அவர் சமாதானம் அடையவில்லை.

என் முந்தைய படங்களால் கவரப்பட்ட, அமெரிக்காவில் வாழும் தமிழர் ஒருவர், நான் பெரியார் படம் எடுக்க இருப்பதை யறிந்து என்னிடம் வந்தார். "எம்.ஆர்.ராதா படத்தைபோல் சுவாரஸ்யமாக இருக்கும். தயாரிக்க நான் தயார்!" என்றார். அவர் ஒரு பிராமணர். நான் சொன்னேன். "நீங்கள் முன்வந்ததில் மகிழ்ச்சி. ஆனால் பெரியார் படத்தை எடுத்தால், அதை எதிர்த்து குடும்பரீதியாக வரும் அழுத்தங்களை உங்களால் தாங்க முடியாது. வேண்டாம் ஏற்கெனவே 'பாரதி'க்கே நான் பட்ட பிரச்னை போதும்" என்று அன்பாகச் சொல்லி அனுப்பிவிட்டேன்.

நான் பெரியார் திரைக்கதையை எழுதுவதற்காக, ஒரு வருடம் Leave without Pay எடுத்து வந்திருந்தேன். விடுப்பு முடிவு பெற்றதால், திருவனந்தபுரம் சென்று போக்குவரத்துத் துறை செயலாளராகப் பொறுப்பேற்றுக் கொண்டேன்.

சில வருடங்கள் கழித்து, சென்னை ஸ்ரீபெரும்புதூரில் உள்ள ராஜீவ் காந்தி இளைஞர் மேம்பாட்டு நிறுவனத்தின் இயக்குநராக என்னை மத்திய அரசு நியமித்தது.

அந்தச் சமயத்தில், தொலைக்காட்சி நிகழ்ச்சி ஒன்றில் நடிகர் சத்யராஜ் அவர்கள் ஓர் அறிவிப்பினை வெளியிட்டிருந்தார்கள்: "பாரதி படத்தை இயக்கிய ஞான ராஜசேகரன் பெரியார்

படத்தை இயக்கினால், நான் சம்பளம் ஒன்றும் வாங்காமல் பெரியாராக நடிக்கத் தயார்" என்று அறிவித்தார்.

ஆசிரியர் வீரமணி அவர்களிடமிருந்து எனக்கு அழைப்பு வந்தது. அவரிடம் சில வருடங்களுக்கு முன், நான் சொன்ன பெரியார் திரைக்கதையைப் படமாக எடுத்துத்தரக் கேட்டுக் கொண்டார். பின்னர் மளமளவென்று காரியங்கள் நடந்தன.

பெரியார், காங்கிரஸ் கட்சியின் தலைவராக இருந்தபோது 1924இல் எடுத்த புகைப்படம் ஒன்று கிடைத்தது. அதைப் பார்த்ததும், பெரியார் வேடம் சத்யராஜ் அவர்களுக்கு மிகவும் பொருந்தும் என்கிற நம்பிக்கை எனக்கு வந்தது. காரணம், அந்தப்படத்தில் பெரியாரின் உருவத்தில், சத்யராஜ் அவர்களின் ஜாடை நன்றாகத் தெரிந்தது. பெரியார் திரைக்கதையில், சுமார் ஒன்பதுக்கும் மேலான Get-upகள் இருந்தன. பாரதியில் செய்ததுபோல் ஒரு நாள் எல்லா கெட்அப்பையும் அவருக்கு அணிவித்து ஷூட் செய்ய விரும்பினேன். முன்னணி நடிகரானாலும் இதைப்போன்ற Auditionக்கு உற்சாகமுடன் அவர் முன் வந்தார். ஒருநாள் படப்பிடிப்பு முடிந்து, திரையில் படத்தைப் பார்த்தபோது, எல்லா விதத்திலும் பெரியாராகவே மாறிப்போயிருந்தார், சத்யராஜ் அவர்கள்.

இசையமைப்பாளரை உறுதி செய்ய நானும் லெனின் சாரும் இளையராஜாவிடம் சென்றோம். வழக்கம்போல் எங்களை வரவேற்ற அவரிடம் நான் சொன்னேன்:

"நான் அன்றைக்குச் சொன்னேனே பெரியார் படம் பற்றி. தயாரிப்பு ஏற்பாடுகள் ரெடியாகிவிட்டது. இசை பற்றிப் பேச வந்திருக்கிறேன்" என்றேன். அவருக்குத் திடீரென்று முகம் மாறியது. "என் நாவில் சரஸ்வதி குடியிருக்கிறாள். கடவுள் இல்லை என்று சொன்னவருக்கு என்னால் இசையமைக்க முடியாது" என்றார்.

நான் அதிர்ச்சியில் ஒரு கணம் ஸ்தம்பித்தேன். பின்னர் சமாளித்துக் கொண்டு "அதுதான் உங்கள் முடிவென்றால் அது உங்களின் உரிமை. நான் ஒன்றும் சொல்வதற்கில்லை" என்று சொல்லிவிட்டு நானும் லெனின் சாரும் வெளியே வந்துவிட்டோம்.

ஆசிரியர் வீரமணி அவர்களுக்கு இந்த விஷயத்தை சொல்லிவிட்டு, நான் வித்யாசாகரை பெரியார் படத்தின்

இசையமைப்பாளராக உறுதிப்படுத்திவிட்டேன். இளையராஜா பெரியாருக்கு இசையமைக்காமல் போனது எனக்கு உள்ளூர வருத்தத்தை ஏற்படுத்தினாலும், ஒரு படத்துக்கு இசையமைக்க சம்மதிப்பதும் சம்மதிக்காததும் ஒரு படைப்பாளியின் உரிமை என்று கருதி, அந்த விஷயத்தை நான் செய்தியாக்கவில்லை. ஆனால், நாங்கள் படப்பிடிப்புக்காக மலேசியா சென்றிருந்தபோது, எங்களுக்கு வேண்டாதவர்கள் யாரோ, இந்த விஷயத்தைப் பத்திரிகைகளுக்கு கசியச் செய்துவிட்டார்கள். பெரியார் படத்துக்கு இசையமைக்க மறுத்த இளையராஜாவை எதிர்த்து கண்டனக்குரல் எழுந்தன. அவருக்கு எதிராகப் போஸ்டர்கள் ஒட்டப்பட்டன.

பத்திரிகைகளில் இது ஒரு கவர் ஸ்டோரி ஆகி விட்டது. இளையராஜா இதற்குப் பதிலளிக்கும்போது உண்மையைச் சொல்லாமல் என் மேல் பழி போடமுயன்றார். நான் சரியான முறையில் அவரை அணுகவில்லையென்று கொஞ்சமும் ஏற்க முடியாத வகையில் எதையோ சமாதானமாகச் சொல்ல முயன்றார். இளையராஜாவுக்குப் பதிலளிக்கும் விதத்தில், அவருக்கு எதிராகச் சொல்வேன் என்று எதிர்பார்த்து, என்னை பலவிதத்திலும் பத்திரிகையாளர்கள் துருவித்துருவி கேட்டபோதும், இளையராஜாவை இக்கட்டில் ஆழ்த்துகிற மாதிரி நான் எதையுமே சொல்லவில்லை. இளையராஜாவின் அருகாமை எனக்கு கிடைத்ததை என் வாழ்வில் ஒரு பாக்கியமாகக் கருதுகிறவன் நான். பெரியார் என்றொரு படம் செய்ய மறுத்ததற்காக, மோகமுள் முதல் பாரதி வரை அவர் தந்த இசையையும், அவர் என் மேல் காட்டிய பிரத்தியேக அன்பையும் என்னால் மறந்துவிட முடியுமா என்ன?

பெரியாரின் தந்தை கதாபாத்திரத்துக்குத் தெலுங்கு நடிகர் சத்ய நாராயணாவையும், தாயாக மனோரமாவையும், பெரியாரின் மனைவி நாகம்மையாக ஜோதிர்மயியையும் தேர்ந்தெடுத்தோம்.

அதேபோல் தொழில்நுட்பக் கலைஞர்களும் இறுதி செய்யப்பட்டனர். ஒளிப்பதிவு: தங்கர் பச்சான்; கலை இயக்குநர்: ஜே.கே.; எடிட்டிங்: பீ. லெனின்; ஆடை வடிவமைப்பாளர்: சகுந்தலா ராஜசேகரன்.

முதல்கட்டப் படப்பிடிப்பை காரைக்குடியில் நடத்தினோம். வசதியான குடும்பத்தில் பிறந்த ராமசாமி, தாசி வீட்டில்

நண்பர்களுடன் நேரம் செலவழிக்கிற காட்சியைத்தான் முதலில் எடுத்தோம். வித்யாசாகர் அதற்கான பாடலை, நாங்கள் புறப்படும் முன்னரே இசையமைத்துக் கொடுத்துவிட்டார். கவிஞர் வைரமுத்து பாடலை எழுதியிருந்தார். "இடை தழுவிக்கொள்ள" என்று தொடங்கும் அந்த பாடலுக்கு நடனமாட, அப்போது பிரபலமாகியிருந்த ரகசியாவை அழைத்திருந்தோம்.

பிற படங்களில் உள்ளது போல உடலைக்காட்டுகிற கவர்ச்சி நடனமாக அது அமைந்துவிடக்கூடாது என்பதில் உறுதியாக இருந்தேன். ரகசியா வந்தவுடன், அவரிடம் பராசக்தி படத்தில் டான்சர் கமலா நடனமிடும் "ஓ, ரசிக்கும் சீமானே வா" பாடலை மாடலாக வைத்துக்கொண்டு ஆடும்படி சொன்னேன். ஆனால், படப்பிடிப்பில் நடனம் சொல்லித்தருபவர் செக்ஸியான அசைவுகளை ரகசியாவுக்கு கற்றுத்தர, நான் ஒவ்வொரு முறையும் அவற்றைத் தடுத்து சாதாரண நடன அசைவுகளாக மாற்ற வேண்டியிருந்தது. இரண்டு நாட்களில் நடனக்காட்சியை எடுத்து முடித்தோம். ரகசியா அவரது நடனத்தை முடித்துவிட்டு விடை பெறும்போது, மூன்று Sweet Boxகளை என்னிடம் தந்து, "இதுவரை நான் நடனமாடிய படங்களிலேயே, என்னைக் கண்ணியமாகக் காட்டிய ஒரே டைரக்டர் நீங்கள் மட்டும்தான். அந்த நன்றிக்கான என் சிறிய பரிசு" என்று சொல்லிவிட்டுச் சென்றார்.

பெரியார் ராமசாமியின் வீடு, அப்பாவின் மண்டிக்கடை முதலானவற்றில் தொடர்ந்து படப்பிடிப்பு நடத்திக்கொண்டிருந்தோம். மண்டிக்கடையை ஜேகே தத்ரூபமாக அமைத்திருந்தார்.

அந்த சமயத்தில் ஒருநாள், முதலமைச்சர் கலைஞர் சட்டசபையில் அந்த வருடத்திற்கான பட்ஜெட்டை வெளியிட்டார். அதில் 'பெரியார்' படத்திற்கு அரசாங்க மானியமாக 95 லட்சம் அளிக்கப்படும் என்றும், 95 வருடம் வாழ்ந்த பெரியாருக்கு 95 லட்சம் மானியம் என்றும் அறிவித்தார். எங்கள் படக்குழுவிற்கும், ஆசிரியர் வீரமணி அவர்களுக்கும் மிகமிக இனிப்பான செய்தியாக அது இருந்தது.

ஒரு நாள் படப்பிடிப்பை நிறுத்திவிட்டு, நானும் சத்யராஜ் அவர்களும் சென்னை சென்று, வீரமணி அவர்களுடன் சேர்ந்து கலைஞர் அவர்களைச் சந்தித்து நன்றி சொன்னோம். அதுவரை எடுத்த படத்தின் ஸ்டில்களை கலைஞருக்கு நான் காட்டினேன். அப்போது அவர் சொன்னார்: "நான் பெரியார் அவர்களின்

மண்டிக்கடையை பார்த்திருக்கிறேன். அது ஏறக்குறைய இப்படித்தான் இருந்தது. படம் நன்றாக வளர்கிறது. மகிழ்ச்சி" என்றார்.

மூவலூர் ராமாமிர்தம் அம்மையாருக்கு ஆதரவாக பெரியார், தேவதாசிப்பெண் ஒருத்திக்குத் திருமணம் செய்து வைக்கிறார். அந்தப்பெண்ணின் நடனமும் கொண்ட இந்தக்காட்சியை எடுக்க, எங்களுக்கு கோயில் ஒன்று தேவைப்பட்டது. காரைக்குடி பகுதியிலிருக்கும் ஏராளமான கோயில்கள், அங்குள்ள செட்டியார்கள் வசம் இருந்ததால், அவர்களிடம் படப்பிடிப்பு நடத்த அனுமதி கேட்டோம். பெரியார் படம் என்றவுடன் அவர்கள் பயந்துபோய் பின்வாங்கிவிட்டார்கள். அப்போது திராவிடர் கழகத்தைச் சேர்ந்த ஒருவர், திருவாரூருக்கு அருகே உள்ள பெரிய பெருமாள் கோயிலில் படமெடுக்க, மூன்று நாட்களுக்கு அனுமதி வாங்கியிருப்பதாகச் சொன்னபோது என்னால் நம்பவே முடியவில்லை. படப்பிடிப்புக்குழுவை அங்கே கொண்டுசெல்வதற்கு முன்னர் நான் திருவாரூர் சென்று, அவர் சொல்வது உண்மைதானா என்று சரிபார்க்கத் தீர்மானித்தேன்.

பெருமாள் கோயில் நிர்வாகிகளுடன் பேசினேன். எல்லோரும் நெற்றியில் பெரிய நாமம் போட்டிருந்தார்கள். நான் சொன்னேன்: "இந்த காட்சியில் தேவதாசி முறை சீர்திருத்தம்பற்றி, பெரியார் பேசுவதை மட்டும்தான் எடுக்கப்போகிறோம். வேறு கடவுள் எதிர்ப்பு விஷயங்கள் எதுவுமில்லை" என்றேன். அதற்கு பெரிய நாமக்காரர் சொன்னார்: "தி.க. காரர்கள் வந்து கேட்டபோதே நாங்கள் சம்மதித்துவிட்டோம். இதை வேற கட்சி ஆளுங்க கேட்டிருந்தாங்கன்னா, நாங்க ஒத்துண்டிருக்கமாட்டோம். நாங்க கடவுளை நம்பற கொள்கை வச்சிருக்கமாதிரி, கடவுள் இல்லங்கற கொள்கையை தி.க.காரர் வச்சிருக்கா. மத்தவா மாதிரி இவா கொள்கையை மாத்திக்கறதில்லை. மேலும், கடவுளுக்கு ரொம்ப பக்கத்துல நிக்கறவங்க நாங்க. அதுக்கு பவர் எப்போ இருக்கு, எப்போ இல்லைன்னு எங்களுக்கு நன்னா தெரியும்" என்று சொல்லிவிட்டு ஒரு பெரிய சிரிப்பு சிரித்தார், அவர்.

கோயில் சம்பந்தப்பட்ட காட்சிகளை, நாங்கள் ஒரு பிரச்னையுமின்றி எடுத்து முடித்தோம். வைக்கம் சத்யாகிரகத்தில் பெரியார் பங்கெடுத்த காட்சிகளைப் படம் பிடிக்க கேரளாவிற்குச் சென்றோம். கேரளாவில், ஆட்சியில் இருந்த இடதுசாரி அரசு

எல்லாவிதத்திலும் எங்களுக்கு உதவியாக இருந்தது. கதைப்படி, பெரியாருக்கு எதிராக அங்கிருந்த நம்பூதிரிகள், சத்ரு சம்ஹார யாகம் செய்கிறார்கள். அதைப் படம் பிடிக்க வைக்கத்தில் இருந்த தமிழ் பிராமணர்களை நடிக்க அழைத்தோம். பெரியார் படத்தில் வில்லன்களாக அவர்களை சித்தரிக்கப்போகிறோம் என்கிற அடிப்படை அறிவுகூட இல்லாமல், ஏதோ ரஜினிகாந்த் படத்தில் நடிப்பதற்கு வந்தமாதிரி, தங்களுக்குள் போட்டி போட்டுக்கொண்டதும், மந்திரம் சொல்லும்போது கேமராவில் நன்றாக வந்திருக்கோமா என்று சரிபார்த்துக்கொண்டதும் எனக்கு தமாஷாக இருந்தது.

பெரியாருக்கு கம்யூனிச சித்தாந்தத்தின் மேல் ஈடுபாடு வந்தது, அவர் ரஷ்யா சென்று, கம்யூனிச அரசாங்கத்தின் செயல்பாடு களைக் கண்ட பிறகுதான். அதைப் பெரியார் படத்தில் பதிவு செய்ய வேண்டும் என்கிற எண்ணத்தோடு நாங்கள் ரஷ்யாவிற்குச் சென்றோம். இன்றைய ரஷ்யா, பெரியார் காலத்தில் இருந்ததற்கு முற்றிலும் எதிராக மாறிவிட்டிருந்தது. கம்யூனிசம் குறைவாகவும் கேப்பிடலிசத்தின் அடையாளங்கள் அதிகமாகவும் காணப்படுகிற நாடாக ரஷ்யா இன்று காணப்படுகிறது.

படப்பிடிப்பில் ஒரு ரஷ்ய துணை நடிகரிடம், நான் ஒரு வசனத்தை பேசச் சொன்னேன். அவர் பேசியதைக்கேட்டு கூடியிருந்த அவரது சகநடிகர்கள் 10 பேரும் சத்தம்போட்டு சிரித்தார்கள். அந்த வசனம் ரஷ்ய மொழியில் இருந்தாலும் ஒரிஜினலாக தமிழில் எழுதியவன் நான். அதில் நகைச்சுவைக்கான வாய்ப்பு ஒன்றுமில்லை. படப்பிடிப்பை நிறுத்திவிட்டு மொழிபெயர்ப்பாளரிடம் “என்ன விஷயம்? ஏன் சிரித்தார்கள்?” என்று கேட்டேன். அவர் சொன்னார்: “அந்த துணைநடிகர், வசனத்தை லெனினைப் போல் மிமிக் செய்து பேசினார். அதனால்தான் எல்லோரும் சிரித்தார்கள்”.

மாபெரும் புரட்சியாளர் லெனின் அவர்களை, இன்றைய ரஷ்யக்காரர்கள் கேலிக்கு பயன்படுத்துவதை அறிந்து மிகவும் மனவேதனை அடைந்தேன். லெனின் சிலைகளுக்கும், ரஷ்யாவில் இப்போது பெரிய மரியாதைகள் இல்லை என்று என் மொழிபெயர்ப்பாளர் சொன்னார்.

ரஷ்ய படப்பிடிப்பை முடித்துக் கொண்டு ஊர் திரும்பினோம். அடுத்த கட்டமாக, மணியம்மை சம்பந்தப்பட்ட

காட்சிகளைப் படமாக்கத் திட்டமிட்டேன். மணியம்மையின் வட்டவடிவமான முகத்துக்குப் பொருத்தமான ஒருவராக, நடிகை குஷ்பூ என் நினைவில் வந்தார். மணியம்மையின் ஆளுமையைக் காட்சிப்படுத்த, குஷ்பூ போன்ற அனுபவமிக்க நடிகையால் தான் முடியும் என்று நம்பினேன்.

கோவா சர்வதேச திரைப்பட விழாவில் 'பெரியார்' படம் திரையிடப்பட்டபோது

குஷ்பூவை, நான் பெரியார் படத்துக்காக அணுகுவதற்கு முன்பே, 'மணியம்மையாக குஷ்பூ நடிக்கப்போகிறார்' என்கிற செய்தி மீடியாவில் கசிந்து விட்டது.

அந்த சமயத்தில், குஷ்பூ ஏதோ ஒரு நேர்காணலில் சொன்ன விஷயம் காட்டுத்தீயாகப் பரவியிருந்தது. அவர் சொன்னது இதுதான்:

"பெண்கள் சரியான பாதுகாப்புடன் திருமணத்துக்கு முன்பு உடலுறவு வைத்துக்கொள்வதில் தவறில்லை. எந்த படித்த ஆண்மகனும் தன்னுடைய மனைவி கன்னியாக இருக்கவேண்டும் என்று எதிர்பார்க்கமாட்டான்"

இதற்கு எதிராகப் பலரும் குரல் எழுப்பினார்கள். குறிப்பாகப் பாட்டாளி மக்கள் கட்சி, "இது தமிழ் பண்பாட்டுக்கும் தமிழ்ப் பெண்களுக்கும் எதிரானது" என்று கலவரங்களை நடத்தியதுடன்,

தமிழ்நாடு முழுவதும் பல நீதிமன்றங்களிலும் குஷ்பூவுக்கு எதிராக வழக்குகளைத் தொடுத்தார்கள். அன்னை மணியம்மை போன்ற மதிப்புக்குரிய கதாபாத்திரத்தில் குஷ்பூவை நடிக்கவைக்கக் கூடாது. 'தமிழில் நடிகைகளா இல்லை? ஏன் வடநாட்டைச் சேர்ந்த ஒருவரை மணியம்மையாக நடிக்க வைக்க வேண்டும்? என்றெல்லாம் கேள்விகள் எழுப்பினர். போதாததற்கு பெரியார் திரைப்படத்தின் ஒளிப்பதிவாளரான தங்கர் பச்சான் "பெரியார் படத்தில் குஷ்பூ நடித்தால் குஷ்பூ சம்பந்தப்பட்ட காட்சிகளை நான் ஒளிப்பதிவு செய்ய மாட்டேன்" என்று அறிக்கை விட்டார்.

"மணியம்மையாக நடிப்பதற்குக் குஷ்பூவையோ அல்லது வேறு யாரையோ தேர்ந்தெடுக்கும் உரிமை, பெரியார் படத்தின் இயக்குநருக்குத்தான் உள்ளது" என்று வீரமணி அவர்கள் சொல்லிவிட்டார்.

இயக்குநரான எனக்கு குஷ்பூவைத் தவிர, வேறு யாரும் மணியம்மை கதாபாத்திரத்துக்குப் பொருத்தமாக இருப்பார் என்று தோன்றவில்லை.

நான் குஷ்பூவைத் தொடர்புகொண்டு, பெரியார் படத்தில் மணியம்மை வேடத்தில் நடிப்பதற்கு அவரது சம்மதத்தைக் கேட்டேன். அவர் மிகுந்த உற்சாகத்துடன் அதை ஏற்கவும் செய்தார். இதற்கிடையில் பாட்டாளி மக்கள் கட்சியின் தூதுவராக ஒரு மருத்துவர், இந்தப்பிரச்னையைத் தீர்ப்பதற்கு வேறு ஏதேனும் வழி இருக்கிறதா என்று ஆராய என்னிடம் வந்தார்.

அந்த மருத்துவர் கண்ணியமான மனிதராக இருந்தார். "தமிழில் முன்னணியிலிருக்கும் பிற நடிகையரில் ஒருவரைத் தேர்ந்தெடுக்கமுடியாதா?" என்று வெகுளியாகக் கேட்டார்.

"ஏற்கெனவே எல்லோரையும் பரிசீலனை செய்துவிட்டுத்தான், நான் குஷ்பூவைத் தேர்ந்தெடுத்துள்ளேன்" என்றேன்.

"குஷ்பூ இப்படியெல்லாம் பப்ளிக்கில் பேசியிருக்கிறாரே" என்று சொன்னார்.

"அது அவருடைய தனிப்பட்ட விஷயம். அதற்கும் சினிமாவுக்கும் சம்பந்தமில்லை.

உதாரணமாக, சீதை கதாபாத்திரத்துக்கு ஒரு நடிகையைத் தேர்வு செய்வதானால், சீதையாக நடிப்பதற்கு அவர்

பொருத்தமானவராக இருக்கிறார் என்று தேர்வு செய்வோமா அல்லது சீதையாக நடிப்பவர் தனிப்பட்ட வாழ்க்கையில், சீதை மாதிரி ஒழுக்கமாக இருக்கிறாரா என்று ஆராய்ந்துவிட்டு தேர்வு செய்வோமா? எனவே, குஷ்பூ தனிப்பட்ட முறையில் என்ன பேசினார் என்பது நமக்கு அவசியமில்லை. அவர் மணியம்மையாக நடிக்க பொருத்தமானவரா என்பது மட்டும்தான் நாம் பார்க்கவேண்டிய விஷயம். மேலும், பெரியாரை நாம் சரியாகப் படித்திருந்தால், கற்பைப் பற்றி குஷ்பூ சொன்ன கருத்துகள் தவறானவை அல்ல என்பது புரியும்" என்றேன்.

நான் கொடுத்த விளக்கத்தில், தூது வந்த மருத்துவர் சமாதானமடைந்து சென்றார் என்றுதான் நான் உணர்ந்தேன்.

குஷ்பூ, பெரியார் படத்தின் கடைசிப் பகுதியில் வந்தாலும் எனது தேர்வு சரியானதுதான் என்று நிரூபிப்பதைப் போல அற்புதமான நடிப்பை வழங்கினார். குஷ்பூ வரும் காட்சிகளை, தங்கர் பச்சானுக்குப் பதில் வேறு ஒளிப்பதிவாளர்களைக்கொண்டு படம்பிடித்தேன்.

பெரியாரது மலேசியப் பயணத்தைப் படம் பிடிக்க மலேசியா சென்றோம். மலேசியாவில் இருந்த தமிழர்களில் பலரும் சினிமா நடிக நடிகையரை அணுகும் முறையைக்கண்டு வேதனைதான் மிஞ்சியது.

குஷ்பூ தங்கியிருந்த ஹோட்டலைக் கண்டுபிடித்தது ஒரு மலேசியக் குடும்பம், அவர் தங்கியிருந்த அறைக்கு அடுத்துள்ள அறையை வாடகைக்கு எடுத்து தங்கியது. குஷ்பூவின் அறை திறக்கப்படும்போதெல்லாம் அவரைக்கண்டு புளகாங்கிதம் அடைகிறது என்றால் நம் ரசனைக்கு ஒரு அளவுகோல் வேண்டாமா?

குஷ்பூ, இதுபற்றிப் புகார் செய்யவே, அந்தக்குடும்பத்தை உடனே வெளியேற்றியது ஹோட்டல் நிர்வாகம்.

பெரியார் படத்தின் உருவாக்கத்தில் சத்யராஜ் அவர்களின் பங்கு மிகவும் முக்கியமான ஒன்றாக இருந்தது. அவர் பெரியார் படத்தில் நடிப்பதற்காக யாதொரு ஊதியமும் வாங்காதது மட்டுமல்ல. தன்னை முழுவதுமாக அர்ப்பணித்துக் கொண்டார் என்றே சொல்ல வேண்டும். திரைக்கதையில் பெரியார் மூலமாக

வெளிப்படுகிற கருத்துக்கள் அனைத்தையும், ஓர் ஆராய்ச்சி மாணவருக்குள்ள ஆர்வத்தோடு உள்வாங்கிக் கொண்டார் அவர்.

'பெரியார்' திரைப்படத்தை திரு. ரஜினிகாந்த் காண வந்தபோது திரு. சத்யராஜ் உடன்

அதுமட்டுமல்ல. பெரியாரின் Body Language, மேனரிசம், அவரது கொங்கு நாட்டு உச்சரிப்பு, நக்கலான பேச்சுமுறை இவையனைத்தையும் அவரே நுணுக்கமாகப் பார்த்து, அவற்றை அழகாகப் பிரதிபலித்து, திரைப்படத்தில் பெரியாராகவே வாழ்ந்துகாட்டினார். ஆரம்ப பகுதிகளில் சத்யராஜாக நம் கண்களுக்குத் தெரிந்தாலும், போகப்போக உருவ அமைப்பிலும், உடல்மொழியிலும் பெரியாராகவே அவர் மாறிவிட்டார். சில காட்சிகளில் அவரது ஸ்டில்கள், நிஜப் பெரியாரின் புகைப்படங்களைப் போலவே இருந்தது மட்டுமல்ல, எது நிஜம் எது சினிமா என்று வேறுபடுத்திப் பார்க்கமுடியாத அளவுக்கு இரண்டும் ஒரே மாதிரி இருந்தன. இதற்கு முன்பு எந்தத் திரைப்படத்திலும் வெளிப்படாத பல பரிமாணங்கள் கொண்ட நடிப்பை, அவர் பெரியாரில் வெளிப்படுத்தியிருந்தார்.

பெரியார் திரைப்படம் யாதொரு பிரச்னையுமின்றி பூர்த்தி யாக்க முடிந்ததற்கு, ஆசிரியர் வீரமணி அவர்கள் ஒரு முக்கிய காரணம். அவருக்கு சினிமாத்துறையில் அனுபவமில்லாமல் இருக்கலாம். ஆனால், ஒரு படைப்பாளியை எப்படி நடத்த

வேண்டும் என்பதை நன்றாக அறிந்திருந்தார். பெரியார் வரலாற்றை அவரைவிட அறிந்தவர்கள் வேறு யாரும் இருக்கமுடியாது. அவர் பெரியாருடன் நீண்ட காலம் சேர்ந்து பயணித்தவர். அவர் நினைத்திருந்தால் என் திரைக்கதையில் ஏராளமான மாற்றங்களைச் செய்திருக்கமுடியும்.

பெரியார் வாழ்க்கையை Objectiveஆக ஆராய்ந்து, நான் எழுதிய திரைக்கதையை அவர் ஏற்றுக்கொண்டது மட்டுமல்ல, பெரியாருக்கு நெருக்கமாக இருந்த கதாபாத்திரங்களின்மேல் அவருக்கிருந்த Perceptionஐ என் மீது ஒருபோதும் திணிக்கவில்லை.

திரைக்கதையில் ஒரு காட்சியை நான் எழுதியிருந்தேன். அதில் மணியம்மை, பெரியாருக்கும் ராஜாஜிக்கும் இடையிலான நட்பைக் கிண்டல் செய்து பேசுகிறார்: "நீங்க ரெண்டு பேரும் திருடர்கள். மேடையில் பேசும்போது ஒருத்தரை அழிக்கறதுக்கு இன்னொருத்தர் பொறந்து வந்தது மாதிரி அடிச்சுக்குவீங்க. ஆனா நேர்ல சந்திக்கும்போது ரொம்ப நாள் பிரிஞ்சிருந்த காதலர்கள் மாதிரி ஒருத்தரை ஒருத்தர் கொஞ்சிக்குவீங்க"

ஆசிரியர் வீரமணி அவர்களுக்கு, நான் திரைக்கதையைப் படித்துக்காட்டுவதற்கு முன்பு, சில நண்பர்கள் என்னை எச்சரித்தார்கள்.

வீரமணி அவர்கள் இதை நிச்சயம் விரும்பமாட்டார்; மாற்றச் சொல்வார் என்று. நான் திரைக்கதையை அவருக்குச் சொல்லும்போது, அவர் இந்தக்காட்சிக்கு யாதொரு ஆட்சேபணையும் தெரிவிக்கவில்லை. ஆனாலும், அவர் அபிப்ராயத்தைத் தெரிந்துகொள்ள "மணியம்மை இப்படிப் பேசுவது தவறில்லையே" என்று நான் கேட்டபோது,

அவர் சொன்னார்: "மணியம்மை இப்படிப் பேசக் கூடியவர்தான்" என்று!

மேலும் படப்பிடிப்புக்குப் போவதற்கு முன் அவரிடம் சொன்னேன்:

"சார், அரசியல்வாதிகள் எல்லாருக்கும் ஆர்வம் இருக்கிற படம் பெரியார். இதை இப்படிச் செய்ய வேண்டும், அப்படிச் செய்யவேண்டும் என்று அழுத்தம் கொடுக்க வாய்ப்புள்ளது. எனவே யாதொரு மாற்றமானாலும், படப்பிடிப்புக்குப்

போவதற்கு முன்னரே விவாதித்து இறுதி செய்து விடவேண்டும். படப்பிடிப்பு நடக்கும்போதோ அதற்குப் பின்னரோ மாற்றங்கள் செய்யக்கூடாது. அதற்கான உத்திரவாதத்தை நீங்கள் வழங்க வேண்டும்" என்று நான் கூறியபோது, சம்மதித்தது மட்டுமல்ல கடைசி வரை அந்த வாக்குறுதியைக் காப்பாற்றவும் செய்தார்.

பெரியார் படம் தயாராகிவிட்டது. இப்படத்தின் உருவாக்கத்தில் அதிக ஊக்கம் தந்தவர் முதல்வர் கலைஞர் அவர்கள். அவருக்குப் படத்தைக் காட்ட ஏற்பாடுகள் செய்தோம்.

அந்தக் காட்சிக்குக் கலைஞர், ஆசிரியர் வீரமணி, அமைச்சர்கள், கவிஞர் வைரமுத்து எல்லோரும் வந்திருந்தனர். படத்தைப்பற்றி விளக்கம் ஏதேனும் கேட்டால், நான் பதில் சொல்ல ஏதுவாக கலைஞரின் அருகில் என்னை அமர்த்தினார் வீரமணி அவர்கள்.

இடைவேளையில் கலைஞர் "சுவாரஸ்யமாகவும் விறுவிறுப்பாகவும் இருக்கிறது" என்று பாராட்டினார். எனக்கு மகிழ்ச்சியாக இருந்தது.

ஜஸ்டிஸ் பார்ட்டி முதல் திராவிட முன்னேற்றக் கழகம் வரை, தமிழக அரசியல் வரலாற்றில் ஒவ்வொரு காலகட்டத்தையும் நன்கறிந்த கலைஞர் அவர்கள், படத்தின் பிற்பகுதியைப் பார்த்துவிட்டு என்ன சொல்வாரோ என்று ஒருவித படபடப்போடும் பதற்றத்தோடும் மேற்கொண்டு நான் படத்தைப் பார்த்துக் கொண்டிருந்தேன்.

படம் முடிந்ததும் கலைஞர் அமைச்சர்கள் புடைசூழ வெளியே வந்தார்.

என்னை அழைத்தார். என்னிடம் "படத்தில் வரலாற்றுப் பிழைகள் ஒன்றுமில்லை" என்று சொன்னார். அவரிடமிருந்து அப்படி ஒரு அங்கீகாரம் கிடைத்தது எனக்கு மிகுந்த மன நிறைவைத் தந்தது.

கலைஞரின் அருகில் இருந்த கவிஞர் வைரமுத்து சொன்னார், "ஆனாலும், கண்ணீர்த் துளி பசங்க போகட்டும்னு சொன்னது தி.மு.க. காரங்களுக்கு கொஞ்சம் உறுத்தலாக இருக்கும்" என்று.

கலைஞர் பதில் ஒன்றும் சொல்லவில்லை. அதற்கு எப்படிப் பதில் சொல்வது என்று நான் தயங்கினேன்.

அப்போது, அருகிலிருந்த அமைச்சர் துரைமுருகன் அவர்கள் “அதெல்லாம் ஹிஸ்ட்ரி அல்லவா? மாற்றவா முடியும்?” என்று எனக்குப் பதிலாக, அவரே வைரமுத்து அவர்களுக்குப் பதில் சொல்லிவிட்டார்.

ஓரிரு நாட்களுக்குப் பிறகு, முதல்வர் கலைஞர் என்னைப் பார்க்க விரும்புவதாக எனக்கு செய்தி வந்தது. அவரைக் காண சிஐடி நகருக்குச் சென்றேன். கலைஞர் அறைக்குள் நுழைந்தபோது, ஒரு நீளமான சோபாவில் அவர் அமர்ந்திருந்தார். மூத்த அமைச்சர்கள் சிலர், கலைஞருடன் அரசியல் விஷயம் பேசிக்கொண்டு இருந்தார்கள். சிலர் நின்று கொண்டிருந்தார்கள். சிலர் தரையில் அமர்ந்திருந்தார்கள். மூத்த அமைச்சர்கள் கூட நாற்காலியில் அமர்ந்திருக்கவில்லை. எனக்கு ஒரு தர்மசங்கடம், அமைச்சர்கள் இவ்வாறு நின்று கொண்டிருக்கும்போது, என் ஐஏஎஸ் உணர்வு, ‘நான் நிற்கவேண்டுமா அல்லது அமரலாமா’ என்று குழம்பித் தவித்தது. ஆனால், நாம் இங்கு ஒரு படத்தின் இயக்குநராகத்தான் வந்திருக்கிறோம் என்று நினைத்துக் கொண்டிருந்தபோது, கலைஞர் அவர்கள் தாம் அமர்ந்திருக்கும் சோபாவில் அமருமாறு சைகை காட்ட, நான் சென்று அமர்ந்து கொண்டேன். அவர்கள் அனைவரும் அரசியல் பேசிக்கொண்டிருந்ததால் நான் அமைதியாக இருந்தேன். கலைஞரின் மனைவி வந்தார். “ஒரு காபி கேட்டீங்களே யாருக்கு?” என்று கேட்டுக்கொண்டே வந்தார். கலைஞர் கை காட்ட எனக்கு காபி தரப்பட்டது. அமைச்சர்களுடனான உரையாடல் சிறிது நேரத்திற்குள் முடிந்து விட்டது.

கலைஞர் என் பக்கமாகத் திரும்பிப் பேசத் தொடங்கினார்.

“ஒரு படத்தின் இயக்குநர் என்பவர் யார் என்று எனக்கு நன்றாகத் தெரியும். பெரியார் படத்தைப் பற்றிச் சில அபிப்ராயங்களைச் சொல்லலாம் என்றுதான் உங்களை அழைத்தேன். நான் சொல்கிற யோசனைகளை நீங்கள் ஏத்துக்கணும்னு இல்ல. நிராகரிக்கவும் செய்யலாம்” என்று கூறிவிட்டு, அவரது யோசனைகளைச் சொல்லத் தொடங்கினார்.

‘‘பெரியார் ஒரு மாபெரும் தலைவர். அவரை அறிமுகப்படுத்தும்போது, இதைவிட இன்னும் பிரம்மாண்டமா இருந்திருக்கலாமோன்னு நான் நினைக்கிறேன்”. என்றார்.

ஒரு டைரக்டர் என்ற முறையில் அதற்கு விளக்கம் சொல்ல நான் முற்பட்டேன்.

"சார், என் திரைக்கதையின் அடிப்படையே..." என்று நான் தொடங்குவதற்கு முன்பே, கலைஞருக்கு அருகில், தரையில் அமர்ந்திருந்த ஒரு மூத்த அமைச்சர் குறுக்கிட்டு என்னிடம், "அதுதான் தலைவர் இப்படி இருக்கணும்னு ஆசைப்படறார் இல்லையா. அப்படியே வெச்சிட வேண்டியதுதானே?" என்றார்.

உடனே கலைஞர் அவரிடம் சற்றே கோபத்துடன் சொன்னார், "இதோ பாருங்க. இவர் உள்ள வந்தபோது நாம அரசியல் பேசிட்டிருந்தோம். அவர் ஏதாவது குறுக்கிட்டு பேசினாரா? இப்போது நாங்க சினிமா பத்தி பேசிட்டு இருக்கோம். அதுல நீங்கள் தலையிட வேண்டாம்" என்றார். மூத்த அமைச்சர் அமைதியாகி விட்டார்.

நான் தொடர்ந்தேன். "என் திரைக்கதையின் அடிப்படையே, ஒரு சாதாரண ராமசாமி எப்படி படிப்படியாக, பெரியாராக உயர்ந்தார் என்று சொல்வதுதான். அதனால், முதல் காட்சியில் ராமசாமியைச் சாதாரணமாக அறிமுகப்படுத்தினால்தான், பெரியாராக உயரும்போது திரைக்கதையில் விறுவிறுப்பு ஏற்படும்" என்று சொன்னேன்.

அடுத்த அபிப்பிராயத்தை சொன்னார்:

"பெரியார் படத்தில் ராஜாஜி சம்பந்தமான காட்சிகள் இவ்வளவு தேவைதானா?" என்று கேட்டார்.

கலைஞர் திறந்த மனத்துடன் இருப்பது தெரிந்தது. நானும் என் மனதில் உள்ளதைத் தைரியமாகச் சொல்லத் தொடங்கினேன். "பெரியாரும் ராஜாஜியும் எதிரெதிர் துருவங்கள். ஒருவர் மேல் மற்றவருக்கு மரியாதை என்பதைக் காட்டுவதில் இருக்கும் முரண், சினிமாவுக்கு சுவாரசியம் கூட்டுகிறது" என்று சொன்னேன்.

மேலும் சில விஷயங்களை 'ஏன், எப்படி வைத்தீர்கள்' என்று கேட்டார்.

ஒவ்வொன்றுக்கும் நான் தந்த பதில்களை உன்னிப்பாகக் கேட்டார். சில பதில்களை ரசிப்பது போலவும் எனக்குத் தோன்றியது.

நான் பெரியார் படத்தில், கடைசியில் அவர் பேசிக்கொண்டே சரிவதுபோல் எடுத்து இருந்தேன்.

அவர் சொன்னார் "படத்தின் இறுதியில் அவர் இறந்ததற்கு எல்லாரும் அஞ்சலி செய்கிற மாதிரி காட்சிகளை வைத்தால், படத்தைப் பார்த்துவிட்டுச் செல்லும்போது மக்கள் அந்த நினைவோடு செல்வார்கள் அல்லவா?" என்றார் கலைஞர்.

அவரது ஆலோசனை எனக்குச் சிறப்பாகத் தோன்றியது. பெரியார் மறைந்தபோது மக்கள் அஞ்சலி செய்த காட்சிகளை அரசாங்கத்திடம் வாங்கி, பெரியார் படத்தின் இறுதியில் சேர்த்தேன்.

'பெரியார்' பட 100வது நாள் விழாவில் முதல்வர் டாக்டர் கலைஞர்

எங்கள் இருவரின் உரையாடலை யாராவது பார்த்திருந்தால், கலைஞர் சொல்வதைக் கேட்காமல், முரண்டு பிடிக்கிற ஆளாகத்தான் என்னைக் கருதி இருப்பார்கள். ஆனால் கலைஞரை பல தடவை பின்னர் சந்திக்கும்போது எனக்கு ஒன்று தெளிவாகப் புரிந்தது: அவர் ஆமாம் சாமிகளைவிட, விஷய ஞானத்துடன் விவாதிப்பவர்களைத்தான் அதிகம் விரும்புகிறார் என்பது.

அந்த வருடம் அரசாங்க விருதுகள் அறிவிக்கும்போது பெருமைக்குரிய 'பெரியார்' விருதை எனக்கு வழங்கி

கௌரவித்தார். என்னுடைய இரு மகள்கள் திருமணத்திற்கும் வந்து வாழ்த்தி, எனக்கும் என் குடும்பத்தினருக்கும் இன்ப அதிர்ச்சி தந்தார். பெரியார் படத்தின் மூலம் எனக்குக் கிடைத்த மாபெரும் பேறு, கலைஞர் அவர்களின் உறவு என்று தான் சொல்ல வேண்டும்.

பெரியார் படம் சென்சாருக்குச் சென்ற போது, பிரச்னை ஏதேனும் உருவாகுமா என்கிற கவலை சிலரிடமிருந்தது.

சென்சார் அதிகாரியாக நான் பணியாற்றியிருந்ததால், அதன் விதிகளுக்குள் வருகிற விதத்தில்தான், பெரியார் படத்தின் திரைக்கதையை அமைத்து இருந்தேன்.

சென்சார் குழுவில் உறுப்பினராக இருந்த பிராமணப் பெண்மணி ஒருவர், படம் முடிந்தவுடன் என்னைப் பார்த்துச் சொன்னது இப்போதும் நினைவிருக்கிறது.

அவர் சொன்னார் "சின்ன வயதிலிருந்தே பெரியாரைப் பற்றித் தப்பாகத்தான் கேட்டு நாங்க வளர்ந்திருக்கிறோம். ஆனால், உங்கள் படத்தில் பெரியாரைப் பார்த்த பிறகுதான் அவர் எவ்வளவு பெரிய மனிதர் என்பது புரிந்தது. அப்படியே அவர் காலில் விழுந்து நமஸ்காரம் பண்ணணும்னு தோணித்து" என்றார்.

பெரியார் திரைப்படம் திரைக்கு வந்து, மக்களிடம் நல்ல வரவேற்பைப் பெற்றது. பத்திரிகைகளும் ஊடகங்களும் பாராட்டின. நூறாவது நாள் விழா, கலைஞர் தலைமையில் விமரிசையாகக் கொண்டாடப்பட்டது.

'ராமானுஜன்'

'பெரியார்' படத்துக்குப் பிறகு என்ன செய்யலாம் என்று ஆலோசித்தேன். தமிழ்நாட்டின் உன்னத ஆளுமை கொண்ட பெரியோர்களைத் திரைப்படமாக்க வேண்டும் என்கிற விருப்பம் எனக்குள் இருந்தது. வள்ளலார், நந்தனார், ராமானுஜர் போன்றோர் என் கவனத்தை ஈர்த்தனர். வள்ளலாரைப் பற்றி ஒரு திரைக்கதை எழுதி வைத்திருக்கிறேன். திரைப்படமாக்கச் சிலர் முன்வரவும் செய்தனர். எதிர்பாராத சில காரணங்களால் அது

அப்போது நிறைவேறவில்லை. தமிழ்நாட்டின் புரட்சித்துறவியான வள்ளலாரைப் படமாக்கும் வாய்ப்பு, என்றாவது ஒரு நாள் வந்தே தீரும் என்று நான் நம்புகிறேன்.

நந்தனார் பற்றிய திரைப்படம் எடுக்க ஒரு தயாரிப்பாளர் முன் வந்தார். உற்சாகத்தோடு திரைக்கதை ஒன்றை உருவாக்கினேன். மதத்தில் இருந்துகொண்டே நந்தன் எப்படி சமூக விடியலுக்கு வழிகாட்டினார் என்று சொல்கிற விதத்தில் அமைந்திருந்தது என் திரைக்கதை.

ஆனால், அந்த தயாரிப்பாளரோ பழைய புராணக்கதையை அப்படியே செய்து தர முடியுமா என்றார். என்னால் இயலாது என்று பின்வாங்கிவிட்டேன்.

'ராமானுஜன்' படப்பிடிப்பில்

ராமானுஜரைப் பற்றி ஒரு படம் தயாராகிக் கொண்டிருப்பதை அறிந்திருந்தும், நாமும் முயற்சி செய்தால் என்ன என்கிற எண்ணத்துடன் ஒரு முன்னணித் தொழில் அதிபரை அணுகினேன். அவர், ராமானுஜர் மிகப்பெரிய மகான் என்றெல்லாம் பாராட்டுப் பத்திரம் வாசித்தார். அதையெல்லாம் கேட்டுவிட்டு, ராமானுஜரைப் பற்றிய திரைப்பட முயற்சிக்கு உதவ முடியுமா? என்று கேட்டபோது, சிறிது யோசித்துவிட்டு அவர் சொன்னார் "நாங்கள் எல்லாம் வடகலைக்காரர்கள்.

தென்கலைக் காரர்களைக் கேட்டுப் பாருங்கள்" என்று சொன்னார் அவர்.

மதத்தில் மாபெரும் புரட்சி செய்த ராமானுஜரின் சீர்திருத்தங்களுக்கு ஏற்பட்ட சீரழிவை எண்ணி வருந்தினேன்.

ஜனாதிபதி மேதகு பிரணாப் முகர்ஜி அவர்களுக்காக 'ராமானுஜன்' திரையிடப்பட்ட போது

வாழ்க்கை வரலாறுகள் பற்றிச் சிந்திப்பதை விட்டுவிட்டு, நாம் வேறு Genre-களைப்பற்றி யோசித்தால் என்ன என்று தோன்றியது. நான், அடிப்படையில் மிகுந்த நகைச்சுவை உணர்வு உடைய ஒரு ஆள். வாழ்க்கை வரலாறுகளையும் புரட்சியாளர்களையும் படம் எடுத்ததால், எனக்கு மிகவும் விருப்பமான நகைச்சுவை, Satire போன்றவற்றுக்கு என் படங்களில் இடம் இல்லாமலேயே போய்விட்டது. முழுக்க முழுக்க நகைச்சுவையாக ஒரு திரைக்கதை எழுதினால் என்ன என்று தோன்றியது. ஒரு மாதத்திற்குள்ளாகவே அங்கதச் சுவையுள்ள அரசியல் படத்தை எழுதி முடித்தேன். அதைத் தயாரிப்பாளர்களிடம் சொன்னபோது, வியாபார ரீதியிலும் வெற்றி பெறுகிற கதையாக அவர்கள் கருதினார்கள். முன்னணி நடிகர்கள் சிலரும் என் திரைக்கதையைப் பாராட்டினார்கள். ஆனால், படமாக எடுக்கும் முயற்சி தாமதமாகிக்கொண்டே இருந்தது.

இந்தச் சமயத்தில், வெளிநாடுகளில் பணிபுரிந்து விட்டு சொந்த நாட்டிற்குத் திரும்பி வந்த ஸ்ரீவத்சன் சரண்யன் சகோதரர்கள், தங்களுக்கு ஒரு படம் செய்து தரவேண்டும் என்று என்னை அணுகினார்கள். நான் ஏற்கெனவே எழுதியிருந்த நகைச்சுவைப் படத்தை அவர்களுக்குச் சொன்னேன். ஆனால், அவர்களோ கணித மேதை ராமானுஜன் போன்ற உலகப் புகழ்பெற்ற ஆளுமைகளைப் பற்றி வாழ்க்கை வரலாற்றுப் படம் எடுத்துத் தர முடியுமா? என்று கேட்டார்கள். இறுதியில் வெளிநாட்டிலிருந்து திரும்பி வந்த என் மருமகன் சுஷாந்தும் மகள் சிந்துவும் சேர்ந்து நால்வர் தயாரிப்பாளர்களாகி, ராமானுஜனின் வாழ்க்கை வரலாற்றை அடிப்படையாகக் கொண்டு, BIOPIC ஒன்றைத் தமிழிலும் ஆங்கிலத்திலும், ஒரே சமயத்தில் எடுப்பது எனவும் தீர்மானிக்கப்பட்டது.

கணித மேதை ஒருவரின் வாழ்க்கையை, ஒரு சினிமாவின் திரைக்கதையாக எழுதுவது ஒரு மிகப்பெரிய சவாலாக இருந்தது.

கொஞ்சம் பிசகினாலும் ஒரு டாக்குமென்டரி ஆகிவிடுகிற நிலை. ஆனாலும், என்னால் முடிந்த அளவு முயற்சிகளை எடுத்து அதை சுவாரசியமான திரைக்கதையாக எழுதினேன். ஒரு ஜீனியஸ் நம்முடைய சமூகத்தில் சந்திக்கிற பகிஷ்காரங்களையும் கஷ்டங்களையும் வெளிப்படுத்துகிற கதையாக அது அமைந்தது.

நான் எடுத்த படங்களிலேயே எந்தவித சமரசங்களுக்கும் உட்படாமல் முழுமையான Professional Satisfactionஉடன் எடுக்கப்பட்ட படம் ராமானுஜன் என்றே சொல்வேன். ஆனால், அதற்குரிய அங்கீகாரம் மக்களிடமிருந்து கிடைக்காமல் போனது குறித்து, எனக்கு மிகப்பெரிய வருத்தம் உண்டு.

தமிழக அரசு, 2013இல் வெளிவந்த தமிழ்ப் படங்களில் மிகச்சிறந்த படமாக 'ராமானுஜ'னைத் தேர்வு செய்ததும் சிறந்த இசையமைப்பாளர் (ரமேஷ் விநாயகம்), சிறந்த ஆடை வடிவமைப்பாளர் (சகுந்தலா ராஜசேகரன்), சிறந்த ஒப்பனையாளர் (ராஜாராம்) முதலான விருதுகளை அளித்ததும் எனக்கு மிகுந்த ஆறுதலைத் தந்தது.

* * *

ஞான ராஜசேகரன்

வேலூர் மாவட்டம் பள்ளிகொண்டா கிராமத்தில் ஆசிரியர்களான ஞானப்பிரகாசம் - சாரதாம்பாள் தம்பதியருக்கு மகனாகப் பிறந்தவர். 1983ல் இந்திய ஆட்சிப்பணியில் இணைந்த இவர் கேரளாவில் பணியமர்த்தப்பட்டார். பாலா சப்கலெக்டர், திருச்சூர் மாவட்ட ஆட்சியர், இளைஞர்நலன் விளையாட்டுத் துறை இயக்குநர், கேரளத் திரைப்பட வளர்ச்சிக் கழகத்தின் நிர்வாக இயக்குநர், மின் துறைச் செயலாளர், மின்சார வாரியத் தலைவர், போக்குவரத்து, தொழிலாளர் நலன், செய்தி மக்கள்தொடர்பு முதலான துறைகளின் செயலாளர் போன்ற பல்வேறு முக்கிய பொறுப்புகளை வகித்தவர். மத்திய அரசுப் பணியில் சென்னைத் திரைப்படத் தணிக்கை அதிகாரியாகவும் ஸ்ரீபெரும்புதூரில் ராஜீவ்காந்தி இளைஞர் மேம்பாட்டு நிறுவனத்தின் இயக்குநராகவும் பணிபுரிந்தவர். மோகமுள் (1995), முகம் (1999), பாரதி (2000), பெரியார் (2007), ராமானுஜன் (2014), ஐந்து உணர்வுகள் (2021) முதலான தேசிய மாநில விருதுகள் பெற்ற திரைப்படங்களை இயக்கியவர். இந்தியாவில் பணியில் இருக்கும்போதே நான்கு திரைப்படங்களை இயக்கிய ஒரே ஐஏஎஸ் அதிகாரி என்கிற பெருமை இவருக்குரியது.

சென்னையில் வாழும் இவரது இணையர்:
முனைவர் சகுந்தலா ராஜசேகரன்.
மகள்கள்: சிந்து ராஜசேகரன், நந்திதா ராஜசேகரன்